പുഷ്കിന്റെ കഥകൾ

Pushkinte Kadhakal
Wolrd Classic

Translation
K R Mallika

CHINTHA PUBLISHERS
Thiruvananthapuram

First Edition
August 2022

Published
Chintha Publishers, Thiruvananthapuram

Typesetting
Star communications, Thiruvananthapuram

Printed at
Print Express, Kochi

Cover Design
Vinod Mangoes

ISBN : 978-93-93468-97-0

CO - 3141 / 6140

Email: chinthapublishers@gmail.com
Website: www.chinthapublishers.com

A version is available at National Libraries
Kolkata, Mumbai, Chennai and Delhi

Distribution
DESHABHIMANI BOOKHOUSE
H O Thiruvananthapuram 695035

Branch
Head Office Kunnukuzhi • Statue Thiruvananthapuram
KSRTC Bus Terminal Thampanoor • Saphalyam Complex Thiruvananthapuram
KSRTC Bus Station Alappuzha • KSRTC Bus Station Ernakulam
Machingal Lane Thrissur • IG Road Kozhikode
Mavoor Road Kozhikode • NGO Union Building Kannur
Central Bus Terminal Complex Thavakkara Kannur

പുഷ്കിന്റെ കഥകൾ

പരിഭാഷ

കെ ആർ മല്ലിക

ചിന്ത പബ്ലിഷേഴ്സ്
തിരുവനന്തപുരം-695 035

അലക്സാണ്ടർ പുഷ്കിൻ (1799–1837)

സെർഗെയി ലൊപൊവിച്ച് പുഷ്കിന്റെയും നദേഷ്ദ ഒസ്സിപ്പോവ്ന ഗാത്തിബാളിന്റെയും പുത്രനായി മോസ്കോയിൽ ജനിച്ചു. സ്കൂൾ വിദ്യാഭ്യാസം സെന്റ് പീറ്റേഴ്സ് ബർഗിൽ പ്രശസ്തമായ നിലയിൽ പൂർത്തിയാക്കി. സ്കൂൾ വിട്ടശേഷം സെന്റ് പീറ്റേഴ്സ് ബർഗിലെ ക്ഷോഭിക്കുന്ന യുവത്വവുമായി ബന്ധം സ്ഥാപിച്ചു. രാജാധികാരത്തിന്റെ കണ്ണിലെ കരടായി. 1820 ൽ പുഷ്കിന്റെ നീണ്ട കവിത *Ruslan and lyudmila* പുറത്തുവന്നു. ഗൃഹാതുരമായ പ്രണയകവിതകൾ പുഷ്കിനെ പ്രശസ്തനാക്കി. നാടകങ്ങളും നോവലുകളും ഗദ്യവും നിരന്തരമെഴുതി അനുവാചകരെ ആഹ്ലാദിപ്പിക്കുകയും അധികാരികളെ ചൊടിപ്പിക്കുകയും ചെയ്തു.

പതിനൊന്ന് കവിതാ പുസ്തകങ്ങളും ചരിത്രം, ചെറുകഥ, യാത്ര വിവരണം, നോവൽ, നാടകം ഉൾപ്പെടെ 11 ഗദ്യ കൃതികളും കുട്ടികൾക്കുള്ള കല്പിത കഥകളുടെ രൂപത്തിൽ 6 കൃതികളും പുഷ്കിന്റേതായി പുറത്തുവന്നു.

കെ ആർ മല്ലിക

ജനനം: കൊല്ലത്തെ തിരുമുല്ലവാരത്ത്.
അച്ഛൻ : എൻ കൃഷ്ണൻ. അമ്മ : രാജമ്മ.

കൊട്ടിയം സി എഫ് ഹൈസ്കൂൾ, കൊല്ലം ഫാത്തിമ മാതാ നാഷണൽ കോളേജ് എന്നിവിടങ്ങളിലായി വിദ്യാഭ്യാസം. സാമ്പത്തിക ശാസ്ത്രത്തിൽ ബിരുദാനന്തര ബിരുദം.

ആദ്യ കഥാസമാഹാരം *നിറങ്ങൾക്കപ്പുറം* 2001 ലെ അബുദാബി ശക്തി അവാർഡ് നേടി. കേരള സാഹിത്യ അക്കാദമിയുടെ 2021 ലെ സമഗ്ര സാഹിത്യ സംഭാവനാ പുരസ്കാരം. *അകം* എന്ന നോവലിന് 2021 ലെ അബുദാബി ശക്തി അവാർഡ്.

നിറങ്ങൾക്കപ്പുറം, വളയം, ഡെഫ്കോബർത്ത, തെരഞ്ഞെടുത്ത കഥകൾ, 50 കഥകൾ (കഥാസമാഹാരങ്ങൾ), *മായാമാളവഗൗള* (നോവലെറ്റ്), *സമാന്തരം, നാവ്, അകം* (നോവൽ). രവീന്ദ്രനാഥ ടാഗോറിന്റെ *നൗകാദൂബി* എന്ന നോവൽ *ബോട്ടപകടം* എന്ന പേരിൽ വിവർത്തനം ചെയ്തു. അതിന് 2021 ലെ ഭാരത് ഭവന്റെ വിവർത്തനരത്ന പുരസ്കാരം. ഇപ്പോൾ *ചിന്ത പബ്ലിഷേഴ്സിൽ* പ്രൂഫ് റീഡർ. പുരോഗമന കലാ സാഹിത്യ സംഘത്തിന്റെ സംസ്ഥാന സെക്രട്ടറിയേറ്റ് അംഗം.

ഭർത്താവ് : കെ പി രവീന്ദ്രനാഥ്
മക്കൾ : നിമ ആർ നാഥ്, നിശാന്ത് നാഥ്
വിലാസം : രേവതി, റ്റി സി 55/1571-(1),
കരുമം റോഡ്, കൈമനം പി ഒ
തിരുവനന്തപുരം-695040

ഉള്ളടക്കം

പരേതനായ ഇവാൻ പെട്രോവിച്ച് ബെൽക്കിന്റെ കഥകൾ

എഡിറ്ററിൽനിന്ന് 9

വെടിയുണ്ട 13

ഹിമവാതം 26

ഏറ്റെടുക്കുന്ന ആൾ 37

പോസ്റ്റ് മാസ്റ്റർ 45

കർഷകപ്പെൺകൊടി 55

സ്പേഡ് റാണി 73

കിർദ്ജലി 98

പ്രസാധകക്കുറിപ്പ്

പ്രണയാർദ്രമായ കവിതകളും വിപ്ലവ കവിതകളും ഒരു പോലെ വഴങ്ങുന്ന എഴുത്തുകാരനാണ് അലക്സാണ്ടർ പുഷ്കിൻ. നവോത്ഥാനമൂല്യങ്ങളോടും ആധുനികതയോടും ജനാധിപത്യത്തോടും ചേർത്തുവയ്ക്കാവുന്ന പേരാണ് പുഷ്കിന്റേത്. അദ്ദേഹം വരേണ്യ കുടുംബത്തിൽ പിറന്നു വളർന്നുവെങ്കിലും താൻ ജീവിച്ച കാലത്തിന്റെ അധീശത്വ മൂല്യങ്ങളോട് കലഹിച്ചാണ് ജീവിതം മുന്നോട്ടുകൊണ്ടുപോയത്. അക്കാലത്തെ രഹസ്യവിപ്ലവസംഘങ്ങളിൽ പുഷ്കിൻ പ്രവർത്തിച്ചു. തുർക്കിയിൽ ഒട്ടോമൻ സാമ്രാജ്യത്തത്തിനെതിരെ ജനാധിപത്യത്തിനായി നടന്ന പോരാട്ടങ്ങളിൽ പുഷ്കിൻ പങ്കെടുത്തു. കുലീന മൂല്യങ്ങളെ ചോദ്യംചെയ്യുന്ന നോവലുകളും ചെറുകഥകളും അദ്ദേഹമെഴുതി. പുഷ്കിന്റെ കഥകളിൽനിന്നും തെരഞ്ഞെടുത്ത കഥകളാണീ സമാഹാരത്തിൽ. കവിതകളിൽ നാം അനുഭവിച്ച പുഷ്കിൻ സ്പർശം തീപ്പൊള്ളലായി ഈ കഥകളിൽ വികസിക്കുന്നതായി നാം കാണുന്നു. കഥാകൃത്തായ കെ ആർ മല്ലികയുടെ പരിഭാഷ ഈ കൃതിക്ക് മാറ്റുകൂട്ടുന്നു.

ചിന്ത പബ്ലിഷേഴ്സ്

പരേതനായ ഇവാൻ പെട്രോവിച്ച് ബെൾക്കിന്റെ കഥകൾ

എഡിറ്ററിൽനിന്ന്

ഐ പി ബെൾക്കിന്റെ കഥകൾ പ്രസിദ്ധീകരിക്കുക എന്ന കർമ്മം ഏറ്റെടുത്തതിനുശേഷം വായനക്കാരുടെ അറിവിലേക്കായി പറയുകയാണ് അദ്ദേഹത്തിന്റെ കഴിഞ്ഞകാല ജീവിതത്തിന്റെ ഒരു മുഖവുര കൊടുക്കേണ്ടത് നീതിയുക്തമായ ഒരു കാര്യമാണ്. അത് വിജ്ഞാനകുതുകികളായ വായനക്കാരെ തെല്ലൊന്ന് സംതൃപ്തരാക്കും. ഈ സമയത്താണ് ഞങ്ങൾ മറിയ അലക്സാണ്ട്രോവ്ന ട്രഫിലിനയെ സമീപിച്ചത്. ഇവർ പെട്രോവിച്ചിന്റെ വളരെ അടുത്ത രക്തബന്ധമുള്ളയാളും അവകാശിയുമാണ്. നിർഭാഗ്യവശാൽ അവർക്ക് അദ്ദേഹത്തെക്കുറിച്ച് ഒന്നുമറിയുമായിരുന്നില്ല. അദ്ദേഹവുമായി നേരിയ ഒരു പരിചയം പോലുമില്ല അവർക്ക്. ഇത്തരം കാര്യങ്ങളിൽ ഞങ്ങളെ സഹായിക്കാൻ കഴിയുന്ന പെട്രോവിച്ചിന്റെ ഒരു സുഹൃത്തിനെക്കുറിച്ച് പറയുകയും അദ്ദേഹത്തെ കണ്ടെത്താനും അവർ ഉപദേശിച്ചു. ഞങ്ങളാ ഉപദേശം സ്വീകരിക്കുകയും ഞങ്ങളുടെ കത്തിന് മറുപടിയായി താഴെപ്പറയുന്ന കത്ത് കിട്ടുകയും ചെയ്തു. ഞങ്ങളത് ഒരു മാറ്റവും വരുത്താതെ പ്രസിദ്ധീകരിക്കുകയാണ്. ഇത് പെട്രോവിച്ച് അർഹിക്കുന്ന ഒരു പ്രസ്താവമായി കണക്കാക്കുകയും ചെയ്യുന്നു.

പ്രിയപ്പെട്ട സർ,

താങ്കൾ 15-ാം തീയതി അയച്ച കത്ത് 23-ാം ദിവസം എനിക്കിവിടെ കിട്ടി. അതിൽ താങ്കൾ ഇവാൻ പെട്രോവിച്ച് ബെൾക്കിന്റെ ജനനം, മരണം, ഔദ്യോഗിക കാലം, കുടുംബപശ്ചാത്തലം, തൊഴിൽ തുടങ്ങിയ കാര്യങ്ങളെക്കുറിച്ച് അറിയാൻ ആഗ്രഹിക്കുന്നതായി അറിയിച്ചിരുന്നുവല്ലോ. അദ്ദേഹം എന്റെ ആത്മാർത്ഥ സ്നേഹിതനും അയൽക്കാരനുമായിരുന്നു. ഞാൻ സന്തോഷപൂർവ്വം ആ കർമ്മം ഏറ്റെടുക്കുന്നു. ഒപ്പം ഞാനോർത്തെടുക്കുന്ന സംഭാഷണങ്ങളും എന്റെ ചില നിരീക്ഷണങ്ങളുംകൂടി അതിൽ ഉൾക്കൊള്ളിച്ചിരിക്കും.

ഗോര്യുക്കുനോ ഗ്രാമത്തിൽ 1798 ലാണ് അദ്ദേഹത്തിന്റെ ജനനം. പരേതനായ അദ്ദേഹത്തിന്റെ പിതാവ് രണ്ടാം മേജർ പ്യോത്തർ ഇവാനോവിച്ച് ബെർക്കിൾ ട്രഫിലിൻ കുടുംബത്തിൽനിന്ന് പെലെഗേയ ഗാവ്രിലോവ്ന എന്ന് പേരായ ഒരു പെൺകുട്ടിയെ വിവാഹം കഴിച്ചു. അദ്ദേഹം ഒരു പണക്കാരനായിരുന്നില്ല. പക്ഷേ, കരുതലോടെ തന്റെ എസ്റ്റേറ്റ് കാര്യങ്ങൾ നോക്കി നടത്തി. അദ്ദേഹത്തിന്റെ മകന്റെ ആദ്യകാല പഠനം പള്ളിയിലെ കപ്യാർക്കൊപ്പമായിരുന്നു. റഷ്യൻ സാഹിത്യത്തിലുള്ള അദ്ദേഹത്തിന്റെ താല്പര്യം അങ്ങനെ ഉണ്ടായതാണ്. 1815 ൽ അദ്ദേഹം റെജിമെന്റിൽ ചേർന്നു (നമ്പർ ഓർത്തെടുക്കാൻ കഴിയുന്നില്ല,) 1823 വരെ അദ്ദേഹം ഉണ്ടായിരുന്നു. അദ്ദേഹത്തിന്റെ മാതാപിതാക്കളുടെ ചെറിയ ഇടവേള വിട്ടുകൊണ്ടുള്ള മരണം അദ്ദേഹത്തെ റെജിമെന്റിൽനിന്ന് രാജിവച്ച് ഗോര്യുക്കുനോ ഗ്രാമത്തിലേക്ക് തിരികെ വരാൻ പ്രേരിപ്പിച്ചു.

എസ്റ്റേറ്റിന്റെ മാനേജ്മെന്റ് ഏറ്റെടുത്ത അദ്ദേഹത്തിന്റെ പരിചയക്കുറവും മൃദുല ഹൃദയത്വവും താമസിയാതെതന്നെ എസ്റ്റേറ്റിന്റെ അവഗണനയിലേക്ക് കാര്യങ്ങൾ കൊണ്ടുപോയി. അദ്ദേഹത്തിന്റെ കഴിവിലെല്ലാം തൊഴിലാളികൾ അസംതൃപ്തരായി. കഥ പറഞ്ഞ് അദ്ദേഹത്തെ വശത്താക്കിയ തന്റെ വീട്ടുസൂക്ഷിപ്പുകാരിയെ അദ്ദേഹം എസ്റ്റേറ്റ് ഏല്പിച്ചു. ആ വിഡ്ഢിയായ കിഴവിക്ക് 25 റൂബിൾനോട്ടും 50 റൂബിൾ നോട്ടും തമ്മിലുള്ള വ്യത്യാസം പോലും കണ്ടുപിടിക്കാനാവുമായിരുന്നില്ല. മിക്ക തൊഴിലാളികളെയും അവർക്ക് നന്നായി അറിയാമായിരുന്നുവെങ്കിലും അവർക്കാർക്കും ഈ സ്ത്രീയെ ഒരു ഭയവും ഉണ്ടായിരുന്നില്ല. അവർ ഒരു പുതിയ ഗ്രാമമുഖ്യനെ തെരഞ്ഞെടുത്തു. അയാളാകട്ടെ അവർക്കൊപ്പം നിന്ന് അവരുടെ മുതലാളിയെ ചൂഷണം ചെയ്യുന്ന ഒരുവൻ. ഇവരെല്ലാംകൂടി ഇവാൻ പെട്രോവിച്ചിൽ സമ്മർദ്ദം ചെലുത്തി. വാടക നന്നായി കുറപ്പിച്ച് തീരെ ചെറിയ തുകയാക്കി. എന്നിട്ടവർ മുതലാളിയെ ചൂഷണം ചെയ്തു. ചക്കരവാക്ക് പറഞ്ഞ് ആദ്യവർഷം എല്ലാവിധ ഇളവുകളും നേടിയെടുത്തു. അതിനടുത്ത വർഷവും ഇതുതന്നെയായിരുന്നു ഗതി. അവരുടെ മൂന്നിൽ രണ്ട് വരുമാനവും സാധനങ്ങളായി വാങ്ങി. എപ്പോഴും കുടിശ്ശിക ബാക്കിയായി.

പരേതനായ അദ്ദേഹത്തിന്റെ അച്ഛനോടുള്ള സൗഹൃദം നിമിത്തം അദ്ദേഹത്തിന്റെ മകന് ഉപദേശം കൊടുക്കേണ്ടതുണ്ട്. അദ്ദേഹത്തിന് തനിച്ച് ഇതൊക്കെ മാനേജ് ചെയ്യാൻ വിഷമമാണ്. ഇതൊക്കെ മനസ്സിൽ കരുതിക്കൊണ്ട് ഒരു ദിവസം ഞാനദ്ദേഹത്തെ കാണാൻ പോയി. ഞാൻ വീട്ടുകണക്കുകൾ ആവശ്യപ്പെടുകയും, ഇതെല്ലാം ആ ഗ്രാമമുഖ്യനാണല്ലോ കൈകാര്യം ചെയ്യുന്നത്. ഇവാൻ പെട്രോവിച്ചിന്റെ മുന്നിൽ വച്ച് ഞാനത് പരിശോധിക്കുകയും ചെയ്തു. തുടക്കത്തിൽ ഇവാൻ വളരെ ശ്രദ്ധയോടെ ഇത് നോക്കിയിരുന്നു. പരിശോധനയിൽ ഒരുകാര്യം ഞാൻ മനസ്സിലാക്കി. കഴിഞ്ഞ രണ്ടു വർഷമായി തൊഴിലാളികൾ ഒരുപാട് കൂടി. കോഴികളും കന്നുകാലികളും ഒരുപാട് കുറഞ്ഞു. ഇവാൻ ഇതിൽ തൃപ്ത

നായപോലെ തോന്നി. കന്നുകാലികളും കോഴികളും കുറച്ചുമതി. പക്ഷേ, ഞാനെന്റെ നിലപാടനുസരിച്ച് അയാളെ ചോദ്യം ചെയ്യുകയും അയാളെ നിശ്ശബ്ദനാക്കുകയും ചെയ്തു. സത്യത്തിൽ ഇവാൻ അയാളുടെ കസേരയിലിരുന്ന് ഉച്ചത്തിൽ കൂർക്കം വലിക്കുകയായിരുന്നു. അതിനുശേഷം ഞാനയാളുടെ എസ്റ്റേറ്റിലെ കാര്യങ്ങൾ വിട്ടു. എല്ലാം അയാൾ, തനിച്ച് നോക്കട്ടെ. ഞാനെല്ലാം ഈശ്വരനിൽ സമർപ്പിച്ചു.

ഇതൊന്നും ഞങ്ങളുടെ സൗഹൃദത്തെ ഉലച്ചില്ല. കാരണം, ഇത്തരം ഉദാസീനതയൊക്കെ ഇപ്പോഴത്തെ ചെറുപ്പക്കാരിൽ സുലഭമാണ്. പക്ഷേ, ഇവാൻ പെട്രോവിച്ചിൽ എനിക്ക് ആത്മാർത്ഥമായ സ്നേഹം ഉണ്ടായിരുന്നു. സത്യത്തിൽ ഇത്രയും സത്യസന്ധനായ ഒരുവനെ എങ്ങനെ സ്നേഹിക്കാതിരിക്കാൻ കഴിയും? അദ്ദേഹത്തിന്റെ ഭാഗത്തുനിന്ന് നോക്കിയാൽ അയാൾ എന്റെ പ്രായത്തിനനുസരിച്ച് എന്നെ ബഹുമാനിച്ചിട്ടുണ്ട്. എന്നോട് വളരെ ഊഷ്മളമായ ബന്ധമായിരുന്നു താനും. അദ്ദേഹത്തിന്റെ മരണകാലമായപ്പോഴേക്കും ഞങ്ങൾ ദിവസേന കാണുമായിരുന്നു. ഞങ്ങളുടെ ചെറിയ സംഭാഷണവേളകളെ അദ്ദേഹം ബഹുമാനിച്ചിരുന്നു. ഞങ്ങൾ തമ്മിൽ വളരെക്കുറച്ചു സമയമേ അങ്ങനെ കഴിച്ചുകൂട്ടിയിട്ടുമുള്ളൂ.

ഇവാൻ പെട്രോവിച്ച് വളരെ നല്ല ജീവിതമാണ് നയിച്ചത്. ഒന്നും അദ്ദേഹം അധികമാക്കിയിട്ടില്ല. ഒരിക്കൽ മാത്രം ഞാനദ്ദേഹത്തെ യോജിക്കാത്ത രീതിയിൽ കണ്ടുള്ളൂ. (നമുക്ക് ലോകത്ത് ഇതൊരതിശയമായിരിക്കും) പെൺകുട്ടികളോട് ഇദ്ദേഹത്തിന് വല്ലാത്ത ആകർഷണമുണ്ടായിരുന്നു

(ഇവിടെ കുറച്ചുഭാഗം രസകരമായ വിവരണമാണ്. ഇതൊന്നും ഇവാൻ പെട്രോവിച്ച് ബെൽക്കിന്റെ ഓർമ്മക്കുറവ് കൊണ്ടല്ലെന്ന് ഞങ്ങൾ വായനക്കാരെ അറിയിക്കുന്നു - പത്രാധിപർ)

കഥകൾ മാത്രമല്ല ഇവാൻ പെട്രോവിച്ച് നിരവധി കൈയെഴുത്തു പ്രതികളുടെ കൂടി കർത്താവാണ്. എനിക്ക് ചേരുന്നത് ചിലതൊക്കെ ഞാനെടുത്തിട്ടുണ്ട്. വീട്ടുകാര്യങ്ങൾക്കായി ചിലത് അദ്ദേഹത്തിന്റെ മുൻവീട് സൂക്ഷിക്കുന്ന ആൾ എടുത്തിട്ടുണ്ട്. ഉദാഹരണത്തിന്, കഴിഞ്ഞ തണുപ്പുകാലത്ത് അദ്ദേഹം എഴുതി പൂർത്തിയാക്കാത്ത ഒരു നോവലിന്റെ ആദ്യഭാഗം അവർ ജനാലകളിൽ ഒട്ടിച്ചുവച്ചു. എഴുതി പൂർത്തിയാക്കാത്ത ആ കഥ അദ്ദേഹം എഴുതിത്തുടങ്ങിയ കാലത്തേതാണെന്നു വേണം കരുതാൻ. ഇവാൻ പെട്രോവിച്ച് തന്നെ പറഞ്ഞിട്ടുണ്ട്. ആ കഥയുടെ മിക്ക ഭാഗവും സത്യസന്ധമാണ്. അദ്ദേഹം ഇടപെട്ടിട്ടുള്ള ധാരാളം വ്യക്തികൾ അതിലുണ്ട് എന്ന്. അതിലെ പല കഥാപാത്രങ്ങളുടെയും പേര് ഇവാൻ പറഞ്ഞിട്ടുണ്ട്. അതിലെ ഗ്രാമങ്ങളും കവലകളുമെല്ലാം എല്ലാം ജില്ലയിലുള്ളവയാണ്. എന്റെ ഗ്രാമത്തിന്റെ പേര് തന്നെ ഏതോ ഒരിടത്ത് പറയുന്നുണ്ട്. ഇതൊന്നും ദുഷ്ടലാക്കോടെ കുറിച്ചുവച്ചതല്ല. ഭാവനയിൽ എഴുതിയതാണ്.

(എല്ലാ കഥകളും കഥാപാത്രങ്ങളും ബെൾക്കിൻ ഓർമ്മയിൽ നിന്ന് കുറിച്ചുവച്ചിട്ടുണ്ട്- പത്രാധിപർ)

1828 ശരല്ക്കാലത്ത് ഇവാൻ പെട്രോവിച്ചിന് ഒരു കോൾഡ് പിടി പെട്ടു. അത് പിന്നെ പനിയായി. ഞങ്ങളുടെ ഇവിടത്തെ ഉത്സാഹിയായ ഡോക്ടർ-നല്ല കഴിവുള്ളവനുമാണ് - വലിയ ചികിത്സകൻ - തടിപ്പ്, ആണി ഇതെല്ലാം ചികിത്സിക്കും. മുപ്പതാമത് വർഷം എന്റെ ഈ കൈക ളിൽ കിടന്നാണ് ഇവാൻ മരിച്ചത്. ഗോര്യുക്കുനോ ഗ്രാമത്തിൽ തന്റെ മാതാപിതാക്കളുടെ ശവമാടത്തിനരികിൽ അദ്ദേഹവും ഇടം കണ്ടെത്തി.

സാധാരണ ഉയരവും ഗ്രേ നിറത്തിലെ കണ്ണുകളും വെളുത്ത മുടിയും നീണ്ട നാസികയും മെലിഞ്ഞു നീണ്ട മുഖവും.

സർ, ഇത്രയൊക്കെയാണ് എനിക്കോർക്കാനാവുന്നത്. ഈ കത്തിലെ ഏതെങ്കിലും ഭാഗം താങ്കൾക്ക് പ്രയോജനപ്പെടുമെങ്കിൽ ഞാനെന്നും കട പ്പെട്ടിരിക്കും. എന്റെ പേര് കൂടി ഉൾക്കൊള്ളിച്ചാൽ വളരെ നന്ദിയുണ്ടാവും. എന്റെ പ്രായത്തിലുള്ള ഒരാൾക്ക് ഇതിൽകൂടുതൽ എന്ത് കിട്ടാനാണ്?

വളരെ വളരെ ബഹുമാനത്തോടെ...

ഇത്രയും വിവരങ്ങൾ തന്ന് സഹായിച്ച അദ്ദേഹത്തോടുള്ള നന്ദിയും കടപ്പാടും പ്രകടിപ്പിക്കേണ്ടത് ഞങ്ങളുടെ ജോലിയാണ്. നന്ദി. ഒപ്പം ഞങ്ങ ളുടെ വായനക്കാരുടെ നന്ദിയും സ്നേഹവും കൂടി അറിയിക്കുന്നു.

എ പി

വെടിയുണ്ട

ഒരു ചെറിയ പട്ടണത്തിലാണ് ഞങ്ങളുള്ളത്. ഒരു ആർമി ഓഫീസറുടെ ജീവിതം എങ്ങനെയാണെന്ന് ഏറക്കുറെ എല്ലാവർക്കുമറിയാം. രാവിലെ ഡ്രിൽ, സ്കൂൾവരെ ഒരു യാത്ര. കമാന്റർക്കൊപ്പം. അല്ലെങ്കിൽ ഏതെങ്കിലും ജൂതസത്രത്തിൽ ഉച്ചയൂണ്. വൈകിട്ട് പഞ്ച് പിടിക്കുക അല്ലെങ്കിൽ ചീട്ടുകളി. പട്ടണത്തിൽ ഞങ്ങൾക്കായി ഒരു കടയുമില്ല. അല്ലെങ്കിൽ വിവാഹം കഴിക്കാൻ ഒരു പെണ്ണ് - ഇല്ലേയില്ല. ഞങ്ങൾ ഓരോരുത്തരുടെയും മുറിയിൽ ഒത്തുകൂടുന്നു. അവിടെ കാണാനാണെങ്കിൽ യൂണിഫോമല്ലാതെ ഒന്നുമില്ല.

ഞങ്ങളുടെ വലയത്തിൽ പട്ടാളക്കാരനല്ലാത്ത ഒരേ ഒരാളേയുള്ളൂ. ഏതാണ്ട് മുപ്പത്തഞ്ചു വയസ്സ് പ്രായം വരും. അതുകൊണ്ട് ഞങ്ങൾ അയാളെ ഒരു വൃദ്ധനായി പരിഗണിച്ചു. അദ്ദേഹത്തിന്റെ അനുഭവങ്ങൾ അദ്ദേഹത്തെ ശക്തനാക്കിയിരുന്നു. പക്ഷേ, അദ്ദേഹത്തിന്റെ ജീവിതം ആർക്കും വെളിപ്പെട്ടിരുന്നില്ല. അയാൾ ഒരു റഷ്യനെപ്പോലെ തോന്നിച്ചു. അയാൾക്ക് മറ്റൊരു വിദേശിപ്പേരും ഉണ്ടായിരുന്നു. ഒരിക്കൽ അല്ലെങ്കിൽ മറ്റൊരിക്കൽ അയാൾ ഹുസ്സാറിൽ പണിയെടുത്തിരുന്നു. അതിൽ കുറച്ച് വിജയവുമുണ്ടായി. എന്തുകൊണ്ടാണ് അദ്ദേഹം ആ തൊഴിൽ രാജിവച്ച് ആ വൃത്തികെട്ട പട്ടണത്തിൽ കുടിയേറിയതെന്നറിയില്ല. അവിടെ അദ്ദേഹം ഒരു പാവപ്പെട്ടവനായും ധൂർത്തനായും ജീവിച്ചു. ഒരു ഫ്രോക്ക് കോട്ടുമിട്ട് കാൽനടയായി യാത്ര ചെയ്ത് ഞങ്ങളുടെ റെജിമെന്റിലുള്ളവർക്കെല്ലാമായി ഒരു ഓപ്പൺ ഹൗസ് സംരക്ഷിച്ചു. അദ്ദേഹത്തിന്റെ ഡിന്നർ രണ്ടോ മൂന്നോ കോഴ്സിൽ അവസാനിച്ചിരുന്നു. ഒരു പഴയ പട്ടാളക്കാരനായിരുന്നു പാചകക്കാരൻ. പക്ഷേ, ഷാംപെയ്ൻ വെള്ളം പോലെ ഒഴുകി. അദ്ദേഹത്തിന്റെ സാഹചര്യമെന്താണെന്ന് ആർക്കുമറിയില്ല. അയാ

ളുടെ വരുമാനം എന്താണെന്നോ, ആരും അന്വേഷിക്കാൻ ധൈര്യപ്പെട്ടതുമില്ല. അയാൾക്ക് ഒരുപാട് പുസ്തകങ്ങളുണ്ടായിരുന്നു കൂടുതലും മിലിറ്ററി സംബന്ധമായവ, പിന്നെ നോവലുകളും. ഇവ അദ്ദേഹം കടം കൊടുത്തിരുന്നു. അദ്ദേഹമത് ഒരിക്കലും മടക്കിച്ചോദിക്കാറില്ല. അദ്ദേഹം വാങ്ങുന്ന പുസ്തകം തിരികെ കൊടുക്കാറുമില്ല. അയാളുടെ പ്രധാന ജോലി പിസ്റ്റൾ ഉപയോഗിച്ച് വെടിവെക്കുകയാണ്. ഒരു തേനീച്ചക്കൂട് പോലെ തോന്നിച്ചിരുന്ന അയാളുടെ മുറി നിറയെ വെടിപ്പാടുകളാണ്. പിസ്റ്റളുകളുടെ ശേഖരമാണ് അയാളുടെ വിലമതിക്കാത്ത സ്വത്ത്. അദ്ദേഹം താമസിച്ചിരുന്നത് ചെളി കൊണ്ടുണ്ടാക്കിയ ഒരു വീട്ടിലാണ്. അദ്ദേഹത്തിന്റെ ആയുധം കൊണ്ട് അദ്ദേഹം നേടിയ കഴിവ് അസൂയാർഹമാണ്. ആരുടെയെങ്കിലും തൊപ്പിയിലാണ് അയാൾ വെടിവെക്കാൻ ഉദ്ദേശിക്കുന്നെങ്കിൽ ഞങ്ങളിലാരും അത് സ്വന്തം തലപോയാലും വേണ്ടെന്ന് പറയാൻ തയ്യാറില്ലായിരുന്നു. സംഭാഷണവേളകളിൽ ഞങ്ങൾ ദ്വന്ദ്വയുദ്ധങ്ങളെക്കുറിച്ച് സംസാരിക്കാറുണ്ട്. സിൽവിയോ (ഞാനയാളെ അങ്ങനെ സംബോധന ചെയ്യാനിഷ്ടപ്പെടുന്നു) ഒരിക്കലും പങ്കെടുക്കാറില്ല. ദ്വന്ദ്വയുദ്ധത്തിൽ പങ്കെടുത്തിട്ടുണ്ടോ എന്ന് ചോദിച്ചാൽ ഉണ്ടെന്ന് പറയുകയല്ലാതെ മറ്റൊന്നും പറയാറില്ല. അദ്ദേഹത്തിന് അത്തരം ചോദ്യങ്ങൾ ഇഷ്ടമല്ലെന്ന് ഞങ്ങൾ മനസ്സിലാക്കി. അദ്ദേഹത്തിന്റെ ഓർമ്മകളിൽ അത്തരം ദ്വന്ദ്വയുദ്ധത്തിന്റെ അസുഖകരമായ ചിന്തകൾ കിടപ്പുണ്ടെന്ന് ഞങ്ങൾ അനുമാനിച്ചു. അദ്ദേഹം ഒരിക്കലും ഒരു ഭീരുവല്ല. ചില ആളുകൾ കാഴ്ചയിൽത്തന്നെ അത്തരം സംശയങ്ങൾ ദൂരീകരിക്കും. ഇതിനിടെ ഞങ്ങളെയെല്ലാം അത്ഭുതപ്പെടുത്തുന്ന ഒരു സംഭവമുണ്ടായി.

ഒരു ദിവസം ഞങ്ങൾ പത്തോളം ഓഫീസർമാർ സിൽവിയോയുടെ അടുത്തിരുന്ന് ആഹാരം കഴിക്കുകയായിരുന്നു. സാധാരണ നിലയ്ക്കു മദ്യപാനവും നടന്നു. എന്നുവച്ചാൽ വളരെ നന്നായിത്തന്നെ മദ്യപിച്ചു. ഡിന്നറിന് ശേഷം ആതിഥേയനോട് ഞങ്ങൾ പൈസ കടം ചോദിച്ചു. ഏറെ നേരത്തിനുശേഷം കളിക്കാനായി സാദ്ധ്യമല്ലെന്ന് അദ്ദേഹം പറഞ്ഞു. കാരണം സാധാരണ സ്ഥിതിയിൽ അദ്ദേഹം ചീട്ട് കളിക്കാറില്ല. ഒടുവിൽ അദ്ദേഹം കാർഡുകൾ കൊണ്ടുവരാൻ പറഞ്ഞു. 50 സ്വർണ്ണ ഡക്കറ്റ് മേശപ്പുറത്ത് വച്ചശേഷം അദ്ദേഹം കളിക്കായി കാത്തു ഞങ്ങൾ അദ്ദേഹത്തിന് ചുറ്റും കൂടിനിന്നു. കളി ആരംഭിച്ചു. സിൽവിയോ കളിക്കുമ്പോൾ പൂർണ്ണ നിശ്ശബ്ദത വേണമെന്നത് അദ്ദേഹത്തിന്റെ ഒരു നിർബ്ബന്ധമാണ്. വാക്കുതർക്കമോ വിശദീകരിക്കണമോ പാടില്ല. ആരെയെങ്കിലും ഇതിനെതിരായി പ്രവർത്തിച്ചാൽ ഉടൻതന്നെ അത് പരിഹരിക്കാം. ഞങ്ങൾക്കെല്ലാം ഇതറിയാവുന്നതുകൊണ്ട് ഞങ്ങളാരും കളിയെ തടസ്സപ്പെടുത്തിയില്ല. പക്ഷേ, ഞങ്ങളുടെ റെജിമെന്റിലേക്ക് കുറച്ചുകാലം മുൻപ് മാറി വന്ന ഒരു ഓഫീസറുണ്ടായിരുന്നു. കളി നടന്നുകൊണ്ടിരിക്കെ ഈ ഓഫീസർ അബോധാവസ്ഥയിൽ പന്തയത്തുക ഇരുട്ടിപ്പിച്ചു. സിൽവിയോ ചോക്കെടുത്ത് അദ്ദേഹത്തിന്റെ സ്വഭാവമനുസരിച്ച്

സ്കോർ തിരുത്തി. സിൽവിയോ ഒരു തെറ്റ് വരുത്തിയെന്ന് തോന്നിയ ഓഫീസർ വാക് തർക്കമാരംഭിച്ചു. കളി തുടരാനനുവദിച്ച് സിൽവിയോ മൗനം പാലിച്ചു. ഓഫീസർ ക്ഷമ നശിച്ച് താൻ തെറ്റെന്ന് കരുതിയത് ബ്രഷെടുത്ത് തിരുത്തി. സിൽവിയോ വീണ്ടും ചോക്കെടുത്തു സ്കോർ എഴുതി. വൈനിന്റെ ചൂടിലും സഹപ്രവർത്തകരുടെ ബഹളത്തിലും താൻ ഇൻസൾട്ട് ചെയ്യപ്പെട്ടു എന്ന് തോന്നിയ ഓഫീസർ ഒരു ചെമ്പു മെഴുകു തിരിത്തട്ടെടുത്ത് സിൽവിയോയെ എറിഞ്ഞു. സമയോചിതമായ ഇടപെടലിലൂടെ സിൽവിയോ അതിനെ അതിജീവിച്ചു. ഞങ്ങളെല്ലാം ഞെട്ടിത്തരിച്ചുപോയി. സിൽവിയോ ദേഷ്യം കൊണ്ട് വെളുത്ത് എഴുന്നേറ്റു കണ്ണുകൾ തുറന്നടച്ചുകൊണ്ട് പറഞ്ഞു.

"സാർ, താങ്കൾ പുറത്തുപോകുന്നതാണ് നല്ലത്. എന്നിട്ട് ഇതെന്റെ വീട്ടിലാണ് നടന്നതെന്നോർത്ത് ഈശ്വരന് നന്ദി പറയൂ."

ഞങ്ങൾക്കാർക്കും എന്താണ് ചെയ്യേണ്ടതെന്നതിനെ സംബന്ധിച്ച് സംശയമൊന്നുമുണ്ടായില്ല. ഞങ്ങൾ ചത്തമനുഷ്യനെപ്പോലെ പുതിയ ഓഫീസറെ നോക്കി. ഓഫീസർ സിൽവിയോയുടെ വീട് വിട്ടു. ബാങ്ക് നിയന്ത്രിക്കുന്ന മനുഷ്യനോട് ഈ ഇൻസൾട്ടിന്റെ തന്റെ വിവരം പറയുവാൻ തയ്യാറാണെന്നും പറഞ്ഞു. ഞങ്ങൾ അല്പസമയം കൂടി കളിച്ചു. ഞങ്ങളുടെ ആതിഥേയന്റെ മൂഡ് ശരിയല്ലെന്ന് കണ്ടു ഞങ്ങൾ ഓരോരുത്തരായി അവരവരുടെ ക്വാർട്ടേഴ്സിലേക്കു പോയി. ഞങ്ങൾ സംസാരിച്ചതോ റെജിമെന്റിൽ താമസിയാതെ വന്നേക്കാവുന്ന വേക്കൻസിയെക്കുറിച്ചും. സ്കൂളിലേക്കുള്ള യാത്രയ്ക്കിടയിൽ, ഇയാൾ ഇപ്പോഴും ജീവനോടെയുണ്ടോ എന്ന് ഞങ്ങൾ പഴയ ലെഫ്റ്റനന്റിനെ കണ്ടപ്പോൾ അതിശയിച്ചു. ഞങ്ങൾ അതയാളോട് ചോദിക്കുകയും ചെയ്തു. സിൽവിയോയിൽനിന്ന് ഒന്നും കേട്ടില്ലെന്നാണ് അയാൾ പറഞ്ഞത്. ഇത് ഞങ്ങളെ അത്ഭുതപ്പെടുത്തി. ഞങ്ങൾ സിൽവിയോയെ തെരഞ്ഞ് പുറപ്പെട്ടു. ഗേറ്റിൽ തറച്ചുവച്ച ഒരു ആസിൽ സിൽവിയോ തെരുതെരെ വെടിവെക്കുകയായിരുന്നു. അദ്ദേഹം ഞങ്ങളെ പതിവുപോലെ സ്വീകരിച്ചു. കഴിഞ്ഞ വൈകുന്നേരത്തെ കാര്യങ്ങളൊന്നും പറഞ്ഞുമില്ല. മൂന്നു ദിവസം കടന്നുപോയി. ലഫ്റ്റനന്റ് ഇപ്പോഴും ജീവനോടെ തന്നെയുണ്ട്. അതെങ്ങനെ ശരിയാകും? സിൽവിയോ അയാളെ ഒരു ദ്വന്ദ്വയുദ്ധത്തിന് ക്ഷണിച്ചില്ലേ? ഞങ്ങൾക്ക് അത്ഭുതം തോന്നി. സിൽവിയോ യുദ്ധം ചെയ്തില്ല. ഒരു ചെറിയ വിശദീകരണംകൊണ്ട് അയാൾ അയാളെത്തന്നെ സമാധാനിപ്പിച്ചു. വഴക്കുണ്ടാക്കിയ ലെഫ്റ്റനന്റുമായി സമാധാനമായി കഴിയുകയും ചെയ്തു.

ഇത് ഞങ്ങൾ ചെറുപ്പക്കാർക്കിടയിൽ അദ്ദേഹത്തിന്റെ വില വല്ലാതെ ഇടിയാൻ കാരണമായി. ഇതെല്ലാം ധൈര്യമില്ലായ്മ കൊണ്ടാണ്. ഏതായാലും മെല്ലെമെല്ലെ ഇതൊക്കെ എല്ലാവരും മറക്കുകയും സിൽവിയോ തന്റെ പഴയ നില വീണ്ടെടുക്കുകയും ചെയ്തു.

പക്ഷേ, എനിക്ക് അയാളെ പഴയ നിലയിൽ വിലമതിക്കാനായില്ല.

വളരെ അത്ഭുതകരമായ കഥകളാൽ ചുറ്റപ്പെട്ട മനുഷ്യനാണിയാൾ എന്ന രീതിയിൽ ഞാൻ മറ്റുള്ളവരേക്കാൾ കൂടുതൽ ഈ മനുഷ്യനുമായി അടുത്തിരുന്നു. അയാളും എന്നെ ഇഷ്ടപ്പെട്ടിരുന്നു. ഞങ്ങൾക്കിടയിൽ വിവിധ വിഷയങ്ങളെപ്പറ്റി സംഭാഷണങ്ങൾ ഉണ്ടായിട്ടുണ്ട്. പക്ഷേ, ആ നിർഭാഗ്യകരമായ സായാഹ്നത്തിനു ശേഷം എനിക്കയാളോടുള്ള ബഹുമതി കുറഞ്ഞു. പഴയതുപോലെ ഞാനയാളെ വകവെച്ചില്ല. എനിക്കയാളുടെ കണ്ണുകൾ കാണാൻ തന്നെ നാണമായി. സിൽവിയോ വളരെ ബുദ്ധിമാനായതുകൊണ്ട് ഇതിന്റെ കാരണവും അയാൾ മനസ്സിലാക്കി. അതയാളെ വേദനിപ്പിച്ചു. ഒന്നു രണ്ടുതവണ അയാൾ എന്നോട് ഇത് വിശദീകരിക്കാൻ ശ്രമിച്ചതുമാണ്; പക്ഷേ, ഞാനത്തരം അവസരങ്ങളൊക്കെ ഒഴിവാക്കി. അതിനുശേഷം അയാളെ എന്റെ സഹപ്രവർത്തകർക്കൊപ്പമാണ് കണ്ടത്. ഞങ്ങളുടെ സംഭാഷണം പാടേ നിലച്ചു.

പോസ്റ്റ് വരുന്ന ദിവസങ്ങളിൽ ഞങ്ങളുടെ റെജിമെന്റിൽ നല്ല തിക്കും തിരക്കുമാണ്. ചൊവ്വാഴ്ചകളും വെള്ളിയാഴ്ചകളും ഇങ്ങനെയാണ്. പണം, കത്തുകൾ, ദിനപ്പത്രങ്ങൾ അങ്ങനെ എല്ലാം പ്രതീക്ഷിക്കാം. പാഴ്സലുകളും കത്തുകളും അവിടെ വച്ചുതന്നെ പൊട്ടിച്ച് വിവരങ്ങൾ കൈമാറും. ഇതുവഴി ഓഫീസ് വളരെ ജീവസ്സുറ്റതാകും. റെജിമെന്റ് വഴി കത്തുകളയയ്ക്കുന്ന സിൽവിയോയും അന്നവിടെ ഉണ്ടാവും. ഒരു ദിവസം വളരെ അക്ഷമയോടെ ഒരു കത്ത് കീറിക്കളയുന്നത് ഞാൻ കണ്ടു. തിടുക്കത്തിൽ കത്തിലെ വിവരങ്ങളിലൂടെ കണ്ണോടിക്കുമ്പോൾ അയാളുടെ കണ്ണുകൾ തിളങ്ങിയിരുന്നു. ഓരോരുത്തരും അവരവരുടെ കത്തിൽ മുഴുകിയിരുന്നതിനാൽ ഇതൊന്നും ആരും ശ്രദ്ധിച്ചില്ല.

“മാന്യരേ,” സിൽവിയോ അവരോട് പറഞ്ഞു. “എനിക്ക് നിങ്ങളെ വിട്ടുപോകേണ്ട സാഹചര്യം വന്നിരിക്കുകയാണ്. ഞാൻ രാത്രിയോടെ സ്ഥലം വിടും. നിങ്ങൾ അവസാനമായി എന്നോടൊപ്പം ആഹാരം കഴിക്കാനെത്തുമെന്ന് ഞാൻ പ്രതീക്ഷിക്കുന്നു. നിങ്ങളും.” അയാൾ എന്നോടായി പറഞ്ഞു. “മാറി നില്ക്കരുത്.”

ഈ വാക്കുകളോടെ അയാൾ ഓഫീസിൽനിന്ന് വേഗം പോയി. സിൽവിയോയെ കാണാൻ പോകണമെന്ന് തീരുമാനിച്ച് ഞങ്ങൾ പലവഴിക്ക് പിരിഞ്ഞു.

ഏകദേശം പറഞ്ഞിരുന്ന സമയമനുസരിച്ച് ഞാൻ സിൽവിയോയുടെ അടുത്തെത്തുമ്പോൾ റെജിമെന്റ് മുക്കാൽ ഭാഗവും വന്നുകഴിഞ്ഞിരുന്നു. എല്ലാ സാധനങ്ങളും പാക്ക് ചെയ്ത് കഴിഞ്ഞു; ഒന്നും അവശേഷിച്ചില്ല, ഗഹനമായ വെടിപ്പാടുകൾ നിറഞ്ഞ ചുവരൊഴികെ. ആതിഥേയൻ സന്തോഷവാനായിരുന്നു. ഞങ്ങൾ മേശയ്ക്കരികിലിരുന്നു. ഞങ്ങളിലെല്ലാം അദ്ദേഹത്തിന്റെ ഉല്ലാസം പരന്നു. കുപ്പികൾ പൊട്ടിച്ചുകൊണ്ടേയിരുന്നു. ഗ്ലാസുകൾ നിറഞ്ഞുകൊണ്ടും. ആ ഊഷ്മളതയിൽ ഞങ്ങൾ ആഥിഥേയന് നല്ല ഒരു യാത്ര ആശംസിച്ചു. ഒപ്പം എല്ലാവിജയങ്ങൾക്കും. മേശയിൽനിന്ന് ഞങ്ങൾ എഴുന്നേറ്റപ്പോൾ സമയം ഏറെ വൈകി.

ഞങ്ങൾ ഓരോരുത്തരും തൊപ്പികൾ പെറുക്കിയെടുത്തു. സിൽവിയോ ഞങ്ങളുടെ ഓരോരുത്തരുടെയും അടുത്തും വന്ന് യാത്ര ചോദിച്ചു. എന്റെ അടുത്തുവന്ന് എന്റെ കൈ പിടിച്ച് നിവർത്തിക്കൊണ്ട് പറഞ്ഞു.

"എനിക്ക് താങ്കളോട് സംസാരിക്കണം." അദ്ദേഹം മൃദുലമായി പറഞ്ഞു.

ഞാൻ കാത്തുനിന്നു. എല്ലാ അതിഥികളും പോയിക്കഴിഞ്ഞു. ഞങ്ങൾ രണ്ടുപേരും തനിച്ചായി. ഞങ്ങൾ അഭിമുഖമിരുന്നു. നിശ്ശബ്ദരായി പൈപ്പ് കത്തിച്ചു. സിൽവിയോ കഴിഞ്ഞ കാലത്ത് അലയുന്ന പോലെ കാണപ്പെട്ടു. അദ്ദേഹത്തിന്റെ ഉല്ലാസമെല്ലാം പോയിരിക്കുന്നു. അയാളുടെ മുഖത്ത് ഗൗരവഭാവം വന്നു നിറഞ്ഞു. വായിൽ നിന്നു വരുന്ന പുക ഒരു ചെകുത്താൻ മനുഷ്യാകൃതി പൂണ്ടിരിക്കുന്നതിനെ ഓർമ്മിപ്പിച്ചു. സമയം കടന്നുപോയി. ഒടുവിൽ സിൽവിയോ വായ തുറന്നു.

"സാധാരണ ഗതിയിൽ ഇനി നമ്മൾ തമ്മിൽ കാണാനിടയില്ല." അയാൾ പറഞ്ഞു. "അതുകൊണ്ടാണ് പിരിയുന്നതിനുമുമ്പ് നിങ്ങളോട് സംസാരിക്കാൻ ഞാൻ തയ്യാറായത്. മറ്റുള്ളവർ എന്നെക്കുറിച്ച് എന്തു ചിന്തിക്കുന്നുവെന്നത് എനിക്കൊരു വിഷയമല്ലെന്ന് താങ്കൾ ഇതിനകം മനസ്സിലാക്കിയിരിക്കും. പക്ഷേ, താങ്കളെ എനിക്കിഷ്ടമാണ്. അതുകൊണ്ട് തെറ്റായ ഒരു ധാരണയുടെ പുറത്ത് നമ്മൾ തമ്മിൽ വേർപിരിയാൻ പാടില്ല."

അയാളൊന്ന് നിർത്തി പൈപ്പ് നിറച്ചു. ഞാനൊന്നും മിണ്ടിയില്ല. ഞാനെന്റെ കണ്ണുകൾ പിൻവലിച്ചു.

"അത് അസാധാരണമാണെന്ന് നിങ്ങൾക്ക് തോന്നിയേക്കാം." അയാൾ തുടർന്നു "ആ ഭ്രാന്തനെ സംബന്ധിച്ച് ഞാൻ തൃപ്തനേയല്ല. എനിക്കയാളെ എന്തുവേണമെങ്കിലും ചെയ്യാം. അതൊന്നും എന്നെ അപകടത്തിലാക്കാനും പോകുന്നില്ല. അതെന്റെ ശുദ്ധമായ മഹാമനസ്കതയാണ്. നിങ്ങളോട് ഞാൻ കള്ളം പറയില്ല. ഞാനയാളെ ശിക്ഷിച്ചില്ലെങ്കിലും ഒരിക്കലും മാപ്പ് കൊടുക്കില്ല."

ഞാൻ അത്ഭുതത്തോടെ സിൽവിയോയെ നോക്കി. ഇങ്ങനെയൊരു പശ്ചാത്താപം എന്നെ മൂകനാക്കി. സിൽവിയോ തുടർന്നു. "സത്യം ഇതാണ്. എനിക്കെന്റെ ജീവിതത്തെ അങ്ങനെ അപകടത്തിലാക്കാൻ പറ്റില്ല. 6 വർഷം മുമ്പ് എനിക്കെന്റെ മുഖത്തൊരു അടി കിട്ടി. ശത്രു ഇപ്പോഴും ജീവിച്ചിരിക്കുന്നു." എന്റെ ആകാംക്ഷ സടകുടഞ്ഞെണീറ്റു.

"അയാളുമായി അടിപിടി കൂടിയില്ലേ?" ഞാൻ ചോദിച്ചു. "ഒരു പക്ഷേ, സാഹചര്യം താങ്കളെ വേർപെടുത്തിയോ?"

"ഞാൻ അടിപിടി കൂടി" സിൽവിയോ മറുപടി പറഞ്ഞു. "ആ ദ്വന്ദ്വയുദ്ധത്തിന്റെ ഒരു അടയാളം കാണിക്കാം."

സിൽവിയോ അയാളുടെ കസേരയിൽ നിന്നെഴുന്നേറ്റ് അലമാരയിൽ നിന്ന് ഒരു ചുവന്ന തൊപ്പി എടുത്തുകൊണ്ടുവന്നു. അതിന് സ്വർണ്ണത്തൊങ്ങലുകളുണ്ടായിരുന്നു. അയാളത് തലയിൽ വച്ചപ്പോൾ നെറ്റിക്ക് മുകളി

ലായി ഒരു വെടിപ്പഴുതിനുള്ള സ്ഥാനം ഒളിച്ചിരിക്കുന്നതു പോലെ തോന്നി. “നിങ്ങൾക്കറിയാമല്ലോ” സിൽവിയോ തുടർന്നു. “ഞാൻ ഹുസ്സാർ റെജിമെന്റിലായിരുന്ന കാര്യം. നിങ്ങൾ ഒരു കാര്യം മനസ്സിലാക്കണം എന്തിലും ഏതിലും ഒന്നാമതെത്തണം എന്നായിരുന്നു എന്റെ ആശ. ചെറിയ കുട്ടിയായിരുന്നപ്പോൾ മുതൽ അതെന്റെ ഒരു വികാരമായിരുന്നു. ഞങ്ങളുടെ കാലത്ത് ക്രൂരമായ പെരുമാറ്റമായിരുന്നു ഫാഷൻ. പട്ടാളത്തിൽ ഞാനായിരുന്നു അതിൽ ഒന്നാമൻ. കുടിക്കുന്ന കാര്യത്തിൽ ഞങ്ങൾ പന്തയം വെക്കും. സംശയമില്ലല്ലോ ഞാനാണ് ജയിക്കാറ്. ഞങ്ങളുടെ റെജിമെന്റിൽ ദ്വന്ദ്വയുദ്ധങ്ങൾ പതിവായിരുന്നു. ഒന്നുകിൽ ഞാൻ രണ്ടാമൻ, ഇല്ലെങ്കിൽ ഒന്നാമൻ. കമാന്റിങ് ഓഫീസർമാർ വരും പോകും. അവരെല്ലാം എന്നെയൊരു പൊതു ശത്രുവായി കണക്കാക്കി. പക്ഷേ, സഹപ്രവർത്തകർ എന്നെ പുകഴ്ത്തി.

ഞാൻ ശാന്തനായി എന്റെ സ്ഥിതി ആഘോഷിച്ചു. അപ്പോഴാണ് അറിയപ്പെടുന്ന കുടുംബത്തിലെ ഒരുവൻ (അയാളുടെ പേര് ഞാൻ പറയുന്നില്ല) റെജിമെന്റിൽ ചേരുന്നത്. ഇത്രയും ബുദ്ധിശക്തിയും വിധിയാൽ പരിലാളിക്കപ്പെട്ടവനുമായ രണ്ടാമതൊരുവനെ ഞാൻ കണ്ടിട്ടില്ല. ചെറുപ്പം, ബുദ്ധി, സുമുഖൻ, പരിധിയില്ലാത്ത ഉല്ലാസം, ധീരത, നല്ല പേര്, ഇഷ്ടം പോലെ കാശ്, അത് നശിച്ചുപോകാതെ സൂക്ഷിക്കുന്നതിനുള്ള കഴിവ് – അങ്ങനെയുള്ള ഒരുവൻ ഞങ്ങൾക്കിടയിലുണ്ടാക്കിയ അസ്വസ്ഥത എത്രയെന്ന് ചിന്തിച്ചു നോക്കൂ. എന്റെ സ്ഥാനത്തിന് ഇളക്കം തട്ടി. എന്റെ പ്രശസ്തിയിൽ കുടുങ്ങി അയാൾ എന്റെ സ്നേഹിതനാവാൻ ശ്രമിച്ചു. നോക്കി. പക്ഷേ, ഞാനൊരു തണുത്ത സമീപനമാണ് നടത്തിയത്. എന്നെപ്പറ്റി ഒന്നും പറയാതെ അയാൾ സൗഹൃദം വിട്ടു. എനിക്കയാളോട് വെറുപ്പ് തോന്നി. അയാളുടെ റെജിമെന്റിലെ വിജയങ്ങളും സമൂഹത്തിലെ സ്ത്രീകളുമായുള്ള ഇടപെടലുകളും എന്നെ നിരാശയിലാഴ്ത്തി. ഞാനയാളുമായി ഒരു വഴക്കുണ്ടാക്കി. ഞാൻ ഇളകിപ്പതയുന്തോറും അവൻ എന്നെക്കുറിച്ച് പരിഹാസപ്പാട്ടുകൾ ഉണ്ടാക്കി. ഒരു പോളിഷ് ജന്മിയുടെ ബാൾറൂമിൽവച്ച് അവൻ സ്ത്രീകളുടെ ആരാധനാപാത്രമായി നില്ക്കവെ, അന്നെനിക്ക് ഒരു ഹോസ്റ്റസുമായി ഇത്തിരി അടുപ്പമുണ്ടായിരുന്നു. ഞാനവന്റെ അടുത്തെത്തി ചെവിയിൽ ചില പരുക്കൻ വാക്കുകൾ പറഞ്ഞു. അവൻ പെട്ടെന്ന് എന്റെ മുഖത്ത് ഓങ്ങിയടിച്ചു. ഞങ്ങൾ ഹാളിലേക്ക് നീങ്ങി. സ്ത്രീകൾ ബോധരഹിതരായി. ഞങ്ങൾ ഇരുവരും പുറത്തേക്ക് ഒരു ദ്വന്ദ്വയുദ്ധത്തിനായി പുറപ്പെട്ടു.

പ്രഭാതം പൊട്ടിവിടരുകയായിരുന്നു. എനിക്കനുവദിച്ച സ്ഥലത്ത് ഞാനെന്റെ എതിരാളിയെ കാത്ത് അക്ഷമയോടെ നിന്നു. വസന്തകാലമായിരുന്നു. സൂര്യൻ പെട്ടെന്ന് തന്നെ തന്റെ സാന്നിദ്ധ്യം അറിയിച്ചു. ഞാനവനെ ദൂരെ കണ്ടു. മറ്റൊരാൾക്കൊപ്പം അയാൾ കടന്നുവരികയായിരുന്നു. ഞങ്ങൾ അവനെ കാണാനായി പുറപ്പെട്ടു. തൊപ്പി നിറയെ ചെറിപ്പഴങ്ങളുമായി അവൻ ഞങ്ങളെ സമീപിച്ചു. 12 ഭാഗങ്ങളായി ഒരു

സെക്കന്റിനെ വിളിക്കാം. ഞാനാണ് ആദ്യം വെടിവെക്കേണ്ടിയിരുന്നത്. എന്റെ കൈ നേരെ നില്ക്കുന്നുണ്ടോ എന്നറിയാൻ പോലും സമയമില്ലാത്ത പോലെ ഞാൻ ഉന്മാദത്തിലായിരുന്നു. ഒന്ന് തണുക്കാൻ എനിക്ക് സമയം അനുവദിച്ചിരുന്നെങ്കിലും അയാളെ വെടിവെക്കണമെന്ന ചിന്താഗതിയായിരുന്നു എനിക്ക്. പക്ഷേ, എന്റെ എതിരാളി ഇതിനോട് അനുകൂലിച്ചില്ല. ഒടുവിൽ ഞങ്ങൾ നറുക്കെടുക്കാൻ തീരുമാനിച്ചു. ആദ്യത്തെ ഊഴം അവന്റേതായിരുന്നു. ഭാഗ്യം എപ്പോഴും അവനൊപ്പമാണല്ലോ. അവൻ വെടിയുതിർക്കാൻ തയ്യാറായി. അതെന്റെ തൊപ്പിയെ ഉരസി കടന്നുപോയി. അടുത്തത് എന്റെ ഊഴമാണ്. ഒടുവിൽ അവന്റെ ജീവൻ എന്റെ കൈയിലെത്തിയിരിക്കുന്നു. ഞാൻ ആകാംക്ഷയോടെ അവനെ നോക്കി. പിസ്റ്റൾ പോലുമില്ലാതെ തൊപ്പിയിൽ നിന്ന് ചെറികൾ തിന്ന് തുപ്പിക്കൊണ്ടിരുന്നു അവൻ. അതെല്ലാം എന്റെ കാലടികളിലാണ് വീണത്. ഇതെന്നെ രോഷാകുലനാക്കി.

"അവനത്രയും ഗൗരവമായി ജീവനെടുക്കുന്നതിനെ കാണുന്നില്ലെങ്കിൽ അവന്റെ ജീവനെടുക്കുന്നതിൽ എന്ത് കാര്യം." മറ്റൊരു ചിന്തയിൽ ഞാൻ തോക്കുതാഴ്ത്തി.

"താങ്കൾ മരണത്തിന്റെ മുമ്പിലേക്ക് എത്തിയിരുന്നില്ല." ഞാൻ പറഞ്ഞു. "ദയവായി പ്രഭാത ഭക്ഷണം തീർക്കു. നിങ്ങളെ ബുദ്ധിമുട്ടിക്കുന്നതിൽ എനിക്ക് വിഷമമുണ്ട്."

"നിങ്ങളൊരു തരത്തിലും എന്നെ ബുദ്ധിമുട്ടിക്കുന്നില്ല." അയാൾ പറഞ്ഞു. "നിങ്ങൾ ഒന്നുകിൽ നിറയൊഴിക്കാൻ തയ്യാറാകൂ. അടുത്ത വെടിയുണ്ട നിങ്ങളുടേതാണ്. ഞാൻ നിങ്ങളുടെ സർവ്വീസിനായി ഉണ്ടിവിടെ."

"ഞാൻ ആ സമയം വെടിവെക്കാൻ തയ്യാറല്ലെന്നറിയിച്ചു. അതോടെ ദ്വന്ദ്വയുദ്ധം അവസാനിച്ചു. ഞാൻ രാജിവച്ച് ഈ പട്ടണത്തിലേക്ക് വന്നു. അന്നു മുതൽ ഇന്നുവരെ പ്രതികാര വാഞ്ഛയല്ലാതെ മറ്റൊന്നും എന്റെ മനസ്സിലുണ്ടായിരുന്നില്ല. ഇപ്പോൾ എനിക്കതിന്റെ സമയം വന്നു..."

സിൽവിയോ അന്ന് രാവിലെ വന്ന കത്തെടുത്ത് എനിക്ക് വായിക്കാനായി തന്നു. മോസ്കോയിൽ നിന്ന് സിൽവിയോയുടെ ഏജന്റോ മറ്റോ, ഞാനങ്ങനെ വിശ്വസിക്കുന്നു. എഴുതിയിരിക്കുന്നു. ആ മനുഷ്യൻ സുന്ദരിയായ ഒരു പെൺകുട്ടിയെ വിവാഹം കഴിക്കാൻ തീരുമാനിച്ചിരിക്കുന്നുവത്രെ!

"ആ മനുഷ്യൻ' ആരെന്ന് നിങ്ങൾക്ക് മനസ്സിലായിക്കാണുമല്ലോ. ഞാൻ മോസ്കോയിലേക്ക് പോവുകയാണ്. അവൻ ആ ദിവസത്തെപ്പോലെ ചെറി തിന്നുകൊണ്ടായിരിക്കുമോ മരണത്തെ സ്വീകരിക്കുക?"

ഈ വാക്കുകളോടെ സിൽവിയോ എഴുന്നേറ്റു. എന്നിട്ട് കൂട്ടിലിട്ട കടുവയെപ്പോലെ ഉലാത്താൻ തുടങ്ങി. വികാരങ്ങൾ എന്നിൽ പതഞ്ഞുയർന്നുകൊണ്ടിരുന്നു.

ഒരു ജോലിക്കാരൻ മുറിക്കുള്ളിലേക്ക് വന്ന് കുതിരവണ്ടി റെഡിയാ

ണെന്നറിയിച്ചു. സിൽവിയോ എന്റെ കൈ കവർന്നു. ഞങ്ങൾ മുറുകെ കെട്ടിപ്പിടിച്ചു. സിൽവിയോ നിറയെ പാക്ക് ചെയ്തിരുന്ന രണ്ട് പെട്ടികളും എടുത്തു. ഒന്നിൽ അദ്ദേഹത്തിന്റെ പിസ്റ്റൾ. മറ്റേതിൽ അദ്ദേഹത്തിന്റെ വസ്ത്രങ്ങൾ. ഞങ്ങൾ വീണ്ടും യാത്ര പറഞ്ഞു. വണ്ടി നീങ്ങാനാരംഭിച്ചു.

രണ്ട്

വർഷങ്ങൾ കടന്നുപോയി. വീട്ടുസാഹചര്യങ്ങൾ എന്നെ എൻ ജില്ലയിലെ ഒരു പാവപ്പെട്ട ഗ്രാമത്തിൽ സെറ്റിൽ ചെയ്യിച്ചു. എന്റെ എസ്റ്റേറ്റിന്റെ മാനേജ്മെന്റ് ചുമതലയിലാണ് ഞാൻ. നേരത്തേയുണ്ടായിരുന്ന ശബ്ദായമാനവും സ്വതന്ത്രവുമായ ജീവിതത്തെക്കുറിച്ച് ചിന്തിക്കാനോ ഒന്ന് വീർപ്പയക്കാനോ ഉള്ള സമയം പോലും എനിക്കുണ്ടായിരുന്നില്ല. ഏറ്റവും ദുസ്സഹമായത് തണുപ്പിലും വസന്തത്തിലും ഒറ്റയ്ക്ക് തന്നെ കഴിഞ്ഞുകൂടണമെന്നതായിരുന്നു. ഗ്രാമത്തിലെ തല മുതിർന്ന വ്യക്തിയുമായി ഇടയ്ക്ക് സംസാരിക്കാനാവുമായിരുന്നു എന്നതാണ് ഏക ആശ്വാസം. ജോലി എങ്ങനെ നീളുന്നു എന്നറിയാൻ ചുറ്റിനും ഡ്രൈവ് ചെയ്യാം. ഏതെങ്കിലും പുതിയ പ്രോജക്ടുമായി ആരെയെങ്കിലും സന്ധിക്കാം. ഇതൊക്കെ എങ്ങനെ വേണമെന്നതിനെ സംബന്ധിച്ച് എനിക്കൊരു പിടിയുമില്ലായിരുന്നു. എന്റെ കൈവശമുണ്ടായിരുന്ന പുസ്തകങ്ങളെല്ലാം എനിക്ക് കാണാപ്പാഠമായി. വീട് നോക്കുന്ന കിരിലോവ്ന അവിടെയും ഇവിടെയുമെല്ലാം പുസ്തകത്തിലെ കാര്യങ്ങൾ പറഞ്ഞ് ബന്ധിച്ചുകൊണ്ടിരുന്നു. സ്ത്രീകളുടെ പാട്ടുകൾ എന്നെ നിരാശാഭരിതനാക്കി. ഞാൻ വിലകുറഞ്ഞ മദ്യങ്ങൾ കഴിച്ചു. അത് എനിക്ക് വല്ലാത്ത തലവേദന സമ്മാനിച്ചു. അതിനേക്കാളുപരി ജില്ലയ്ക്ക് പുറത്ത് ഞാൻ കാണാറുള്ള മദ്യപന്മാരെപ്പോലെ മദ്യപിച്ച് വഴിയിൽ കിടന്ന് കഥ പറയുന്ന ഒരുവനായി ഞാൻ മാറുമോ എന്ന് ഞാൻ ഭയപ്പെട്ടു. രണ്ടോ മൂന്നോ വൃത്തികെട്ടവരാണ് എന്റെ അയൽക്കാർ. അവരോട് സംസാരിക്കുക എന്നാൽ നെടുവീർപ്പയയ്ക്കുക, നിർത്താതെ ചുമയ്ക്കുക എന്നതൊക്കെയാണ്. അതിലും നല്ലത് ഏകാന്തതയാണല്ലോ.

എന്റെ വീട്ടിൽ നിന്ന് നാല് കാതം അകലെയാണ് ബി പ്രഭ്വിയുടെ സമ്പുഷ്ടമായ എസ്റ്റേറ്റ്. പാചകക്കാരനെ കൂടാതെ ആരും അവിടെ താമസമില്ല. ഒരിക്കൽ മാത്രമേ പ്രഭ്വി തന്റെ എസ്റ്റേറ്റ് സന്ദർശിക്കാറുള്ളൂ. അവരുടെ വിവാഹത്തിന്റെ ആദ്യവർഷം. ഒരു മാസത്തിൽ കൂടുതൽ അവിടെ തങ്ങിയതുമില്ല. ഞാൻ വന്നതു മുതൽ, അതൊരു വസന്തമായിരുന്നു, കേൾക്കുന്നതാണ് പ്രഭ്വിയും ഭർത്താവും വേനലിൽ അവരുടെ എസ്റ്റേറ്റ് സന്ദർശിക്കാനെത്തുമെന്ന്. പക്ഷേ, ജൂൺ ആദ്യവാരമാണ് അവരെത്തിയത്.

പണക്കാരനായ ഒരയൽക്കാരൻ വരുന്നത് ഗ്രാമത്തിലുള്ളവർക്ക് ഒരു വലിയ സംഭവമാകാം. ഭൂവുടമകളും ജോലിക്കാരുമെല്ലാം രണ്ടു മാസത്തേക്ക് അതിനെക്കുറിച്ചാണ് സംസാരിച്ചത്. അവർ വന്നതിനു ശേഷം മൂന്നുവർഷവും. എന്നെ സംബന്ധിച്ചിടത്തോളം ചെറുപ്പക്കാരിയും സുന്ദരിയുമായ ഒരയൽക്കാരിയുടെ വരവ് എന്നിൽ ഉന്മേഷം നിറയ്ക്കാൻ പര്യാപ്തമായിരുന്നു. അവരെയൊന്ന് കാണാൻ ഞാൻ അക്ഷമനായി കാത്തിരുന്നു. അവർ വന്നതിനുശേഷമുള്ള ആദ്യത്തെ ഞായറാഴ്ച അവരുടെ തൊട്ടയൽപക്കക്കാരനായ എന്നെ പരിചയപ്പെടുത്താൻ ഞാൻ തീരുമാനിച്ചു. ഒരു മനുഷ്യൻ പ്രഭ്വിയുടെ പഠനമുറി എനിക്ക് കാണിച്ചുതന്നു. എന്റെ വരവിനെക്കുറിച്ചറിയിക്കാൻ അകത്തേക്ക് പോയി. വളരെ സ്ഥലസൗകര്യമുള്ള പഠനമുറി മോടിയിൽ അലങ്കരിച്ചിരുന്നു. റാക്കുകൾ. കവിഞ്ഞു നില്ക്കുന്ന വെള്ളോടിന്റെ അർദ്ധകായ പ്രതിമ, മാർബിൾ കൊണ്ട് തീർത്ത തീ കൂട്ടുന്ന സ്ഥലത്ത് ഒരു കണ്ണാടി തൂങ്ങിക്കിടക്കുന്നു തറയിൽ പച്ചത്തുണി ഫിറ്റ് ചെയ്തിട്ടുണ്ട്. എമ്പാടും കാർപ്പെറ്റുകൾ. എന്റെ വീടിന്റെയും മറ്റുള്ളവരുടെയും ജീവിതരീതി ഓർത്ത് ഞാൻ നെർവസായി, മറ്റു രാജ്യങ്ങളിലെ ഭരണാധികാരികളെ കാത്തു നില്ക്കുന്ന ഒരുവനെപ്പോലെ പ്രഭ്വിയെ ഒരു നോക്കു കാണാൻ ഞാൻ കാത്തുനിന്നു. ഒരു വാതിൽ തുറന്ന് മുപ്പത്തിരണ്ടോളം വയസ്സ് പ്രായം വരുന്ന ഒരു അതിമനോഹരനായ മനുഷ്യൻ പ്രത്യക്ഷപ്പെട്ടു. പ്രഭു വളരെ സൗഹൃദപരമായാണ് എന്റടുത്തേത് വന്നത്. ഞാനെന്റെ പേര് പറയാൻ ശ്രമിച്ചെങ്കിലും അദ്ദേഹം അതൊന്നും വേണ്ട എന്ന അർത്ഥത്തിൽ കൈവീശിക്കാണിച്ചു. ഞങ്ങൾ ഇരിപ്പുറപ്പിച്ചു. ഒരു ഘനഗാംഭീര്യവും പ്രകടിപ്പിക്കാതെയുള്ള അദ്ദേഹത്തിന്റെ സംസാരം എന്നെ വീണ്ടും നെർവസാക്കി. ഉടനെ പ്രഭ്വിയും പ്രത്യക്ഷപ്പെട്ടു. ഞാൻ മറ്റൊരിക്കലും ഇല്ലാത്ത വിധം അലോസരപ്പെട്ടു. അവർ അതിമനോഹരിയായിരുന്നു. പ്രഭു എന്നെ പരിചയപ്പെടുത്തി. ഞാൻ ഏറക്കുറെ എന്നെ വീണ്ടെടുത്തു. പക്ഷേ, ഞാൻ അസ്വസ്ഥനായിരുന്നു. എന്നെ വീണ്ടെടുക്കാൻ എനിക്ക് എന്റേതായ സമയം ആവശ്യമായിരുന്നു. അതിനു മുമ്പുതന്നെ അവർ പരസ്പരം സംസാരിക്കാനാരംഭിച്ചു. താമസിയാതെ ഞാനെഴുന്നേറ്റു മുറിയിൽ അങ്ങോട്ടുമിങ്ങോട്ടും നടന്നു. പുസ്തകങ്ങളും ചിത്രങ്ങളും നോക്കി. ചിത്രങ്ങൾ വിലയിരുത്താൻ എനിക്കറിഞ്ഞുകൂടാ. പക്ഷേ, ഒരു ചിത്രം എന്നെ ആകർഷിച്ചു. അത് സ്വിറ്റ്സർലണ്ടിലേതാണ്. പക്ഷേ, അതിന്റെ പെയിന്റിങ്ങല്ല എന്നെ ആകർഷിച്ചത്. രണ്ട് വെടിയുണ്ടകൾ അതിനെ തറച്ചുപോയിരുന്നു.

ഞാൻ പ്രഭുവിനോട് തിരിഞ്ഞു പറഞ്ഞു. “അതൊരു നല്ല ഷോട്ടാണ്.”

“ശരിയാണ്.” അദ്ദേഹം മറുപടി പറഞ്ഞു. “വളരെ സ്മരണീയമായ ഒന്ന്. നിങ്ങളൊരു നല്ല വെടിവെപ്പുകാരനാണോ?” അദ്ദേഹം തുടർന്നു.

“കുഴപ്പമില്ല” ഞാൻ മറുപടി പറഞ്ഞു. എന്റെ ഹൃദയത്തെ തൊടുന്ന

ഒരുവിഷയത്തിൽ ഒടുവിൽ സംഭാഷണം എത്തിയതിൽ എനിക്ക് സന്തോഷം തോന്നി. "തീർച്ചയായും മുപ്പതടി അകലത്തിലുള്ള ഒരു കാർഡ് എനിക്ക് വെടിവെച്ചിടാൻ പറ്റും. പിസ്റ്റൾകൊണ്ട്. എനിക്കതറിയാം."

"സത്യം?" വളരെ താല്പര്യമുള്ള ഒരാളെപ്പോലെ പ്രഭ്വി ചോദിച്ചു. "മുപ്പത് അടികൾക്കകലെയുള്ള ഒരു കാർഡ് വെടിവെച്ചിടുമോ?"

"നമുക്ക് മറ്റൊരിക്കൽ കാണാം." പ്രഭു പറഞ്ഞു. "മുൻപൊക്കെ എനിക്കത് നിസ്സാരമായി കഴിയുമായിരുന്നു. പക്ഷേ, നാല് കൊല്ലമായി ഞാൻ പിസ്റ്റൾ തൊട്ടിട്ട്."

"ഓ" ഞാൻ പറഞ്ഞു. "എങ്കിൽ താങ്കൾക്ക് ഇരുപതടി അകലെയുള്ള ഒരു കാർഡ് വെടിവെച്ചിടാൻ കഴിഞ്ഞേക്കും. ദിവസേന പ്രാക്ടീസ് വേണം. ഞാനത് പരിശീലനത്തിലൂടെ ആർജ്ജിച്ചതാണ്. ഞങ്ങളുടെ റെജിമെന്റിലെ ഒന്നാന്തരം ഷൂട്ടറായിരുന്നു ഞാൻ. ഒരിക്കൽ നേടിയതിനു ശേഷം ഒരു മാസം പിസ്റ്റൾ കൈകൊണ്ട് തൊടാതിരുന്നാൽ - പിന്നെന്ത് സംഭവിക്കും. ആദ്യമാദ്യം എനിക്ക് നിരന്തരം വെടിവെക്കേണ്ടിവന്നു. ഇരുപത്തഞ്ചടി അകലത്തിൽ വച്ച് എനിക്കൊരു ബോട്ടിൽ നഷ്ടമായി. ഞങ്ങളുടെ ക്യാപ്റ്റൻ- സന്തോഷവാനും തമാശക്കാരനുമായ ഒരു മനുഷ്യൻ - അടുത്തുവന്ന് നിന്നിട്ട് എന്നോട് ചോദിച്ചു. 'നിന്റെ കൈക്ക് ഒരു ബോട്ടിലിനെ കൊല്ലാൻ കഴിയില്ലേ?' താങ്കൾ താങ്കളുടെ പരിശീലനം നിർത്തരുത്. ഇല്ലെങ്കിൽ പെട്ടെന്നുതന്നെ ആ കഴിവ് നഷ്ടപ്പെടും. ദിവസം മൂന്നു തവണയെങ്കിലും പരിശീലിക്കണം. അയാൾക്കതൊരു ഗ്ലാസ് വോഡ്ക പോലെയായിരുന്നു." പ്രഭുവും പ്രഭ്വിയും ഞാൻ സംസാരിക്കുന്നതു കണ്ട് സംപ്രീതരായി.

"എങ്ങനെയുള്ള വെടിക്കാരനായിരുന്നു അയാൾ?" പ്രഭു ചോദിച്ചു.

"അയാൾ എത്ര നല്ല വെടിവെപ്പുകാരനായിരുന്നു. ഒരു ശലഭം പറന്ന് മതിലിലിരുന്നാൽ ഉടൻ അയാൾ പറയും 'കുഴ്കാ എന്റെ തോക്ക്' കുഴ്ക ഉടൻ നിറച്ച ഒരു തോക്കെടുത്ത് കൈയിൽ കൊടുക്കും. ശലഭം ചുമരിൽ ഒട്ടിച്ചേരും."

"അത്ഭുതം! എന്താണയാളുടെ പേര്?" പ്രഭു ചോദിച്ചു.

"സിൽവിയോ."

"സിൽവിയോ! നിങ്ങൾക്ക് സിൽവിയോയെ അറിയാമോ?" പ്രഭു കസേരയിൽനിന്ന് ചാടിയെഴുന്നേറ്റുകൊണ്ട് ചോദിച്ചു.

"തീർച്ചയായും ഞങ്ങളുടെ റെജിമെന്റു മുഴുവൻ അദ്ദേഹത്തെ സഹോദരനെപ്പോലെ കരുതി. എന്റെ അടുത്ത കൂട്ടുകാരൻ. ഇപ്പോൾ അഞ്ചുവർഷമായി ഞാനയാളെക്കുറിച്ച് ഒന്നും കേൾക്കുന്നില്ല. താങ്കൾക്കറിയാമോ അദ്ദേഹത്തെ? അറിയാമെന്ന് ഞാൻ അനുമാനിക്കുന്നു."

"എനിക്കയാളെ നന്നായി അറിയാം. അയാൾ എന്തെങ്കിലും പറഞ്ഞിട്ടുണ്ടോ? ഇല്ല പറഞ്ഞിരിക്കാനിടയില്ല - അദ്ദേഹം എപ്പോഴെങ്കിലും അയാ

ളുടെ ജീവിതത്തിലെ വിചിത്രമായ ഒരനുഭവത്തെക്കുറിച്ച് പറഞ്ഞിട്ടുണ്ടോ?"

"ഒരെണ്ണം പറഞ്ഞിട്ടുണ്ട്. ആരോ ഒരു ഭ്രാന്തൻ മുഖത്തടിച്ച കാര്യം."

"ആ ഭ്രാന്തൻ ആരാണെന്ന് പറഞ്ഞിട്ടുണ്ടോ?"

"ഇല്ല. പറഞ്ഞിട്ടില്ല. പക്ഷേ, എനിക്ക് തോന്നുന്നത്. ഇല്ല. എന്നോടൊന്നും പറഞ്ഞിട്ടില്ല. അത് താങ്കളാണോ?"

"ആയിരുന്നു" അയാൾ മറുപടി പറഞ്ഞു. "ആ ബുള്ളറ്റ് പാടുകളുള്ള മെമന്റോ നമ്മുടെ ഒടുവിലത്തെ കാഴ്ചയുടെ..."

"എന്റെ പൊന്നേ" പ്രഭ്വി ഇടപെട്ടു. "അതിനെക്കുറിച്ച് പറയാതിരിക്കൂ. ദൈവത്തെയോർത്ത്. അതാർക്ക് കേൾക്കണം."

"ഇല്ല" പ്രഭു പറഞ്ഞു. "ഞാനാ മുഴുവൻ കഥയും പറയാം. സുഹൃത്തിനെ എങ്ങനെ ഇൻസൾട്ട് ചെയ്തുവെന്നാണ്; പക്ഷേ, അദ്ദേഹം എങ്ങനെ സ്വയം പകപോക്കിയെന്നാണ് അറിയേണ്ടത്."

പ്രഭു എനിക്കൊരു കസേര നീക്കിയിട്ടുതന്നു. പരമാവധി താല്പര്യത്തോടെ ഞാൻ താഴെപ്പറയുന്ന കഥ കേട്ടു.

"അഞ്ചുവർഷം മുൻപ് ഞാൻ വിവാഹിതനായി. ഞങ്ങളുടെ ഹണിമൂൺ എസ്റ്റേറ്റിലായിരുന്നു. ഇവിടെവച്ച് ഞാനെന്റെ ജീവിതത്തിന്റെ മധുരിമ അറിഞ്ഞു. അതേസമയം ഏറ്റവും വേദനിപ്പിക്കുന്ന ഓർമ്മകളും.

ഒരു വൈകുന്നേരം ഞങ്ങളിരുവരും ഒരുമിച്ച് കുതിരയോടിക്കുകയായിരുന്നു. എന്തോ കാരണങ്ങളാൽ എന്റെ ഭാര്യയുടെ കുതിര ചില അസ്വസ്ഥതകൾ പ്രകടിപ്പിച്ചു. അവൾ കുതിരയെ എന്നെ ഏല്പിച്ചു വീട്ടിലേക്ക് നടന്നുപോയി. ഞാൻ മുന്നിലേക്ക് നീങ്ങി. അപ്പോൾ ഒരു യാത്രാവണ്ടി കിടക്കുന്നത് കണ്ടു. ഒരു മനുഷ്യൻ എന്നെ കാത്ത് പഠനമുറിയിലിരിക്കുന്നെന്ന് അറിഞ്ഞു. അയാൾ പേര് പറയാൻ വിസമ്മതിക്കുന്നുവത്രെ. അയാൾ ആകെ പറയുന്നത് ഞാനുമൊത്ത് ബിസിനസ് നടത്തിയിരുന്നു എന്ന് മാത്രമാണ്. ഞാൻ ഈ മുറിയിലേക്ക് വന്നു. സാന്ധ്യ വെളിച്ചത്തിൽ ഒരു മനുഷ്യനെ കണ്ടു. അയാൾ ഷേവ് ചെയ്തിട്ടില്ല. പൊടിയിൽ മുങ്ങി തീക്കരികിൽ നില്ക്കുന്നു. ഞാനയാളെ തിരിച്ചറിയാൻ കഴിയുമോ എന്ന് നോക്കാനായി അടുത്തേക്ക് ചെന്നു. "നിങ്ങൾക്കെന്നെ തിരിച്ചറിയാൻ കഴിയില്ല പ്രഭു" അയാൾ വിറയാർന്ന ശബ്ദത്തിൽ പറഞ്ഞു.

"സിൽവിയോ!" ഞാൻ നിലവിളിച്ചു. എന്റെ ഓരോ മുടിയും എഴുന്നേറ്റു നില്ക്കുന്നതായി എനിക്കു തോന്നി.

"ശരി" അയാൾ പറഞ്ഞു. "ഇനി എന്റെ ഊഴമാണ്. ഞാൻ വന്നത് അതിനാണ് നിങ്ങൾ തയ്യാറാണോ?"

"അയാളുടെ സൈഡ് പോക്കറ്റിൽ ഒരു റിവോൾവർ കിടന്നിരുന്നു. ഞാൻ പന്ത്രണ്ടടി ദൂരെ മൂലയിൽ നില്ക്കുകയാണ്. എന്റെ ഭാര്യ എത്തുന്നതിന് മുമ്പ് അയാൾക്കെന്നെ വെടിവച്ചു കൊല്ലാം. അയാൾ അല്പമൊന്ന് ശങ്കിച്ചുനിന്നിട്ട് ഒരു ലൈറ്റ് ആവശ്യപ്പെട്ടു. മെഴുകുതിരികൾ കൊണ്ടുവരപ്പെട്ടു. ഞാൻ വാതിലുകൾ അടച്ചു. ആരും അങ്ങോട്ട്

വരരുതെന്ന് ആജ്ഞാപിച്ചു. എന്നിട്ട് അദ്ദേഹത്തോട് നിറയൊഴിക്കാൻ ആവശ്യപ്പെട്ടു. അയാൾ പിസ്റ്റൾ വലിച്ചെടുത്തു, ഉന്നം നോക്കി. ഞാൻ നിമിഷങ്ങളെണ്ണി... ഞാനവളെ ഓർത്തു. ദുസ്സഹമായ ഒരു മിനിറ്റ് പിന്നിട്ടു. സിൽവിയോ കൈകൾ താഴത്തിട്ടു.

"ക്ഷമിക്കൂ" സിൽവിയോ പറഞ്ഞു. "എന്റെ തോക്ക് ചെറികളാൽ നിറയ്ക്കപ്പെട്ടിരിക്കയാണ്. ബുള്ളറ്റുകൾക്ക് ഭാരം കൂടുതലാണ്. എനിക്ക് തോന്നുന്നത് ഇതൊരു ദ്വന്ദ്വയുദ്ധമല്ല; കൊലപാതകമാണ്. നിരായുധനായ ഒരു മനുഷ്യനെ ഉന്നംവെക്കുക എന്റെ ലക്ഷ്യമല്ല. നമുക്ക് വീണ്ടും തുടങ്ങാം. ആരാണ് ആദ്യം വെടിവെക്കുക എന്ന് നോക്കാം."

"എന്റെ തല മിടിക്കാൻ തുടങ്ങി. ഇതിനെന്തെങ്കിലും ഒരു മുടക്കം കണ്ടുപിടിക്കണം. ഞങ്ങൾ ഒരു തോക്കുകൂടി നിറച്ചു. ഞങ്ങൾ രണ്ട് കഷണം പേപ്പർ സ്ക്രൂകൊണ്ട് ഉറപ്പിച്ചു. അതദ്ദേഹം അദ്ദേഹത്തിന്റെ തൊപ്പിയിൽവച്ചു. ഞാനൊരിക്കൽ വെടി പായിച്ച അതേ പേപ്പർ. എനിക്ക് ഭാഗ്യനമ്പർ ലഭിച്ചു.

"താങ്കൾ ചെകുത്താനു തുല്യം ഭാഗ്യമുള്ള പ്രഭുവാണ്." ഇളിച്ചുകൊണ്ടുള്ള അയാളുടെ ആ പറച്ചിൽ ഞാൻ മറക്കുകില്ല.

"എനിക്കെന്താണ് സംഭവിക്കുന്നതെന്ന് എനിക്ക് മനസ്സിലായില്ല. അല്ലെങ്കിൽ അയാളെങ്ങനെ എന്നെക്കൊണ്ടത് ചെയ്യിച്ചുവെന്ന്.. പക്ഷേ, ഞാൻ വെടിവച്ചു ആ ചിത്രം താഴെയിട്ടു."

(ബുള്ളറ്റ് പാടുകളുള്ള ആ ചിത്രം പ്രഭു ചൂണ്ടിക്കാട്ടി. അദ്ദേഹത്തിന്റെ മുഖം തീപോലെ ജ്വലിക്കുന്നുണ്ടായിരുന്നു. പ്രഭ്വി അവരുടെ തൂവാലയേക്കാൾ വിളറി. ഒരു അതിശയ ചിഹ്നം ഇടാൻ പോലും എനിക്കായില്ല.)

"ഞാൻ വെടിവച്ചു." പ്രഭു ആവർത്തിച്ചു. "ഞാനത് ഏതായാലും മിസ് ചെയ്തില്ല. പിന്നെ സിൽവിയോ. അദ്ദേഹത്തിന് പിന്തിരിയാൻ സാദ്ധ്യമായിരുന്നില്ല. അദ്ദേഹം എന്നെ ലക്ഷ്യം വച്ചു. പെട്ടെന്ന് വാതിൽ തുറക്കപ്പെട്ടു. തിക്കിത്തിരക്കി മാഷ ഓടിവന്ന് എന്റെ തോളിൽ വീണു. അവളുടെ സാന്നിദ്ധ്യം എന്റെ ധൈര്യം കെടുത്തി.

"എന്റെ പൊന്നേ, ഞാൻ അവളോട് പറഞ്ഞു. തീർച്ചയായും നിനക്ക് കാണാമല്ലോ ഞങ്ങൾ തമാശയിലാണെന്ന്. നീ എന്തുമാത്രം പേടിച്ചിരിക്കുന്നു! നീ പോയി ഒരു ഗ്ലാസ് വെള്ളം കുടിച്ചിട്ട് തിരിച്ചു വാ. ഞാൻ എന്റെ പഴയ സുഹൃത്തും സഹപ്രവർത്തകനുമായ അദ്ദേഹത്തെ നിനക്ക് പരിചയപ്പെടുത്താം. പക്ഷേ, മാഷ എന്നെ വിശ്വസിച്ചില്ല."

"പറയൂ എന്റെ ഭർത്താവ് സത്യമാണോ പറയുന്നത്." അവൾ സിൽവിയയോട് തിരിഞ്ഞു ചോദിച്ചു. "നിങ്ങൾ ഇരുവരും തമാശ കാണിക്കുകയാണോ?"

"അദ്ദേഹം എല്ലായ്പ്പോഴും തമാശ കാണിക്കുകയാണ്. പ്രഭ്വി" സിൽവിയോ പറഞ്ഞു.

"ഒരിക്കൽ അദ്ദേഹം തമാശയ്ക്ക് എന്റെ മുഖത്തടിച്ചു. എന്റെ തൊപ്പിയിലൂടെ തമാശയ്ക്ക് ഒരിക്കൽ വെടിയുണ്ട പായിച്ചു. ഇപ്പോഴദ്ദേഹത്തിന്

തമാശയ്ക്ക് എന്നെ നഷ്ടപ്പെടുകയാണ്. ഇപ്പോൾ ഞാനും തമാശയ്ക്കാണ്..."

"ഈ വാക്കുകളോടെ അയാൾ എന്നെ ഉന്നംവച്ചു; മാഷയ്ക്ക് മുന്നിൽവച്ച്. മാഷ അയാളുടെ കാല്ക്കൽ വീണു. "അയ്യേ നാണക്കേട്, എഴുന്നേല്ക്ക് മാഷാ" ഞാൻ പറഞ്ഞു. "സാർ, താങ്കൾ നിർഭാഗ്യവതിയായ ഒരു പെൺകുട്ടിയോട് തമാശ കാണിക്കുകയാണോ? നിങ്ങൾ എന്നെ വെടിവെക്കുമോ ഇല്ലയോ?"

"ഇല്ല. ഞാൻ വെടിവെക്കുന്നില്ല." സിൽവിയോ പറഞ്ഞു. "എനിക്ക് തൃപ്തിയായി. എനിക്ക് നിങ്ങളുടെ പേടിയും വിഷമാവസ്ഥയും കാണാനായി. ഞാൻ നിങ്ങളിൽ സമ്മർദ്ദം ചെലുത്തുകയാണ് എന്നെ വെടിവെക്കാൻ. അത് മതി. നീ എന്നെ ഓർത്തിരിക്കും. ഓർമ്മ നിലനില്ക്കുന്നതുവരെ."

"എന്നിട്ടയാൾ പോകാനായി പിന്തിരിഞ്ഞു. വാതില്ക്കൽ ഒന്ന് നിന്നിട്ട് ബുള്ളറ്റ് പായിക്കുന്ന എന്റെ ചിത്രത്തിലേക്ക് ഒന്ന് നോക്കി. ലക്ഷ്യമില്ലാതെയുള്ള വെടിവെപ്പ്. അതെവിടെയും കൊള്ളാതെ അവശേഷിച്ചു. എന്റെ ഭാര്യ ബോധരഹിതയായിരുന്നു. അയാളെ പിന്തിരിപ്പിക്കാൻ ശ്രമിക്കാതെ, അയാളെ പേടിയോടെ തുറിച്ചു നോക്കി. അയാൾ പോർച്ചിലേക്ക് കടന്ന് വണ്ടിക്കാരനെ വിളിച്ചു. എനിക്കെന്റെ ഓർമ്മ വീണ്ടെടുക്കാനുള്ള സമയം അനുവദിക്കാതെ മറഞ്ഞുപോവുകയും ചെയ്തു."

പ്രഭു നിശ്ശബ്ദനായിരുന്നു. അങ്ങനെ തുടക്കത്തിൽ എന്നെ വളരെ സ്വാധീനിച്ച ഒരാളിന്റെ കഥ ഞാൻ കേട്ടു. നായകനെ പിന്നീട് ഒരിക്കലും ഞാൻ കണ്ടില്ല. ഒരു കിംവദന്തി കേട്ടു. ഹെറ്റെയിറിസ്റ്റുകളുമായുള്ള ബന്ധം സിൽവിയോ വേർപെടുത്തി. അത് അലക്സാണ്ടർ സിലാന്തിയുടെ ഉയർച്ചകാലമായിരുന്നു. സ്കുല്യാനിയിലെ യുദ്ധത്തിൽ അയാൾ കൊല്ലപ്പെട്ടു.

ഹിമവാതം

ആയിരത്തിയെണ്ണൂറ്റി പതിനൊന്ന് അവസാനം നെനറാഡോവോയിൽ എസ്റ്റേറ്റിൽ ഗാവ്രിലാ ഗാവ്രിലോവിച്ച് ജീവിച്ചിരുന്നു എന്നത് സ്മരണാർഹമാണ്. ദയാവായ്പിനും ആതിഥ്യമര്യാദയ്ക്കും അദ്ദേഹം ജില്ലയിലുടനീളം പ്രശസ്തനായിരുന്നു. അദ്ദേഹത്തിന്റെ അയൽക്കാർ അദ്ദേഹത്തെ സ്ഥിരമായി സന്ദർശിച്ചിരുന്നു. തിന്നാനോ കുടിക്കാനോ അദ്ദേഹത്തിന്റെ ഭാര്യ പ്രസ്കേയ്വാ പെട്രോവ്നയുമായി 5 കോപ്പെക്ക് പന്തയത്തിൽ ബോസ്റ്റൺ കളിക്കാനോ, അല്ലെങ്കിൽ അദ്ദേഹത്തിന്റെ പതിനേഴുകാരിയായ മകൾ മറിയാ ഗാവ്രിലോവ്ന, മെലിഞ്ഞ് ആരോഗ്യമില്ലാത്ത ഒരു കുട്ടി, നോക്കാനോ ഒക്കെയായി. അവൾ നല്ല ലാഭമുണ്ടാക്കുന്ന ഒരു ജോഡിയാണെന്ന് കരുതപ്പെട്ടിരുന്നു. അതുകൊണ്ട് പലരും അവരവർക്കു വേണ്ടിയോ തങ്ങളുടെ ആൺകുട്ടിക്ക് വേണ്ടിയോ അവളെ കൈക്കലാക്കാൻ ശ്രമിച്ചിരുന്നു.

മറിയാ ഗാവ്റിലോവ്ന ഫ്രഞ്ച് നോവലുകളിലൂടെ ചിന്താ പദ്ധതി ഉണ്ടാക്കിയ ഒരു വ്യക്തിയായിരുന്നു. അതുകൊണ്ടുതന്നെ അനന്തരഫലമായ പ്രണയമായിരുന്നു അവളുടെ ലക്ഷ്യം. അവളുടെ ഉപകരണം ആർമിയിലെ ഒരു ഉപസേനാധിപതി ആയിരുന്നു. അദ്ദേഹം ലീവിലും. തുല്യ വികാരാവേശത്തോടെ അയാൾ പകരം പ്രണയം നല്കി. പെൺകുട്ടിയുടെ മാതാപിതാക്കൾ അവളെ പിന്നിലേക്ക് വലിച്ചിട്ട് വലിയ ആതിഥ്യമര്യാദയോടെ അയാളെ സ്വീകരിച്ചു.

നമ്മുടെ പ്രണയികൾ കത്തിടപാടിലൂടെയും പഴയ പള്ളിയുടെ വിജനതയിലും ദിവസേന കണ്ടുകൊണ്ടിരുന്നു. അവിടെ വെച്ചവർ അനശ്വര പ്രണയത്തെക്കുറിച്ച് ആണയിടുകയും നിലവിളിക്കുകയും എല്ലാ പദ്ധതികളും ഇടുകയും ചെയ്തു. ഇങ്ങനെ കത്തെഴുതിയും സംസാരിച്ചും

ഒടുവിൽ സ്വാഭാവികമായും അവർ ഇങ്ങനെയൊരു നിശ്ചയത്തിലെത്തി. പരസ്പരം ഇല്ലാതെ നിലനില്ക്കാനാവാത്തതിനാൽ, നമ്മുടെ സന്തോഷത്തിന് വിഘാതമായി നില്ക്കുന്നത് മാതാപിതാക്കളുടെ ഹൃദയമില്ലായ്മയാണ്. അതിനെ പരിഗണിക്കാതിരുന്നാലെന്ത്? ഈ ചിന്ത ഉണ്ടായത് ആൺകുട്ടിയിലാണ്. നിശ്ചയമായും അത് മറിയയ്ക്കും നന്നായി തോന്നി.

മഞ്ഞുകാലം തുടങ്ങി ഇരുവർക്കും തമ്മിൽ കറങ്ങാനുള്ള അവസരങ്ങൾ ഇല്ലാതായി. കത്തിടപാടുകൾ കൂടുതൽ നന്നായി തുടർന്നു. എല്ലാ കത്തിലും അവനെഴുതും. വ്ളാദിമിർ നികോലായേവിച്ച് നിന്നെ സഹായിക്കാനുണ്ട്. അവനെ രഹസ്യമായി വിവാഹം കഴിക്കാം. ഒളിച്ചു താമസിക്കാം. കുറേനാൾ കഴിഞ്ഞ് അവളുടെ അച്ഛനമ്മമാരുടെ പാദങ്ങളിൽ ചെന്നു വീഴാം. അവരുടെ പ്രണയവും അസന്തുഷ്ടിയും കണ്ട് ഒടുവിൽ അവർ പറയും 'കുട്ടികളേ, ഞങ്ങൾ നിങ്ങളെ ഒന്ന് കെട്ടിപ്പിടിച്ചോട്ടെ' എന്ന്.

ഏറെ നേരത്തേക്ക് മറിയ ചാഞ്ചല്യപ്പെട്ടുകൊണ്ടിരുന്നു. ഒളിച്ചോട്ടത്തിനുള്ള ധാരാളം പദ്ധതികൾ നിഷേധിക്കപ്പെട്ടു. ഒടുവിലവൾ സമ്മതിച്ചു. ആ പ്രത്യേക ദിവസം അവൾ രാത്രിഭക്ഷണം ഉപേക്ഷിച്ച് ഒരു തലവേദന എന്ന് പറഞ്ഞ് സ്വന്തം മുറിയിലേക്ക് പോന്നു. അവളുടെ ജോലിക്കാരിക്ക് മാത്രമേ മുറിയിൽ പ്രവേശനം ഉണ്ടായിരുന്നുള്ളൂ. ജോലിക്കാരിയും മറിയയും കൂടി പിൻവാതിൽ വഴി പൂന്തോട്ടത്തിലേക്കിറങ്ങി. അതിന്റെ ഒടുവിൽ ഒരു ഹിമവണ്ടി കാത്തുനില്ക്കുന്നത് അവർ കണ്ടു. അവർ അതിൽ കയറി നെനാറഡോവോയിൽ നിന്ന് 5 കിലോമീറ്റർ ദൂരെയുള്ള സാഡ്റിനോയിലെത്തി. നേരെ പള്ളിയിലേക്ക് കടന്നു. അവിടെ വ്ളാദിമിർ അവരെ കാത്ത് നില്ക്കുന്നുണ്ടായിരുന്നു.

ആ ദിവസം മുഴുവൻ രാത്രിയിലും മറിയ ഉറങ്ങിയിരുന്നില്ല. അവർ കുറച്ച് ലിനൻ തുണികളും മറ്റും കെട്ടി ഉണ്ടയാക്കി വളരെ നീണ്ട ഒരു കത്തെഴുതി മാതാപിതാക്കൾക്കും സുഹൃത്തുക്കൾക്കുമായി വച്ചു അവർക്കെല്ലാം വിട പറഞ്ഞു. അത്തരം സന്തോഷകരമായ ജീവിതത്തിലേക്ക് കടക്കുന്ന താൻ മാതാ പിതാക്കളുടെ കാല്ക്കൽ വീഴുന്നുവെന്നും അറിയിച്ചു. രണ്ടു കത്തുകളും സീൽ ചെയ്തു. വെളുപ്പിനാണ് അവളൊന്ന് കണ്ണടച്ചത്. പക്ഷേ, എല്ലാ സമയത്തും സ്വപ്നങ്ങൾ അവളെ ഉണർത്തി. ഒരിക്കൽ അവൾ കണ്ടത് വണ്ടിയിൽ ഇരുന്ന് ഡ്രൈവ് ചെയ്യാൻ തുടങ്ങിയതും അച്ഛൻ അവളെ തടഞ്ഞു. വളരെവേഗത്തിൽ അവളെ മഞ്ഞിലൂടെ വലിച്ചിഴച്ചു. അവളെ ഒരു ഗുഹയിലേക്ക് തള്ളി. പിന്നെ അവൾ കണ്ടത് രക്തം വാർന്ന് വിളറിയ വ്ളാദിമിർ പുല്ലിൽ കിടക്കുന്നു. തുളച്ചു കയറുന്ന ഒച്ചയിൽ അയാൾ പറയുന്നു. 'വേഗം എന്നെ വിവാഹം കഴിക്കൂ.' അങ്ങനെ ഒന്നിനു പിന്നാലെ ഒന്നായി കാഴ്ചകൾ അവളെ വേട്ടയാടി. ഒടുവിൽ അവൾ എഴുന്നേറ്റു. പതിവിലും വിളറി നല്ല തലവേദനയുമായി അവളുടെ മാതാപിതാക്കൾ അവളുടെ അസ്വസ്ഥതയും അവസാനിക്കാത്ത അന്വേഷണങ്ങളും ശ്രദ്ധിച്ചു.

"മാഷാ നിനക്കെന്തു പറ്റി? നിനക്ക് സുഖമില്ലേ?" അതവളുടെ ഹൃദ

യത്തെ കീറിമുറിച്ചു. അവരെ ബോധിപ്പിക്കാൻ വേണ്ടി അവൾ സന്തോഷവതിയാകാൻ ശ്രമിച്ചു. പക്ഷേ, കഴിഞ്ഞില്ല. വൈകുന്നേരമായി. കുടുംബത്തോടൊപ്പമുള്ള അവസാന ദിവസമാണിത് എന്ന ചിന്ത അവളുടെ ഹൃദയത്തെ ഭാരപ്പെടുത്തി. തനിക്ക് ചുറ്റുമുള്ള എല്ലാത്തിനോടും എല്ലാവരോടും അവൾ രഹസ്യമായി യാത്ര ചോദിച്ചു.

രാത്രിഭക്ഷണം വിളമ്പി. അവളുടെ ഹൃദയം വല്ലാതെ തുടിച്ചു. ഒടുവിൽ അവൾ വിറയ്ക്കുന്ന ശബ്ദത്തിൽ അറിയിച്ചു. "എനിക്ക് രാത്രി ഭക്ഷണം വേണമെന്നില്ല" അച്ഛനമ്മമാർ പതിവുപോലെ അവളെ ചുംബിച്ചു. പതിവുപോലെ അനുഗ്രഹങ്ങൾ ചൊരിഞ്ഞു. മുറിയിലെത്തിയതും അവൾ കസേരയിലേക്ക് വീണു പൊട്ടിക്കരഞ്ഞു. അവളുടെ ജോലിക്കാരി അവളോട് ശാന്തമായിരിക്കാനും ധൈര്യം അവലംബിക്കാനും പറഞ്ഞു. എല്ലാം തയ്യാറാക്കി. ഒരു മണിക്കൂറിനകം മാഷാ അവളുടെ അച്ഛനമ്മമാരെ വേർപിരിയും. അവളുടെ പെൺജീവിതം... പുറത്ത് ഹിമവാതം കാറ്റ് ഊതുകയും എല്ലാം പിടിച്ചു കുലുക്കുകയും എല്ലാം ചിതറിപ്പോകുകയും ചെയ്തിരുന്നു. അവളെ സംബന്ധിച്ചിടത്തോളം എല്ലാം ഭീതിജനകമായിരുന്നു. വീട് ശാന്തമായി. എല്ലാവരും ഉറക്കത്തിലായി. മാഷ തലയിൽ ഒരു ഷാൾ ചുറ്റി, ചൂടുള്ള ഒരു അയഞ്ഞ കോട്ടിട്ട്, അവളുടെ പെട്ടി കൈയിലെടുത്ത്, പിന്നിലെ പോർച്ചിലേക്ക് പോയി. രണ്ടു കെട്ടുകളുമായി ജോലിക്കാരി അവളെ പിന്തുടർന്നു. അവർ പൂന്തോട്ടത്തിലേക്കിറങ്ങി. ഹിമവാതം അവസാനിച്ചിരുന്നില്ല. കാറ്റ് അവരുടെ മുഖത്തൂതി. ചെറുപ്പത്തിന്റെ തെറ്റുകുറ്റങ്ങൾ അവസാനിപ്പിക്കാൻ പ്രേരിപ്പിക്കുന്നപോലെ. പൂന്തോട്ടം വരെ അവർ അവരുടെ രീതിയിൽ തന്നെ പോരാടി. റോഡിൽ ഒരു ഹിമവണ്ടി അവരെ കാത്തുകിടന്നിരുന്നു. കുതിരകൾക്ക് തണുപ്പ് അസ്സഹനീയമായിരുന്നു. വ്ളാദിമിറിന്റെ വണ്ടിക്കാരൻ കുതിരകളെ നിലയ്ക്കു നിർത്താൻ ശ്രമിച്ചുകൊണ്ടിരുന്നു. അദ്ദേഹം പെൺകുട്ടിയെയും അവളുടെ ജോലിക്കാരിയെയും ഇരിക്കാൻ സഹായിക്കുകയും അവരുടെ കെട്ടുകൾ ശരിയായ ഇടത്ത് നിക്ഷേപിക്കാൻ സഹായിക്കുകയും ചെയ്തു. കടിഞ്ഞാണുകൾ കൈയിലെടുത്തു കുതിരകളെ ഓടിക്കാൻ പരിശ്രമിച്ചു. ചെറുപ്പക്കാരിയുടെ വിധിയിൽ വിശ്വസിച്ചുകൊണ്ടും തെരിയോഷ്ക എന്ന വണ്ടിക്കാരനെയും വിശ്വസിച്ച് നമുക്ക് യുവപ്രണയിതാവിന്റെ അടുത്തേക്ക് പോകാം.

ആ മുഴുവൻ ദിവസവും വ്ളാദിമിർ ഡ്രൈവ് ചെയ്യുകയായിരുന്നു. പ്രഭാതത്തിൽ അദ്ദേഹം ഷാഡ്റിനോയിലെ അച്ചനെ കണ്ടിരുന്നു. വിഷമതകൾക്കു ശേഷം വിവാഹത്തിനുവേണ്ടുന്നതെല്ലാം ഒരുക്കാൻ അദ്ദേഹം ആവശ്യപ്പെട്ടു. അയലത്തെ ഭൂപ്രഭുക്കളിൽനിന്നും സാക്ഷികളെ കണ്ടെത്താനായി അടുത്ത ശ്രമം. നാല്പതുകാരനായ സന്തോഷവാനായ ഡ്രാവിനെയാണ് വ്ളാദിമിർ ആദ്യം കണ്ടത്. ഹുസ്സാറിൽവച്ച് താൻ വളരെ സാഹസികനായിരുന്നുവെന്ന് അദ്ദേഹം പറഞ്ഞു. രണ്ട് സാക്ഷികളെക്കൂടി താൻ കണ്ടെത്തിത്തരാമെന്ന് അയാൾ വ്ളാദിമിറിന് ഉറപ്പുകൊടുക്കുകയും അദ്ദേഹത്തോടൊപ്പം ആഹാരം കഴിക്കാൻ നിർബ്ബന്ധിക്കുകയും ചെയ്തു.

ആഹാരം കഴിഞ്ഞയുടൻ സർവ്വേയർഷ്മിറ്റ് ജില്ലയിലെ പൊലീസ് ക്യാപ്റ്റന്റെ മകനോടൊപ്പം വാതിലിൽ പ്രത്യക്ഷപ്പെട്ടു. കുറച്ചുമുൻപ് മാത്രം ഇഹ്ലാൻ റെജിമെന്റിൽ ചേർന്ന ഒരു പതിനാറുകാരൻ അവർ ഇരുവരും സാക്ഷികളാവാൻ സമ്മതിക്കുകയും വ്ളാദിമിറിനു വേണ്ടി എന്തും ചെയ്യാൻ തയ്യാറാണെന്നും അറിയിച്ചു. മറ്റ് തയ്യാറെടുപ്പുകൾക്കായി വ്ളാദിമിർ അവരെ സന്തോഷപൂർവ്വം ആലിംഗനം ചെയ്തിട്ട് വീട്ടിലേക്ക് മടങ്ങി.

അല്പം കഴിഞ്ഞ് ഇരുളായി. തന്റെ വിശ്വസ്തനായ തെരിയോഷ്കയെ ചില നിർദ്ദേശങ്ങൾ നല്കി നെനറാഡോവിലേക്ക് തിരിച്ചയച്ചു. മറിയ തിരികെ വന്നിട്ട് രണ്ട് മണിക്കൂറോളമായി. ഡാസ്രിനോയിലേക്ക് അയാൾ പോയി. റോഡ് ചിരപരിചിതാമായിരുന്നതിനാൽ ഇരുപതു മിനിറ്റ് കൊണ്ട് എത്താൻ കഴിഞ്ഞു.

വ്ളാദിമിറിന് തൊട്ടുപിന്നാലെതന്നെ നഗരം വിടാൻ കഴിഞ്ഞില്ല. അത്രമാത്രം കാറ്റും ഹിമവാതവുമുണ്ടായിരുന്നതിനാൽ അവന് മറ്റൊന്നും കാണാൻ കഴിഞ്ഞില്ല. റോഡെല്ലാം മഞ്ഞ് കൊണ്ട് മൂടിക്കിടക്കുന്നു. ആകാശം ഭൂമിയിൽ ലയിച്ചതുപോലെയുണ്ടായിരുന്നു. മഞ്ഞല്ലാതെ മറ്റൊന്നും കാണാനായില്ല. വ്ളാദിമിർ ഒരു വയലിലായിരുന്നു. റോഡ് കണ്ടെത്താനുള്ള ശ്രമങ്ങളെല്ലാം പരാജയപ്പെട്ടു. ഗത്യന്തരമില്ലാതെ കുതിര തോന്നിയ പാട് ഓടി. വഴിതെറ്റാതെ സൂക്ഷിച്ചു എന്നതാണ് വ്ളാദിമിറിന്റെ വിജയം. പക്ഷേ, വ്ളാദിമിർ നോക്കുമ്പോൾ അരമണിക്കൂറിലധികം നഷ്ടപ്പെട്ടു കഴിഞ്ഞു. ഇതുവരെ സാഡ്റിനോയിൽ എത്താൻ കഴിഞ്ഞിട്ടില്ല. വീണ്ടും പത്ത് മിനിറ്റ് പോയി ഇതുവരെ ഒരുതുമ്പും കിട്ടിയില്ല. വ്ളാദിമിർ നിറയെ കുഴികളുള്ള ഒരു വയലിനു നടുവിലൂടെ വണ്ടി ഓടിച്ചു. ഹിമവാതം ഒഴിഞ്ഞില്ല. ആകാശം വ്യക്തമായില്ല. കുതിര ക്ഷീണിച്ചു. വിയർപ്പുകണങ്ങൾ ഉരുണ്ടുകൂടി കൂടുതൽ സമയവും അവന്റെ വയർ മഞ്ഞിലായിരുന്നു.

ഒടുവിൽ വ്ളാദിമിറിന് ഒരു കാര്യം ബോദ്ധ്യമായി. അവൻ തെറ്റായ ദിശയിലൂടെയാണ് വണ്ടി ഓടിക്കുന്നത്. അവൻ യാത്ര നിർത്തി ആലോചിച്ചു. പുനർചിന്തനം നടത്തി. ഒടുവിൽ ഉറപ്പിച്ചു. രാത്രിയാവാൻ കാത്തിരിക്കുകതന്നെ അവനിപ്പോൾ അതേ ചെയ്യാനുള്ളൂ. കുതിരയ്ക്ക് അനങ്ങാനാവുന്നില്ല. യാത്ര ഒരു മണിക്കൂർ നേരത്തേക്ക് മാറ്റിവെച്ചു. സാഡ്റിനോ അത്ര അകലത്തിലല്ല. പക്ഷേ, വ്ളാദിമിർ പൊയ്ക്കൊണ്ടിരുന്നു. വയൽ അവസാനിക്കാത്ത പോലുണ്ടായിരുന്നു. മറ്റൊന്നുമില്ല. മഞ്ഞുകട്ടകളും കുഴികളും മാത്രം. വണ്ടി പലപ്പോഴും മറിയാൻ ഭാവിച്ചു. അത് നേരെയാക്കി. സമയം പോകുന്നു. വ്ളാദിമിർ വല്ലാതെ ആകാംക്ഷപ്പെട്ടു.

ഒടുവിൽ അകലത്തല്ലാതെ ഒരു കറുപ്പുനിറം കണ്ടു. ആ ദിശ നോക്കി വ്ളാദിമിർ വണ്ടി തിരിച്ചുവിട്ടു. അടുത്തെത്തിയപ്പോൾ അവൻ ഒരു മുഖപ്പ് കണ്ടു. “ഈശ്വരന് നന്ദി. അകലെയല്ല” അവൻ വണ്ടിയോടിച്ചു. റോഡിലെത്താമെന്നാണ് കരുതിയത്. അവിടെ എത്തിയാൽ എങ്ങനെയും

സാഡ്റിനോയിൽ എത്താം. താമസിയാതെ അവനൊരു റോഡ് കണ്ടു. അത് കറുത്ത വനത്തിലേക്കായിരുന്നു. കാറ്റ് ഇവിടെ ചീറിയടിക്കുന്നില്ല. റോഡ് നല്ലതാണ്. കുതിര മോശമില്ലാതെ ഓടി. വ്ളാദിമിറിന് ശാന്തി തോന്നി.

ഒരുപാട് ദൂരം യാത്ര ചെയ്തു. പക്ഷേ, സാഡ്റിനോ കാണാനില്ല. പരിചിതമല്ലാത്ത ഒരു വനത്തിലാണ് താനകപ്പെട്ടിരിക്കുന്നതെന്ന് വ്ളാദിമിറിന് മനസ്സിലായി. അവൻ വളരെ നിരാശിതനായി. അവൻ കുതിരയെ നിർത്തി വളരെ വേഗത്തിൽ പോകുകയായിരുന്ന കുതിര ക്ഷീണിച്ചു. കാൽ മണിക്കൂർ കഴിഞ്ഞു. എല്ലാം വ്ളാദിമിറിന് എതിരായിരുന്നു.

കുറേക്കൂടി യാത്ര ചെയ്തപ്പോൾ വനത്തിന്റെ ഗാഢത കുറഞ്ഞുവന്നു. ഒടുവിൽ വ്ളാദിമിർ അതിൽനിന്നും പുറത്തുകടന്നു. പക്ഷേ, അപ്പോഴും സാഡ്റിനോയുടെ പൊടിപോലും കാണാനുണ്ടായിരുന്നില്ല. ഇപ്പോൾ സമയം അർദ്ധരാത്രിയായി. വ്ളാദിമിറിന്റെ കവിളുകളിലൂടെ കണ്ണുനീർ കുത്തിയൊലിച്ചു. ഹിമവാതം കുറഞ്ഞു. മഞ്ഞുമേഘങ്ങൾ അപ്രത്യക്ഷമായി അവനുമുന്നിൽ ഒരു പരവതാനി പോലെ മഞ്ഞ് വീണുകിടന്നു. അകലെയല്ലാതെ നാലഞ്ചു കുടിലുകളുള്ള ഒരു ചെറുഗ്രാമം അവൻ കണ്ടു. അവൻ അതിനു നേരെ വണ്ടിയോടിച്ചു. ആദ്യത്തെ കുടിലിനു മുന്നിൽ അവൻ വണ്ടി നിർത്തി. എന്നിട്ട് വാതിലിൽ തട്ടി. കുറച്ചു നിമിഷങ്ങൾക്കു ശേഷം മരവാതിൽ തുറക്കപ്പെട്ടു. നരച്ച താടിയുള്ള ഒരു വൃദ്ധൻ.

"എന്തു വേണം?"

"സാഡ്റിനോ? ഒരുപാട് ദൂരത്താണോ?"

"സാഡ്റിനോയ്ക്കു പോകാൻ ദൂരമുണ്ടോ എന്നല്ലേ ചോദിച്ചത്?"

"അതെയതെ. ഒരുപാട് ദൂരമുണ്ടോ?"

"ഒരുപാട് അകലത്തല്ല. പത്ത് കാതം."

ഈ മറുപടി കേട്ടതോടെ വ്ളാദിമിർ നിന്നിടത്തു തന്നെ ചത്ത പോലെ ഒരു നിലനിന്നു.

"എവിടന്നു വരുന്നു?" വൃദ്ധൻ തുടർന്നു ചോദിച്ചു. ചോദ്യത്തിനുത്തരം പറയാനുള്ള ഉത്സാഹം വ്ളാദിമിറിൽ ഇല്ലായിരുന്നു.

"സാഡ്റിനോ വരെ പോകാൻ കുതിരകളെ ഒന്ന് തരാമോ?"

"ഞങ്ങൾക്കിവിടെ എന്ത് തരത്തിലുള്ള കുതിരകളാണുള്ളതെന്ന് അറിയാമോ?" വൃദ്ധൻ ചോദിച്ചു.

"ഒരു സൂക്ഷിപ്പുകാരനെ കൂട്ടി വിട്ടാൽ മതി. ഞാനതിന് വാടക കൊടുത്തോളാം."

"നില്ക്കൂ." അയാൾ വാതിലടയ്ക്കുന്നതിനിടയിൽ പറഞ്ഞു. "ഞാനെന്റെ മകനെ കൂട്ടി വിടാം. അവൻ നിങ്ങളെ സാഡ്റിനോയിൽ എത്തിക്കും."

വ്ളാദിമിർ കാത്തുനിന്നു. ഒരു മിനിറ്റാകുന്നതിനു മുമ്പ് വീണ്ടും കതകിൽ മുട്ടി. വാതിൽ തുറക്കപ്പെട്ടു.

"എന്ത് വേണം?"

"താങ്കളുടെ മകനെവിടെ?"

"ഒരു മിനിറ്റിനകം വരും. ബൂട്ടിടുകയാണ്. തണുക്കുന്നുണ്ടോ? വരൂ ചൂട് പിടിക്കൂ."

"വേണ്ട. വളരെ നന്ദി. മകനെ വേഗം പറഞ്ഞു വിടൂ."

വാതിൽ തുറന്ന് അവൻ പുറത്തേക്ക് വന്നു. അവന്റെ കൈയിൽ വലിയ ഒരു ഊന്നുവടിയുണ്ടായിരുന്നു. അവനാണ് വണ്ടിയോടിച്ചത്. ചിലപ്പോൾ റോഡിലൂടെ ചിലപ്പോൾ മഞ്ഞുപാളികളിലൂടെ.

"സമയമെത്രയായിക്കാണും?" വ്ളാദിമിർ ചോദിച്ചു.

"നേരം വെളുക്കാറായിട്ടുണ്ട്." ആ യുവകർഷകൻ പറഞ്ഞു.

വ്ളാദിമിൻ പിന്നീടൊന്നും പറഞ്ഞില്ല.

അവൻ സാഡ്റിനോയിലെത്തിയപ്പോൾ നേരം വെളുത്തു തുടങ്ങിയിരുന്നു. പക്ഷികൾ കരയുന്നു. പള്ളി പൂട്ടിക്കിടക്കുകയാണ്. വ്ളാദിമിർ വണ്ടിക്കാരന് പൈസ കൊടുത്തു വിട്ടിട്ട് അച്ചനെ കാണാനായി പോയി. അവിടെ അവനെ എന്ത് വാർത്തയാണ് കാത്തിരിക്കുന്നത്?

നമുക്ക് നെനാറാവോഡോയിലെ ഭൂവുടുമകളുടെ വീട്ടിലേക്ക് ചെന്ന് അവിടെ എന്ത് നടക്കുന്നുവെന്ന് നോക്കാം.

ഒന്നുമില്ല.

ആ വൃദ്ധദമ്പതികൾ ഉണർന്ന് സ്വീകരണ മുറിയിലേക്ക് പോയി. ഗാവ്റില ഗാവ്റിലോവിച്ച് തന്റെ രാത്രിത്തൊപ്പിയിലും ഫ്ളാനൽ ജാക്കറ്റിലും. പ്രസ്കോവ്യാ പെട്രോവ്ന ഗൗണിലും. സാമോവർ അകത്തേക്ക് കൊണ്ടുവന്നു. ഗാവ്റില ഒരു ജോലിക്കാരിയെ മറിയയുടെ സുഖവിവരം അറിയാനായി അയച്ചു. രാത്രിയെങ്ങനെയുണ്ടായിരുന്നുവെന്നു ചോദിച്ചറിയാനും പറഞ്ഞു. ജോലിക്കാരി വന്ന് മറിയ രാത്രിയിൽ ഉറങ്ങിയില്ലെന്നും ഇന്ന് ആശ്വാസം തോന്നുന്നുണ്ടെന്നും താമസിയാതെ സ്വീകരണമുറിയിലേക്ക് വരുന്നുണ്ടെന്നും അറിയിച്ചു. ആ സമയത്തുതന്നെ മറിയ മുറിയിലേക്ക് വന്ന് വൃദ്ധരായ അച്ഛനമ്മമാരെ വണങ്ങി.

"നിന്റെ തല എങ്ങനെയുണ്ട് മാഷാ?" ഗാവ്റില ചോദിച്ചു.

"കുഴപ്പമില്ല പപ്പാ." മറിയ മറുപടി പറഞ്ഞു.

"ഇന്നലെ ആ സ്റ്റൗവിൽ നിന്നുവന്ന പുകയായിരിക്കും കാരണം." പ്രസ്കോവ്യാ പറഞ്ഞു.

"എനിക്കും അങ്ങനെ തോന്നുന്നു മമ്മാ" മറിയ പറഞ്ഞു.

ദിവസം നല്ല രീതിയിൽത്തന്നെ കടന്നുപോയി ആ രാത്രിയിൽ മാഷയ്ക്ക് അസുഖം പിടിപെട്ടു. ദൂരെ പട്ടണത്തിൽനിന്ന് ഡോക്ടർ വന്നു. അയാൾ ആ വൈകുന്നേരം രോഗിയായ പെൺകുട്ടിയെ കണ്ടു. അവൾ പരിക്ഷീണയായിരുന്നു രണ്ടാഴ്ച ഒരു പനി പിടിപെട്ട് അവൾ മരണത്തിനും ജീവിതത്തിനും ഇടയിൽ കിടന്നു.

ആ വീട്ടിലെ ആരും അവളുടെ ഒളിച്ചോട്ടത്തെക്കുറിച്ച് അറിഞ്ഞിരുന്നില്ല. തലേരാത്രിയിലെഴുതിയ കത്തുകൾ കത്തിച്ചു കളഞ്ഞു. അതേസമയം മറിയയുടെ ജോലിക്കാരി മറിയയുടെ ഉഗ്രകോപം പേടിച്ച് ആരോടും ഒന്നും പറഞ്ഞില്ല. അച്ഛനും സർവ്വേയറും പതിനാറുകാരനു

മെല്ലാം ഔചിത്യപൂർവ്വം നീക്കം ചെയ്യപ്പെട്ടു. വണ്ടിക്കാരൻ തെരിയോഷ്ക സമ്മർദ്ദമുണ്ടായിട്ടും ഒന്നും പറഞ്ഞില്ല. അങ്ങനെ അരഡസനോളം ആളുകൾ രഹസ്യം സൂക്ഷിച്ചു. മറിയയും അബോധാവസ്ഥയിലും എല്ലാം സൂക്ഷിച്ചു. അവളുടെ കിടക്ക വിട്ടെഴുന്നേല്ക്കാത്ത മറിയയുടെ അമ്മേയ്ക്ക് ഒരു കാര്യം മാത്രമാണ് മനസ്സിലായത്. തന്റെ മകൾക്ക് വ്‌ളാദിമിറിനോട് കടുത്ത പ്രണയമാണെന്ന്. ചിലപ്പോൾ അതവളുടെ അസുഖം കൊണ്ടുള്ള അബോധാവസ്ഥ കൊണ്ടുമാകാം. അമ്മയും അച്ഛനും ചില അയൽക്കാരുമായി കൂടിയാലോചിക്കുകയും അത് മറിയയുടെ വിധിയായിരിക്കാം എന്ന തീരുമാനത്തിലെത്തുകയും ചെയ്തു. ഒരാൾ വിവാഹം കഴിക്കുന്നത് മറ്റേയാളുടെ സമ്പത്തിനെയല്ലല്ലോ. പാവപ്പെട്ടവരാകുക എന്നത് ഒരു കുറ്റമല്ല.

അങ്ങനെ, ആ യുവതി അസുഖമുക്തയാകാൻ തുടങ്ങി. ഗാവ്‌റിലയുടെ വീട്ടിൽ വ്‌ളാദിമിറിനെ കാണാനില്ലായിരുന്നു. അയാൾ പേടിമൂലം ഓടി രക്ഷപ്പെട്ടതാകാം എന്ന് മാതാപിതാക്കൾ കരുതി. അയാളെ വീണ്ടും ക്ഷണിക്കണം. ഒപ്പം ഒരു നല്ല വിവരവും. വിവാഹത്തിന് സമ്മതിച്ചിരിക്കുന്നു. നെനാറാഡോവോയിലുള്ള ഭൂവുടമസ്ഥരിൽ ഇത് ചെറിയ പരിഭ്രമമൊന്നുമല്ല ഉണ്ടാക്കിയത്. പക്ഷേ, വ്‌ളാദിമിർ മരിച്ചുപോയെന്ന് കരുതാൻ അയാൾ പറഞ്ഞു. മാത്രമല്ല അയാൾ അയാളുടെ റെജിമെന്റിൽ തിരികെ ചേരുകയും ചെയ്തു. 1812 ലാണിത്.

ഒരുപാട് കാലത്തിനു മുമ്പാണ് ആരോഗ്യം പടിപടിയായി ഉയർത്തിക്കൊണ്ടുവന്ന മറിയയോട് ഇക്കാര്യം ആരെങ്കിലും പറയാൻ ധൈര്യം കാണിച്ചില്ല. അവളൊരിക്കലും വ്‌ളാദിമിറിനെക്കുറിച്ച് പറഞ്ഞിരുന്നില്ല. ബോറോഡിനോയിൽ നടന്ന ഘോരയുദ്ധത്തിനുശേഷം മാരകമായി മുറിവേറ്റവരിൽ സ്വയം തിരിച്ചറിഞ്ഞവരുടെ ലിസ്റ്റിൽ വ്‌ളാദിമിറിന്റെ പേര് കണ്ടെത്തിയതു കണ്ട് അവൾ ബോധരഹിതയായി. പക്ഷേ, ഭാഗ്യത്തിന് വലിയ പ്രത്യാഘാതങ്ങളൊന്നുമുണ്ടായില്ല.

പക്ഷേ, നിർഭാഗ്യം അവൾക്കൊപ്പമുണ്ടായിരുന്നു. ഗാവ്‌റിലാ മരിച്ചു. അതോടെ എല്ലാം സ്വത്തിന്റെയും അവകാശി അവളായി. പ്രസ്ക്കോവ്യയോട് കൂടുതൽ അടുത്തു. ഒരിക്കലും വിട്ടുപോകില്ലെന്ന് പ്രതിജ്ഞയും ചെയ്തിരുന്നു. അവർ ഇരുവരും നെനറാഡോവോയിൽത്തന്നെ അവരുടെ ശോകസ്മരണകളുമായി അവരുടെ എസ്റ്റേറ്റിൽ കഴിഞ്ഞു.

ഇവിടെയും ഒരുപാട് പേർ അവളുടെ പണവും സൗന്ദര്യവും കണ്ടു തടിച്ചുകൂടി. പക്ഷേ, ആരെയും അവൾ മോഹിപ്പിച്ചില്ല. ചിലപ്പോഴൊക്കെ അവളുടെ അമ്മ അവരിൽ ആരെയെങ്കിലും തെരഞ്ഞെടുക്കാൻ പറഞ്ഞെങ്കിലും അവൾ വിസമ്മതിച്ചു. വ്‌ളാദിമിറും ഏറെക്കാലം ജീവിച്ചില്ല. ഫ്രഞ്ചുകാർ മോസ്കോയിലേക്ക് പ്രവേശിച്ച ആ അവസരത്തിൽ അയാളും മരിച്ചു. എല്ലാം അവൾ നെഞ്ചോടടക്കിവച്ചു. അയാളെ ഓർമ്മിപ്പിക്കുന്നതെല്ലാം ഒരിക്കൽ അയാൾ വായിച്ച പുസ്തകങ്ങൾ, അയാൾ വരച്ച ചിത്രങ്ങൾ, അയാൾ അവൾക്ക് പകർത്തി അയച്ച ഈരടികൾ. ഇതെല്ലാം കേട്ട അയൽക്കാർ അത്ഭുതത്തോടെ എന്ത് സംഭവിക്കുമെന്നറിയാൻ കാത്തിരുന്നു.

ഒടുവിൽ യുദ്ധം വിജയപ്രദമായി അവസാനിച്ചു. വിദേശത്തെ റെജിമെന്റുകളെല്ലാം മടങ്ങാനാരംഭിച്ചു. അവരെ കാണാനായി ആളുകൾ ഓട്ടമായി. ബാന്റുകൾ ജയിച്ചവർക്കുവേണ്ടി പാടി. യുദ്ധത്തിൽ ചേരാൻ ഓടിപ്പോയവരെല്ലാം വലിയ മനുഷ്യരായി മടങ്ങിയെത്തി. ഫ്രഞ്ചും ജർമ്മനും ചേർത്ത് പട്ടാളക്കാർ സംസാരിച്ചു. മറക്കാനാവാത്ത സമയങ്ങൾ! വിജയോന്മാദം പിതൃഭൂമി എന്ന വാക്കിനോട് ചേർത്തു വച്ചു. എത്ര ശക്തമായാണ് റഷ്യൻ ഹൃദയം മിടിക്കുന്നത്. കൂടിച്ചേരലിന്റെ കണ്ണീർ എത്ര മധുരമാണ്! ദേശീയമായ വികാരം എത്ര ഒത്തൊരുമയാണ് ഉണ്ടാക്കുന്നത്!

ആ നേരങ്ങളിൽ റഷ്യൻ സ്ത്രീകളെ താരതമ്യം ചെയ്യാനാവില്ല. അവരുടെ തണുത്ത പ്രകൃതം ഇല്ലാതായി. വിജയികളെ അഭിസംബോധന ചെയ്യാൻ അവരുടെ തീക്ഷ്ണ വികാരങ്ങൾ വെറി പിടിച്ചു.

“ഹുറാ, ഹുറാ” സ്ത്രീകൾ ആർത്തു. അവർ അവരുടെ തൊപ്പി ആകാശത്തേക്കെറിഞ്ഞു.

ഈ സമയം മറിയ അമ്മയോടൊപ്പം താമസിക്കുകയായിരുന്നു. അതുകൊണ്ട് ഇരുതലസ്ഥാനങ്ങളും ഓഫീസർമാരുടെ തിരിച്ചുവരവ് എങ്ങനെ ആഘോഷിക്കുന്നുവെന്ന് കാണാനായില്ല. പക്ഷേ, പ്രാദേശിക പട്ടണങ്ങളിലും ഗ്രാമങ്ങളിലും പൊതുവായ വികാരം വളരെ തീക്ഷ്ണമായിരുന്നു. വ്യക്തിപരമായ ഒരു വെളിപ്പെടൽപോലും വലിയ വിജയപ്രദമായ അനുഭവമായിരുന്നു. നേരത്തെയൊന്നും, നമ്മൾ വായിച്ചതുപോലെ വലിയ കൂട്ടമൊന്നും മറിയയ്ക്ക് പിന്നാലെ ഉണ്ടായിരുന്നില്ല. ഹുസ്സാറിൽ മുറിവേറ്റ് കേണൽ ബർമിൻ അവളുടെ എസ്റ്റേറ്റിൽ പ്രത്യക്ഷപ്പെട്ടതിനുശേഷമുള്ള കഥ ഇങ്ങനെയായിരിക്കില്ലല്ലോ. മറിയയുടെ എസ്റ്റേറ്റിനടുത്തു തന്നെയാണ് അയാൾ താമസിച്ചിരുന്നത്. ലീവിലായിരുന്നതിനാൽ എസ്റ്റേറ്റിൽ അവളുണ്ടായിരുന്നില്ല. മറിയ അയാളെ എല്ലാതരത്തിലും ഒഴിവാക്കിയിരുന്നു. അയാളുടെ സാന്നിദ്ധ്യത്തിലുള്ള മറിയയുടെ ചിന്താഗ്രസ്തത കഠിനമായ വെറുപ്പിന് കാരണമാകും. അവൾ അയാളോട് പ്രണയമൊന്നും പ്രകടിപ്പിച്ചതുമില്ല.

നിശ്ചയമായും ബർമിൻ ഒരു സുമുഖനായ വ്യക്തിയായിരുന്നു. സ്ത്രീകൾ ഇഷ്ടപ്പെടുന്ന ഒരുതരം മനസ്സുള്ള ആൾ. സ്വതന്ത്രനായ മൃദുഭാഷിയായ തമാശക്കാരൻ അയാൾ മറിയയോട് വളരെ സ്വതന്ത്രമായാണ് പെരുമാറിയിരുന്നത്. അവൾ എന്തു ചെയ്താലും പറഞ്ഞാലും അയാളുടെ കണ്ണുകളും ആത്മാവും അത് പിന്തുടർന്നിരുന്നു. സ്വഭാവത്തിൽ ശാന്തനായിരുന്നു അയാൾ. ഒരു ബ്ലേഡാണ് അയാളെന്ന് പറച്ചിലുണ്ടായിരുന്നെങ്കിലും ഇതൊന്നും മറിയ കണക്കിലെടുത്തില്ല.

പക്ഷേ, എല്ലാത്തിനുമുപരി അയാളുടെ മൃദുത്വത്തേക്കാൾ അവന്റെ സന്തോഷകരമായ സംഭാഷണത്തേക്കാൾ രസികനായ മനുഷ്യനേക്കാൾ, അയാളുടെ മുറിവേറ്റ കൈയേക്കാൾ അയാളുടെ പറയാതിരിക്കുന്ന സ്വഭാവത്തെയാണ് മറിയ ഇഷ്ടപ്പെട്ടത്. അവളെ വിലമതിക്കുന്ന അയാളുടെ രീതി- നിശ്ചയമായും അയാളും – അയാളുടെ ആ വകതിരിവ് അവളെ

ആകർഷിച്ചു. പിന്നെങ്ങനെയാണ് അയാൾ അവളുടെ കാല്ക്കൽ വീഴുന്നത്. പ്രണയം അഭ്യർത്ഥിക്കുന്നത്? അവനെ എന്താണ് പിന്തിരിപ്പിക്കുന്നത്? അത് പരുങ്ങൽ സ്വഭാവമാണോ? യഥാർത്ഥ പ്രണയത്തിൽനിന്ന് മാറിനില്ക്കുന്നത് എന്താണ്? അഹന്തയാണോ? അത് അനുഭവജ്ഞാനമുള്ള ഒരു പ്രണയിതാവിന്റെ കൗശലമാണോ? അതവൾക്ക് ഒരു രഹസ്യമായിത്തോന്നി. ഒരുപാട് ചിന്തകൾക്കുശേഷം അവൾക്കു തോന്നി പരുങ്ങൽ കൊണ്ടാവാം. അതുകൊണ്ട് അയാളെ കൂടുതൽ ശ്രദ്ധിക്കണമെന്ന് അവൾ തീരുമാനിച്ചു. അങ്ങനെ സാഹചര്യം അയാളെ അതിന് നിർബ്ബന്ധിതനാക്കട്ടെ. അവൾ അതിനുള്ള തയ്യാറെടുപ്പുകൾ നടത്തി. അയാളെ അമ്പരപ്പിച്ചുകൊണ്ട് പ്രണയ പരവശനാക്കുക. ഏതുതരത്തിലുള്ള രഹസ്യമായിരുന്നാലും അത് സ്ത്രീഹൃദയത്തിന് വില കല്പിക്കാവുന്ന ഒന്നായിരുന്നു. ഒടുവിൽ ബർമിൻ അത്തരമൊരു സാഹചര്യത്തിലേക്ക് ചെന്നുവീണു. അവന്റെ കറുത്ത കണ്ണുകൾ ഒരു തീരുമാനത്തിലെത്തിയപോലെ മറിയയിൽ ചെന്നുതറച്ചു. അയൽക്കാരെല്ലാം അവരുടെ വിവാഹത്തെക്കുറിച്ച് സംസാരിച്ചു. പ്രസ്കോവ്യ പെട്രോവ്ന തന്റെ മകൾ ഒടുവിൽ അനുയോജ്യനായ ഒരുവനെ കണ്ടെത്തിയതായി സമാധാനിച്ചു.

ഒരു ദിവസം ആ വൃദ്ധ സ്വീകരണമുറിയിൽ ഇരിക്കുകയായിരുന്നു. മേശപ്പുറത്ത് കുറെ കാർഡുകളും നിരത്തിയിരുന്നു. പെട്ടെന്ന് ബർമിൻ കടന്നുവന്ന്, മറിയയുടെ വിവരങ്ങളെല്ലാം അന്വേഷിച്ചു.

“അവൾ പൂന്തോട്ടത്തിലുണ്ട്.” അവർ പറഞ്ഞു. “അവളുടെ അടുത്തേക്ക് ചെല്ലൂ. ഞാൻ നിങ്ങളെ ഇവിടെ കാത്തിരിക്കാം.”

ബർമിൻ പുറത്തേക്ക് പോയി. അവർ വിചാരിച്ചു. ഇന്നുതന്നെ കാര്യങ്ങൾക്കൊരു തീർപ്പാവും

മറിയ കുളത്തിനരികിൽ ഒരു വില്ലോ മരത്തിനു ചുവട്ടിലിരിക്കുന്നത് ബർമിൻ കണ്ടു. വെളുത്ത വസ്ത്രത്തിൽ, കൈയിൽ ഒരു പുസ്തകവുമായി, ഒരു നോവലിലെ നായികയെപ്പോലെ. കുശലാന്വേഷണങ്ങൾക്കുശേഷം ഇരുവരും സംസാരിക്കാൻ തയ്യാറെടുത്തു. അങ്ങനെ പരസ്പരം അവരുടെ പരുങ്ങൽ ഇല്ലാതാക്കാമല്ലോ, പെട്ടെന്നുള്ള ഒരു പ്രണയം ചൊല്ലലിലേക്ക് പോകാതെയുമിരിക്കാം. പക്ഷേ, അത് സംഭവിച്ചു. ബർമിൻ പറഞ്ഞു. ഏറെക്കാലമായി തന്റെ മനസ്സ് മറിയയോട് വെളിപ്പെടുത്തണമെന്നാശിക്കുന്നു. ഒരു നിമിഷത്തെ ശ്രദ്ധ തരാൻ അയാൾ അപേക്ഷിച്ചു. മറിയ പുസ്തകമടച്ചു. തന്റെ സമ്മതം രേഖപ്പെടുത്തി.

“ഞാൻ നിന്നെ പ്രണയിക്കുന്നു.” ബർമിൻ പറഞ്ഞു: “വല്ലാതെ വികാരപരവശനാണ് ഞാൻ.” (ആ നിമിഷവും മറിയ തല ഉയർത്താതെ ഇരുന്നു) “ഞാൻ താങ്കളോട് വിധേയമില്ലാതെ പെരുമാറിയിട്ടുണ്ട്. അതെന്റെ ഒരു സ്വഭാവമാണ്. ദിവസവും താങ്കളെ കാണാനും കേൾക്കാനുമുള്ള ഒരു വിദ്യ (മറിയ പരിശുദ്ധാത്മാക്കളെ ഓർത്തു.) ഇപ്പോൾ സമയം വളരെ അതിക്രമിച്ചിരിക്കുന്നു. എന്റെ വിധിയെ തടുക്കാൻ എനിക്കാവില്ല. താങ്കളുടെ ഓർമ്മ; താങ്കളുടെ സുന്ദരമായ താരതമ്യമില്ലാത്ത പ്രതിച്ഛായ അതാണെന്റെ ജീവിതാനന്ദം. പക്ഷേ, എനിക്ക് ജീവിതത്തിൽ ചെയ്തു

തീർക്കാൻ വേദനാജനകമായ ചില കടപ്പാടുകളുണ്ട്. നമുക്കിടയിൽ വില ങ്ങുതടിയായി നില്ക്കുന്ന ആ രഹസ്യം ഞാൻ വെളിപ്പെടുത്താം...”

“അതെപ്പോഴും ഉണ്ടാകും.” മറിയ പറഞ്ഞു. “പക്ഷേ, എനിക്ക് താങ്ക ളുടെ ഭാര്യയായിരിക്കാൻ കഴിയില്ല.”

“എനിക്കറിയാം” അയാൾ മൃദുലമായി മറുപടി പറഞ്ഞു. “എനിക്ക റിയാം, ഒരിക്കൽ താങ്കൾ മറ്റാരെയോ പ്രണയിച്ചിരുന്നു. പക്ഷേ, മരണവും മൂന്നുവർഷത്തെ ദുഃഖാചരണവും... പ്രിയപ്പെട്ട മറിയ എന്റെ അവസാന ആശ്രയമെന്ന നിലയ്ക്ക് നിങ്ങളിതിനെ ഉപേക്ഷിച്ച് പോകരുതേ. എനിക്ക് തോന്നുന്നത് നിങ്ങൾ എന്നെ സന്തോഷിപ്പിക്കും. പക്ഷേ, നിങ്ങളെന്നെ പീഡിപ്പിക്കുകയാണ്. ഞാൻ കരുതിയത് നിങ്ങൾ എന്റേതാണെന്നാണ് - പക്ഷേ, ഞാനീ ലോകത്തിലെ ഒരു വൃത്തികെട്ട ജീവിയാണ് - ഞാൻ വിവാഹിതനാണ്!”

മറിയ അയാളെ അത്ഭുതത്തോടെ നോക്കി.

“ഞാൻ വിവാഹിതനാണ്!” ബർമിൻ തുടർന്നു. “നാലുവർഷമായി ഞാൻ വിവാഹിതനായിട്ട്. പക്ഷേ, എന്റെ ഭാര്യ ആരെന്ന് എനിക്കറിയില്ല. അവൾ എവിടെയെന്നോ ഞങ്ങൾക്കിനി എപ്പോഴെങ്കിലും കണ്ടുമു ട്ടാനാവുമോ എന്നോ എനിക്കറിയില്ല.”

“എന്തൊക്കെയാ നിങ്ങളീ പറയുന്നെ?” മറിയ അത്ഭുതത്തോടെ ചോദിച്ചു. “ഇത് വളരെ അത്ഭുതകരമായിരിക്കുന്നല്ലോ. പറയൂ. എന്റെ കഥ അതിനുശേഷമാവാം തുടരൂ. ഞാൻ കെഞ്ചിപ്പറയുകയാണ്.”

“1812 ന്റെ തുടക്കത്തിൽ” ബർമിൻ പറയാനാരംഭിച്ചു. “ഞാൻ വിൽനഹയിലായിരുന്നു. അവിടെയായിരുന്നു ഞങ്ങളുടെ റെജിമെന്റ് എന്നെ പോസ്റ്റ് ചെയ്ത സ്റ്റേഷനിൽ നിന്ന് വൈകിയാണ് ഒരു വൈകു ന്നേരം ഞാനെത്തുന്നത്. എന്നിട്ട് കുതിരകളെ എത്രയും വേഗം റെഡി യാക്കാൻ പറഞ്ഞു. പെട്ടെന്ന് ഒരു ഹിമവാതമുണ്ടായി. പോസ്റ്റ് മാസ്റ്ററും ഡ്രൈവറുമെല്ലാം എന്നോട് കാത്തിരിക്കാൻ പറഞ്ഞു. ഞാനവരുടെ ഉപ ദേശം സ്വീകരിച്ചു. പക്ഷേ, ആകാംക്ഷ കൊണ്ടാവാം മറ്റാരോ എന്നെ പ്രേരിപ്പിക്കുന്നതുപോലെ തോന്നി. ഹിമവാതം അവസാനിച്ചില്ല. ഞാൻ അക്ഷമയോടെ കുതിരവണ്ടി റെഡിയാക്കാൻ പറഞ്ഞു. ഒടുവിൽ ഡ്രൈവർ കുറ്റം സ്വയം ഏറ്റുകൊണ്ട് നദി കുറുകെ കടന്നു. അത് മൂന്നു കാതം കുറച്ചു. നദിയിൽ മഞ്ഞ് മൂടിക്കിടന്നു. റോഡിൽ കടന്നപ്പോൾ ഞങ്ങൾ മറ്റേതോ രാജ്യത്താണെന്ന് തോന്നി. കൊടുങ്കാറ്റ് അപ്പോഴും ശരിയായിട്ടില്ല. ഞാൻ ഒരു വെളിച്ചം കണ്ടു. എന്നെ അവിടെ എത്തി ക്കാൻ ഞാൻ ഡ്രൈവറോട് പറഞ്ഞു. ഞങ്ങളൊരു ഗ്രാമത്തിലെത്തി. അവിടെ തടികൊണ്ടുണ്ടാക്കിയ പള്ളിയിൽ വെളിച്ചം കണ്ടു. പള്ളി തുറ ന്നിരുന്നു. ഒരുപാട് മഞ്ഞുവണ്ടികൾ വേലിക്ക് പുറത്ത് നില്ക്കുന്നു. ആളു കൾ പോർച്ചിനുള്ളിലേക്ക് നടക്കുന്നു.

“ഈ വഴി! ഈ വഴി!” ഒരു ശബ്ദം ഉച്ചത്തിൽ പറഞ്ഞു.

ഞാൻ ഡ്രൈവറോട് ആ വഴി പോകാൻ പറഞ്ഞു.

“ഈശ്വരനെ ഓർത്ത് നിങ്ങൾ എവിടേക്കാണീ അലഞ്ഞുതിരിയു

ന്നതെന്ന് പറയൂ." ആരോ എന്നോട് ചോദിച്ചു. "വധു ബോധംകെട്ട് കിടക്കയാണ്. അച്ചനാണെങ്കിൽ എന്തു ചെയ്യണമെന്നറിയില്ല. നമുക്ക് വീട്ടിലേക്ക് പോകാം. എത്രയും പെട്ടെന്ന് വാ."

ഒരക്ഷരം ഉരിയാടാതെ ഞാനെന്റെ വണ്ടിയിൽ നിന്നിറങ്ങി പള്ളിയിലേക്ക് പോയി. അവിടെ രണ്ടോ മൂന്നോ മെഴുകുതിരികൾ കത്തിക്കൊണ്ടിരുന്നു. ഒരു പെൺകുട്ടി പള്ളിയുടെ ഇരുണ്ട മൂലയ്ക്കിരിക്കുന്നു. മറ്റൊരു പെൺകുട്ടി അവളുടെ ഇരു ചെന്നികളും തിരുമ്മുന്നു.

"ദൈവത്തിന് നന്ദി" രണ്ടാമത്തവൾ പറഞ്ഞു. "നിങ്ങൾ സമയം തെറ്റിയാണ് വന്നത്. നിങ്ങൾ എന്റെ മിസ്ട്രസിനെ കൊല്ലും!" ഒരു വൃദ്ധ പാതിരി എന്റെയടുക്കൽ വന്നു. "ശരി, അപ്പോൾ തുടങ്ങാമല്ലോ"

"തുടങ്ങൂ. ഫാദർ തുടങ്ങൂ." ഞാനത്ര ശ്രദ്ധിക്കാതെ പറഞ്ഞു. അവർ പെൺകുട്ടിയെ എഴുന്നേല്പിച്ചു നിർത്തി. അവൾ സുന്ദരിയാണെന്ന് എനിക്ക് തോന്നി. മാപ്പർഹിക്കാത്തതെറ്റാണ് ഞാൻ ചെയ്യുന്നത്. പ്രസംഗപീഠത്തിനരികിൽ, അവൾക്കരികിലായി ഞാൻ നിന്നു. അച്ചൻ തിടുക്കത്തിലായിരുന്നു. മൂന്നു പുരുഷന്മാരും ഒരുജോലിക്കാരിയും വധുവിന്റടുത്ത് നിന്നു. അവൾക്ക് അവളിൽ മാത്രമായിരുന്നു ശ്രദ്ധ. "ചുംബിക്കൂ." ഞങ്ങളോട് പറഞ്ഞു. എന്റെ ഭാര്യ അവളുടെ വിളറിയ മുഖം എനിക്കു നേരെ ഉയർത്തി. ഞാനവളെ ചുംബിക്കാനൊരുങ്ങുകായിരുന്നു അപ്പോഴവൾ കൂവിയാർത്തു. "അല്ല! അല്ല! ഇതല്ല ആൾ! ഈ മനുഷ്യനല്ല!" എന്നിട്ടവൾ ബോധരഹിതയുമായി. ആളുകൾ എന്നെ തുറിച്ചു നോക്കി. ഞാനോടി. ആരും എന്നെ തടഞ്ഞില്ല. ഞാനോടിവന്ന് വണ്ടിയിലേക്ക് വീണു. എന്നിട്ടാർത്തു.

"വേഗം പോകൂ."

"ഈശ്വരാ!" മറിയ പറഞ്ഞു. "നിങ്ങൾക്കറിയണ്ടേ നിങ്ങളുടെ പാവം ഭാര്യക്ക് എന്തു പറ്റിയെന്ന്?"

"എനിക്കൊന്നുമറിയില്ല." ബർമിൻ പറഞ്ഞു. "ഞാൻ വിവാഹം കഴിച്ച ഗ്രാമമേതാണെന്നുപോലും എനിക്കറിയില്ല. ഞാൻ വന്ന പോസ്റ്റിങ് സ്റ്റേഷൻ ഏതാണെന്നുപോലും എനിക്കറിയില്ല. അന്ന് ഞാൻ വണ്ടിയിലേക്ക് വീണതും അബോധാവസ്ഥയിലായി. പിന്നെ, മൂന്നാമത്തെ പോസ്റ്റിങ് സ്റ്റേഷനിൽച്ചെന്നാണ് കണ്ണുകൾ തുറന്നത്. എനിക്കുണ്ടായിരുന്ന ജോലിക്കാരൻ യുദ്ധപ്രചാരണത്തിനിടയിൽ മരിച്ചു. അതുകൊണ്ട് അന്നൊരു തമാശയ്ക്ക് ചെയ്ത കാര്യങ്ങൾ ആരോടായിരുന്നുവെന്ന് എനിക്കറിയില്ല. കണ്ടുപിടിക്കാനും പ്രയാസമാണ്."

"എന്റീശ്വരാ" മറിയ അയാളുടെ കരം കവർന്നെടുത്തു. "അപ്പോൾ അത് നിങ്ങളായിരുന്നു ഇല്ലേ? നിങ്ങൾക്കെന്നെ തിരിച്ചറിയാൻ കഴിയുന്നില്ലേ?"

ബർമിൻ വിളറി... പിന്നെ അവളുടെ കാല്ക്കലേക്ക് വീണു,

ഏറ്റെടുക്കുന്ന ആൾ

ഒരു അണ്ടർടേക്കറെ സംബന്ധിച്ചിടത്തോളം അതായത് അഡ്രിയൻ പ്രോക്കോട്ടോവിനെ സംബന്ധിച്ചിടത്തോളം ബസ്മന്നായ തെരുവിൽനിന്ന് നികിത്സ്കായയിലേക്ക് വരാൻ വേണ്ടി അണ്ടർടേക്കർ അയാളുടെ വീട്ടുസാധനങ്ങളെല്ലാം കെട്ടിപ്പെറുക്കിക്കഴിഞ്ഞിരുന്നു. കടയടച്ചതിനുശേഷം അയാൾ അവിടെ ഒരു പരസ്യം പതിച്ചു. ഒന്നുകിൽ വില്പനയ്ക്ക്. ഇല്ലെങ്കിൽ വാടകയ്ക്ക്. എന്നിട്ട് പുതിയ ഇടത്തേക്ക് കാൽനടയായി യാത്ര തുടങ്ങി. മഞ്ഞവീടടുക്കും തോറും, ഏറെ നാളായി അയാൾ സങ്കല്പിച്ചിരുന്ന ഒരു വീടായിരുന്നു അത്, ഒടുവിൽ വലിയ വിലയൊന്നും നല്കാതെ തന്നെ അയാളത് വാങ്ങി, പക്ഷേ, എന്നിട്ടും അണ്ടർടേക്കറിന്റെ ഹൃദയം ആനന്ദഭരിതമായില്ല. വീടിന്റെ അപരിചിതമായ ഉമ്മറപ്പടി കടന്നപ്പോൾ തന്നെ വീടിന്റെ കുഴമറിച്ചിൽ ബോദ്ധ്യപ്പെട്ടു. തന്റെ കഴിഞ്ഞ 18 വർഷവും അതിന്റെ നിശിതമായ അച്ചടക്കവും ഓർത്തു. അദ്ദേഹം തന്റെ രണ്ടു പെൺമക്കളെയും ജോലിക്കാരിയെയും അവരുടെ മെല്ലെപ്പോക്കിന് വഴക്ക് പറഞ്ഞു. എന്നിട്ട് അവരെ സഹായിക്കാൻ കൂടുകയും ചെയ്തു. സ്വീകരണമുറിയിലും മുറിയിലൂടെയെല്ലാം അലമാരയും സോഫയും കട്ടിലുമെല്ലാം വലിച്ചിട്ടു. അദ്ദേഹത്തിന്റെ ജോലിസ്ഥലത്ത് പലവിധത്തിലുള്ള ശവപ്പെട്ടികളും ആണികളും വച്ചു. നിറങ്ങൾ, അനുശോചനത്തൊപ്പികൾ, നീളൻ ഉടുപ്പുകൾ, ടോർച്ചുകൾ. ഗേറ്റിൽ ഒരു ആരോ മാർക്കിട്ട ഒരറിയിപ്പുണ്ട്. 'പ്ലെയിനും പെയിന്റും ചെയ്ത ശവപ്പെട്ടികൾ വില്പനയ്ക്ക്. ഒപ്പം നന്നാക്കിയും കൊടുക്കപ്പെടും.!' പെൺകുട്ടികൾ അവരവരുടെ മുറിയിലേക്ക് പിൻവാങ്ങി. ആഡ്രിയൻ ജനാലയ്ക്കരികിലിരുന്ന് എല്ലാം ശരിയായോ എന്ന് നോക്കിയതിനുശേഷം, സാമോവർകൊണ്ടുവന്ന് ചൂടാക്കാൻ കല്പിച്ചു.

വായനക്കാരുടെ അറിവിലേക്കായി പറയുകയാണ്. നമുക്കറിയാം ഷേക്സ്പിയറിന്റെയും വാൾട്ടർ സ്കോട്ടിന്റെയും ശവക്കുഴി മാന്തിയവരെക്കുറിച്ച് സന്തോഷവാന്മാരും ചാഞ്ചാട്ടമുള്ളവരുമായി അവർ തന്നെ ചിത്രീകരിച്ചിട്ടുണ്ട്. ഒരൊത്തുനോട്ടത്തിൽ ഇവർ നമ്മുടെ സങ്കല്പത്തെ കലക്കുന്നു. ഇതൊന്നും മുഖവിലയ്ക്കെടുക്കാൻ കഴിയാത്ത വിധത്തിലാണ് ഈ അണ്ടർടേക്കറിന്റെ നടപടികൾ. അദ്ദേഹത്തിന്റെ ഉല്ലാസപ്രദമല്ലാത്ത തൊഴിൽപോലെ തന്നെയായിരുന്നു അദ്ദേഹത്തിന്റെ സ്വഭാവവും. ദുഃഖത്തിന്റെയും ശവപ്പെട്ടിയുടെയും സ്വഭാവം അയാൾക്കുണ്ടായിരുന്നു. അദ്ദേഹം വളരെ ചുരുക്കമായേ വായ തുറക്കാറുള്ളൂ. അതും തന്റെ പെൺമക്കളെ വഴക്കു പറയാൻ. ഒന്നുകിൽ അവർ പലഹാരം വഴിപോക്കരുടെ നേർക്ക് വലിച്ചെറിയുമ്പോൾ അല്ലെങ്കിൽ, തന്റെ ശവവസ്ത്രങ്ങൾക്ക് വേണ്ടി വിലപേശുമ്പോൾ. ആ ആഡ്രിയനാണ് ജനാലയ്ക്കരുകിലിരുന്ന് തന്റെ ഏഴാമത്തെ കപ്പ് ചായയും കുടിക്കുന്നത്. അദ്ദേഹം കഴിഞ്ഞ ആഴ്ചയിൽ നടന്ന റിട്ടയേഡ് ബ്രിഗേഡിയറിന്റെ ശവസംസ്കാരച്ചടങ്ങുകൾ ഓർത്തെടുക്കുകയായിരുന്നു. അതിന്റെ പേരിൽ അദ്ദേഹത്തിന്റെ പല അയഞ്ഞ കുപ്പായങ്ങളും ചീത്തയായി, തന്റെവക തൊപ്പികളുടെ ആകൃതിയും നഷ്ടപ്പെട്ടു. വലിയ നഷ്ടം സംഭവിച്ചതായി ആഡ്രിയൻ മനസ്സിലാക്കി. അദ്ദേഹത്തിന്റെ പഴയ ശവവസ്ത്രങ്ങൾ സഹതാപാർഹമായ രീതിയിലായിരുന്നു. ആ നഷ്ടം വ്യാപാരിയുടെ ഭാര്യയുടെ മരണത്തിന് - ട്രയിക്വിലിന- വീട്ടാമെന്ന് അയാൾ കരുതിയിരുന്നു. അവർ ഒരു വർഷത്തിലധികമായി കുഴിയിലേക്ക് കാലിട്ടിരിക്കയാണ്. ട്രയിക്വിലിനാ റാസ്ഗുല്യായിലാണ്. തന്നോടുള്ള വാഗ്ദാനം ലംഘിച്ച് അവർക്ക് അടുത്തുള്ള കോൺട്രാക്റ്ററുമായി ഒരഡ്ജസ്റ്റ്മെന്റ് നടത്താവുന്നതേയുള്ളൂ.

ഇതിനെ പിന്തിരിപ്പിച്ചുകൊണ്ട് വാതിലിൽ മൂന്നുതട്ടു കേട്ടു.

“അവിടെ ആരാണ്?” അണ്ടർടേക്കർ വിളിച്ചു ചോദിച്ചു. വാതിൽ തുറന്ന് അറിയുന്ന ഒരു ഫ്രഞ്ച് കരകൗശലവിദഗ്ദ്ധൻ കടന്നുവന്നു. അദ്ദേഹം സന്തോഷവാനായി അണ്ടർടേക്കറെ സമീപിച്ചു.

“എന്റെ അയൽക്കാരാ, എന്നോട് ക്ഷമിക്കൂ” ഒരു റഷ്യൻ ഉച്ചാരണ രീതിയിൽ അയാൾ അങ്ങനെ പറഞ്ഞു. ഇക്കാലത്ത് ഇതൊക്കെ കേട്ടാൽ ചിരിച്ചു തലതല്ലും. “കടന്നുകയറിയതിന് എന്നോട് ക്ഷമിക്കൂ. പക്ഷേ, എനിക്ക് നിങ്ങളുമായുള്ള പരിചയം എത്രയുംവേഗം ആവശ്യമാണ്. ഞാനൊരു ഷൂ നിർമ്മാതാവാണ്. പേര് ഗോട്ട്ലീബ് ഷുൽറ്റ്ഡ്. ഈ തെരുവിന് എതിർവശത്താണ് ഞാൻ താമസിക്കുന്നത്. നിങ്ങൾക്ക് ജനാലയിലൂടെ എന്റെ വീട് കാണാം. എന്റെ വിവാഹത്തിന്റെ ഇരുപത്തഞ്ചാം വാർഷികം ആഘോഷിക്കുകയാണ്, നാളെ. താങ്കളും താങ്കളുടെ പെൺമക്കളും എനിക്കൊപ്പം ഡിന്നർ കഴിക്കാൻ വരണം.”

ക്ഷണം സസന്തോഷം സ്വീകരിക്കപ്പെട്ടു. അണ്ടർടേക്കർ ഷൂ നിർമ്മാതാവിനോട് ഇരുന്ന് ഒരു കപ്പ് ചായ കുടിക്കാൻ ക്ഷണിച്ചു. ഗോട്ട്ലീബ്

ഷുൽറ്റ്ഡിന്റെ നല്ല മനസ്സിന് അദ്ദേഹം നന്ദി പറഞ്ഞു. എന്നിട്ട് ഇരുവരും സംസാരത്തിലേർപ്പെട്ടു.

“ബിസിനസ് ഒക്കെ എങ്ങനെ പോകുന്നു? നന്നായിരിക്കുന്നോ?” ആഡ്രിയൻ അന്വേഷിച്ചു.

“നന്നായി, നന്നായി” ഷുൽറ്റ്ഡ് മറുപടി പറഞ്ഞു.

“കുറ്റം പറയാനില്ല. എന്റെ ജോലി താങ്കളുടേത് പോലെയല്ലല്ലോ. ജീവിച്ചിരിക്കുന്നവർക്ക് ഷൂവില്ലാതെ പറ്റില്ല. മരിച്ചവർക്ക് ശവപ്പെട്ടി ഇല്ലാതെയും പറ്റില്ല.”

“സത്യം” ആഡ്രിയൻ നിരീക്ഷിച്ചു. “പക്ഷേ, ജീവിച്ചിരിക്കുന്നവർക്ക് കാശില്ലെങ്കിൽ ചെരുപ്പ് വാങ്ങാൻ പറ്റില്ല. വെറും കാലുമായി നടക്കേണ്ടി വരും. ഒരു പിച്ചക്കാരനുപോലും ശവപ്പെട്ടിയില്ലാതെ പറ്റില്ല.”

ഇങ്ങനെ സംഭാഷണം കുറേനേരം നീണ്ടു. ഒടുവിൽ ഷൂ നിർമ്മാതാവ് എഴുന്നേറ്റു. ക്ഷണം ഒരിക്കൽക്കൂടി ഓർമ്മിപ്പിച്ച് അയാൾ സ്ഥലം വിട്ടു.

പിറ്റേന്ന് കൃത്യം 12 മണി ആയപ്പോഴേക്കും അണ്ടർടേക്കറും പെൺമക്കളും പുതിയ അയൽക്കാരന്റെ ഗേറ്റ് കടന്നു; പുതിയ അയൽക്കാരനെ സന്ദർശിക്കാൻ. ആഡ്രിയൻ പ്രോക്കോറോവിന്റെ റഷ്യൻ കഫ്ത്താനെക്കുറിച്ചും അകുലിനയുടെയും ഡാരിയയുടെയും യൂറോപ്യൻ വേഷത്തെക്കുറിച്ചും പറയാതിരിക്കാൻ എനിക്ക് കഴിയില്ല. ഇതിൽ നിന്നെല്ലാം വ്യത്യസ്തമായി പെൺകുട്ടികൾ രണ്ടും മഞ്ഞ ഹാറ്റാണ് ധരിച്ചിരുന്നത്. അതുപോലെതന്നെ ചുവന്ന ഷൂവും. രണ്ടും പ്രത്യേക അവസരത്തിനുവേണ്ടി അവർ കാത്തുസൂക്ഷിക്കുന്നതാണ്.

ഷൂ നിർമ്മാതാവിന്റെ ചെറിയ മുറി നിറയെ അതിഥികളായിരുന്നു. കൂടുതൽ ഭാഗവും ജർമ്മൻ കരകൗശലക്കാരും ഭാര്യമാരും സഹായികളും. പൊലീസ് കോൺസ്റ്റബിൾ യുർക്കോ മാത്രമായിരുന്നു ഏക റഷ്യൻ. ആതിഥേയന് ഇദ്ദേഹത്തെ വലിയ കാര്യമായിരുന്നു. കഴിഞ്ഞ 25 വർഷമായി ഇദ്ദേഹം ഒരു പരാതിക്കും ഇടം നല്കാതെ പൊഗോറൽസ്കിയിലെ പോസ്റ്റ്മാനെപ്പോലെ തന്റെ പണി നോക്കി നടത്തുകയായിരുന്നു. 1812 ലെ തീ പഴയ തലസ്ഥാനം നശിപ്പിച്ചതുപോലെ അദ്ദേഹത്തിന്റെ മഞ്ഞ സെൻട്രി ബോക്സും നശിപ്പിച്ചു. ശത്രുക്കൾ പോയതിനുശേഷം മറ്റൊരാൾ പ്രത്യക്ഷപ്പെടുകയും ഗ്രേയും വെള്ളയും നിറത്തിൽ അത് പെയിന്റ് ചെയ്തു. നികിറ്റ്സ്കി ഗേറ്റിനടുത്ത് താമസിക്കുന്ന മിക്ക ജർമ്മൻകാർക്കും അദ്ദേഹത്തെ അറിയാം. അതുകൊണ്ടുതന്നെ ഞായറാഴ്ച രാത്രി അദ്ദേഹത്തിന്റെ സംരക്ഷണത്തിലാണവർ കഴിയാറ്. ആഡ്രിയൻ മടിച്ചു നില്ക്കാതെ യുർക്കോയുമായി പരിചയത്തിലായി. ഇപ്പോഴല്ലെങ്കിൽ പിന്നെ തനിക്കദ്ദേഹത്തെ ആവശ്യമായി വന്നേക്കും. അതുകൊണ്ട് ആഹാരത്തിന് അവരിരുവരും ഒരുമിച്ചിരുന്നു. ഫ്രാഷുൽറ്റ്സും പതിനേഴുകാരിയായ മകൾ ലോട്ട്ചെന്നെ പാചകക്കാരനെയും ജോലിക്കാരെയും അതിഥികൾക്ക് വിളമ്പുന്നതിൽ സഹായിച്ചുകൊണ്ടിരുന്നു. ബിയർ

വെള്ളം പോലെ ഒഴുകി. യുർക്കോ നാലുപേരുടെ ആഹാരം കഴിച്ചു. കൂടുതലാകാതിരിക്കാൻ ആഡ്രിയൻ ശ്രദ്ധിച്ചു. അദ്ദേഹത്തിന്റെ പെൺമക്കളും. ജർമ്മനിയിൽ തുടങ്ങിയ സംസാരം നിമിഷം കഴിയുന്തോറും ഉച്ചത്തിലായി. ഉടൻതന്നെ എല്ലാവരുടെയും ശ്രദ്ധ ക്ഷണിച്ചുകൊണ്ട് ഒരാൾ റഷ്യൻഭാഷയിൽ ഉറക്കെ പറഞ്ഞു.

"എന്റെ നല്ലവനായ ലൂയിസിന്റെ ആരോഗ്യത്തിനു വേണ്ടി." ആതിഥേയൻ മൃദുലമായി നാല്പതുകാരനായ തന്റെ കൂട്ടാളിയുടെ മുഖത്ത് ചുംബിച്ചു. നല്ലവനായ ലൂയിസിനു വേണ്ടി അതിഥികൾ ബഹളത്തോടെ കുടി തുടങ്ങി.

"എന്റെ പ്രിയപ്പെട്ട അതിഥികൾക്കുവേണ്ടി" ആതിഥേയൻ പൊട്ടിക്കാത്ത ഒരു ബോട്ടിൽ ഉയർത്തിക്കാണിച്ചു. ഗ്ലാസുകൾ നിറഞ്ഞുകൊണ്ടിരുന്നു.

എല്ലാവരുടെയും എല്ലാത്തിന്റെയും ആരോഗ്യത്തിനും നന്മയ്ക്കും വേണ്ടി കുടിച്ചുകൊണ്ടിരുന്നു. ഒരു തടിച്ച ബേക്കർ ഗ്ലാസുയർത്തിപ്പറഞ്ഞു. "നാം ആർക്കുവേണ്ടിയാണോ പണിയെടുക്കുന്നത്, അവരുടെ ആരോഗ്യത്തിനു വേണ്ടി."

ഇത് എല്ലാവരും കൂട്ടത്തോടെ അംഗീകരിച്ചു. അതിഥികൾ പരസ്പരം വണങ്ങി. ഷൂ നിർമ്മാതാവ് തയ്യൽക്കാരനോട്, തയ്യൽക്കാരൻ ഷൂ നിർമ്മാതാവിനോട്, ബേക്കർ ഇരുവരെയും പിന്നെ എല്ലാവരും ബേക്കറിനോട് അങ്ങനെയങ്ങനെ... യുർക്കോയും ഇതിൽ പങ്കെടുത്തു. ഒടുവിൽ അദ്ദേഹം വിളിച്ചു പറഞ്ഞു.

"എല്ലാവരും വരൂ. മരിച്ചവരുടെ ആരോഗ്യത്തിനു വേണ്ടി കുടിക്കൂ."

എല്ലാവരും ചിരിച്ചു മണ്ണുകപ്പി. പക്ഷേ, ആഡ്രിയന് മാത്രം താൻ അധിക്ഷേപിക്കപ്പെട്ടതായി തോന്നി. ഇതൊന്നും ആരും ശ്രദ്ധിച്ചില്ല. എല്ലാവരും കുടി തുടർന്നു. സായംകാലത്തെ സൂചിപ്പിക്കുന്ന ബെൽ മുഴങ്ങി. അപ്പോഴാണ് അവർ മേശയിൽ നിന്നെഴുന്നേറ്റത്.

അതിഥികൾ പോയപ്പോൾ വൈകി. മിക്കവർക്കും ലഹരി പിടിച്ചിരുന്നു. തടിയൻ ബേക്കറും ബുക് ബയന്ററും യുർക്കോയെ താങ്ങിയെടുത്ത് അയാളുടെ സെൻട്രി ബോക്സിലെത്തിച്ചു. റഷ്യൻ പഴമൊഴിപോലെ, ഒരു "വളവ് മറ്റൊന്നിനെ അർഹിക്കുന്നു."

കുടിച്ചിരുന്ന അണ്ടർടേക്കർ ദേഷ്യത്തിലാണ് വീട്ടിലെത്തിയത്. "എന്റെ തൊഴിൽ തന്നെ എന്തിനാണ്?" അദ്ദേഹം ഉച്ചത്തിൽ ചോദിച്ചു. "മറ്റുള്ളവരേക്കാൾ ബഹുമതി കുറവാണോ ഇതിന്? തൂക്കിക്കൊല്ലുന്ന ഒരുവന്റെ സഹോദരനായാലോ ശവപ്പെട്ടിക്കച്ചവടക്കാരൻ? എല്ലാരും എന്നെ നോക്കി ചിരിക്കുന്നതെന്താ? ക്രിസ്മസ് ഫെയറിലെ കോമാളിയാണോ ഒരു അണ്ടർടേക്കർ? എനിക്കവരെയെല്ലാം ഒരു വീട് പാലുകാച്ചലിന് ക്ഷണിക്കണം. ഒരു രാജകീയ വിരുന്ന് നല്കണം. പക്ഷേ, ഇപ്പോഴത് ചെയ്താൽ എനിക്ക് നാശമാവും. ഇല്ല, ഞാനെല്ലാവരെയും ക്ഷണിക്കില്ല. മരിച്ച ജാതിശ്രേഷ്ഠതയുള്ളവർ മാത്രം."

“സർ” ജോലിക്കാരി വിളിച്ചു പറഞ്ഞു. അവർ അദ്ദേഹത്തിന്റെ ചെരുപ്പുകൾ അഴിക്കാൻ സഹായിക്കുകയായിരുന്നു. “എന്തൊക്കെ അസംബന്ധമാണ് താങ്കൾ പുലമ്പുന്നത്? ഈ നിമിഷം കുരിശ് വരയ്ക്ക്. മരിച്ചവരെ ഒരു പാലുകാച്ചലിന് ക്ഷണിക്കുക. പിന്നീടെന്താ?”

“ഈശ്വരനാണേ” ആഡ്രിയൻ തുടർന്നു. “ഞാനവരെ ക്ഷണിക്കും. നാളെ. എനിക്കൊരുപകാരം ചെയ്യ്. ഗുണകാംക്ഷികൾ മാത്രം. അവരെല്ലാം എനിക്കൊപ്പം നാളെ വൈകിട്ട് വിരുന്നിനുവരും. ഈശ്വരനായിരിക്കട്ടെ നമ്മുടെ സജ്ജീകരണത്തിന് ചുക്കാൻ പിടിക്കുന്ന ആൾ”

ഈ വാക്കുകളോടെ അണ്ടർടേക്കർ കിടക്കാൻ പോയി. താമസിയാതെ കൂർക്കം വലിക്കാനും.

ആഡ്രിയൻ ഉണരുമ്പോൾ പുറത്ത് ഇരുട്ടായിരുന്നു. ആ രാത്രിയിൽ ട്രയികിഡിനാ, കച്ചവടക്കാരന്റെ ഭാര്യ മരിച്ചു. അവരുടെ കാര്യസ്ഥൻ വഴി വന്ന സന്ദേശവാഹകൻ വിവരം ആഡ്രിയനെ ധരിപ്പിച്ചു. ആഡ്രിയൻ അയാൾക്ക് പത്ത് കോപ്പെക്ക് വോഡ്കയ്ക്കായി കൊടുത്തു. പിന്നീട് ധൃതിയിൽ വേഷം ധരിച്ചു ഒറ്റക്കുതിരവണ്ടിയിൽ റാസ്ഗുൽയായിലേക്ക് യാത്രയായി. പൊലീസുകാരെല്ലാം മരിച്ച വനിതയുടെ വാതില്ക്കൽ നിന്നിരുന്നു. കച്ചവടക്കാർ സോല്ലാസം താഴേക്കും മുകളിലേക്കും മൃതദേഹത്തിൽ സെന്റ് പൂശാനുള്ളവർ എന്ന കണക്കെ പാഞ്ഞുകൊണ്ടിരുന്നു. മരിച്ച സ്ത്രീയെ ഒരു മേശപ്പുറത്ത് കിടത്തിയിരിക്കുകയായിരുന്നു. മെഴുകുപോലെ അവരുടെ മുഖം മഞ്ഞച്ചിരുന്നു. പക്ഷേ, അഴുകാൻ തുടങ്ങിയിരുന്നില്ല. ബന്ധുക്കളും അയൽക്കാരും വീട്ടിലെ അംഗങ്ങളും അവർക്ക് ചുറ്റും കൂടിനിന്നു. എല്ലാ ജനാലകളും തുറന്നിരുന്നു, മെഴുകുതിരികൾ എരിഞ്ഞുകൊണ്ടിരുന്നു. മരിച്ചവർക്കു വേണ്ടിയുള്ള പ്രാർത്ഥന അച്ചന്മാർ ചൊല്ലി. ട്രയികിഡിനായുടെ മരുമകന്റെ അടുത്തേക്ക് ആഡ്രിയൻ ചെന്നു. അയാൾ ഫാഷനബിളായ ഒരു ഫ്രോക്ക് കോട്ട് ധരിച്ചിരുന്നു. ശവപ്പെട്ടി, മെഴുകുതിരി, മറ്റ് സംസ്കാരച്ചടങ്ങുകൾക്ക് വേണ്ടുന്നതെല്ലാം ആഡ്രിയൻ വിലക്കുറവിൽ എത്തിക്കാമെന്ന് മരുമകനോട് പറഞ്ഞു. മരുമകൻ ആഡ്രിയനോട് നന്ദി പറഞ്ഞു. ഒപ്പം വിലപേശരുതെന്നും എല്ലാം ഒരു അണ്ടർടേക്കറിന്റെ ശ്രദ്ധയോടെ നിർവ്വഹിക്കണമെന്നും അറിയിച്ചു. ഒരു കോപ്പെക്പോലും താൻ അധികം ഈടാക്കില്ല എന്ന് പറഞ്ഞ് വണങ്ങി കാര്യസ്ഥനെയും ഒന്ന് നോക്കിയതിനുശേഷം ആഡ്രിയൻ അനുസാരികൾ ഒപ്പിക്കാൻ വേണ്ടി വീട്ടിലേക്ക് പോയി. പൂർണ്ണദിവസവും റാസ്ഗുൽയായിലേക്കും നികിറ്റ്സ്കി ഗേറ്റിലേക്കും ഓട്ടമായിരുന്നു ആഡ്രിയൻ. വൈകുന്നേരത്തോടെ എല്ലാം ഒപ്പിച്ചതിനുശേഷം ഒറ്റക്കുതിരവണ്ടി വിട്ട് കാൽനടയായി അയാൾ വീട്ടിലേക്കു പോയി. അതൊരു നിലാവുള്ള രാത്രിയായിരുന്നു. നികിറ്റ്സ്കി ഗേറ്റ് വരെ അയാൾ സുരക്ഷിതനായി എത്തി. പള്ളിക്കു പുറത്തുവച്ച് യുർക്കോ അയാളെ വന്ദിക്കുകയും അണ്ടർടേക്കറെ തിരിച്ചറിഞ്ഞ് ഗുഡ്നൈറ്റ് പറയുകയും ചെയ്തു. രാത്രി ഏറെയായി. അണ്ടർടേക്കർ വീടിനടുത്തെത്തിയപ്പോൾ ആരോ ഗേറ്റിന

ടുത്തേക്ക് വരുന്നത് കണ്ടു. ഗേറ്റ് തുറന്ന് അയാൾ അകത്തെങ്ങോ അപ്രത്യക്ഷനായി.

'എന്താണിതിന് അർത്ഥം?' ആഡ്രിയൻ വിചാരിച്ചു. 'ഇനി എന്നെ ആർക്കാണ് ആവശ്യം? ഏതെങ്കിലും കള്ളൻ വന്നതാണോ? അതോ ഏതെങ്കിലും കാമുകന്മാർ എന്റെ വിഡ്ഢികളായ മക്കളെത്തേടി എത്തിയതാണോ? എങ്കിലിത് അവസാനത്തേതാണ്.'

യുർക്കോയുടെ സഹായം നേടാമെന്ന് ആഡ്രിയൻ വിചാരിച്ചു. ആ നിമിഷം ആരോ ഗേറ്റിനടുത്തേക്ക് വന്നു. വീട്ടുടമസ്ഥനെ കണ്ട് അയാൾ ഒന്ന് ശങ്കിച്ചുനിന്നിട്ട് മൂന്ന് മടക്കുള്ള തൊപ്പിയെടുത്ത് അഭിവാദ്യം ചെയ്തു. ആ മുഖം പരിചിതമായി ആഡ്രിയന് തോന്നി. അയാളുടെ സംശയിച്ച് നില്പ് കാരണം ആ മുഖത്തെ വേണ്ടത്ര മനസ്സിലാക്കാൻ അഡ്രിയനായില്ല.

"താങ്കൾ എന്നെ കാണാൻ വന്നതാണോ?" ആഡ്രിയൻ ചോദിച്ചു. "അകത്തേക്കു വരൂ."

"ചടങ്ങുകൾക്ക് വേണ്ടി നില്ക്കല്ലേ സുഹൃത്തെ" മറ്റേയാൾ പൊള്ള ശബ്ദത്തിൽ പറഞ്ഞു. "നിങ്ങൾ ആദ്യം പോകുക. അതിഥികൾക്ക് വഴി കാട്ടൂ."

സത്യത്തിൽ ആഡ്രിയന് ചടങ്ങുകൾക്ക് വേണ്ടി നില്ക്കാനുള്ള സമയമില്ലായിരുന്നു. ഗേറ്റ് തുറന്ന് അയാൾ പടികൾ കയറി മറ്റേയാൾ പിന്തുടർന്നു. അവിടെ തന്റെ മുറികളിലൂടെ ആളുകൾ കയറിയിറങ്ങി നടക്കുന്നത് അയാൾ കണ്ടു.

'ഇവിടെ എന്ത് മാരണമാണ് നടക്കുന്നത്? എന്ന് കരുതിക്കൊണ്ട് ആഡ്രിയൻ വേഗം മുറിക്കുള്ളിലേക്ക് പ്രവേശിച്ചു. അയാളുടെ കാലുകൾ കുഴഞ്ഞു.

മുറി നിറയെ സൈന്യമാണ്. ജനാലയിലൂടെ നിലാ വെളിച്ചം വരുന്നുണ്ടായിരുന്നു. അത് അവരുടെ നീലയും മഞ്ഞയും മുഖങ്ങളെ ജ്വലിപ്പിച്ചു. അമർത്തിയടച്ച വായകൾ, പകുതിയടഞ്ഞ കണ്ണുകൾ, ഉയർന്നു നില്ക്കുന്ന നാസികകൾ. താൻ ശവമടക്കിന് സഹായിച്ചവരാണ് അവരൊക്കെയെന്ന് ആഡ്രിയൻ ഭീതിയോടെ മനസ്സിലാക്കി. തനിക്കൊപ്പം വന്ന അതിഥി കോരിച്ചൊരിയുന്ന മഴയത്ത് ശവക്കുഴിയിലേക്ക് പോയ ബ്രിഗേഡിയറാണ്. മരിച്ചുപോയ സ്ത്രീപുരുഷന്മാരെല്ലാം ആഡ്രിയന്റെ ചുറ്റും കൂടി. ചിലർ അദ്ദേഹത്തെ വണങ്ങി. ചിലർ അഭിനന്ദിച്ചു. ഒരു പാവം മാത്രം, ശവമടക്കത്തിന്റെ ചാർജിൽനിന്ന് രക്ഷപ്പെട്ട ഒരുവൻ- കുറച്ചു കാലമേ ആയുള്ളൂ അയാൾ മരിച്ചിട്ട്, തന്റെ വസ്ത്രത്തിന്റെ ഗതികേടോർത്തു ആഡ്രിയന്റെ ചുറ്റും കൂടിയവർക്കടുത്തേക്ക് വന്നില്ല. ഒരു മൂലയ്ക്ക് നിന്നതേയുള്ളൂ. മറ്റുള്ളവരെല്ലാം നന്നായി വേഷം ധരിച്ചിരുന്നു. സ്ത്രീകൾ റിബണുകൾ, ഓഫീസർമാർ യൂണിഫോമിൽ, കച്ചവടക്കാർ ഞായറാഴ്ച വസ്ത്രങ്ങളിലും.

"നോക്കൂ, പ്രോക്കോറോവ്" ബ്രിഗേഡിയർ മറ്റെല്ലാവർക്കും വേണ്ടി

സംസാരിച്ചു. "ഞങ്ങളെല്ലാം താങ്കളുടെ ക്ഷണം സ്വീകരിച്ച് എത്തിയിട്ടുള്ളവരാണ്. എത്താൻ കഴിയാത്തവരുണ്ട്. വയ്യാത്തവർ, എല്ലുമാത്രമായവർ, കഷണങ്ങളായവർ ഒക്കെ. പക്ഷേ, അതിലൊരാൾ താങ്കളെ സന്ദർശിക്കാനെത്തിയിട്ടുണ്ട്.."

ഉടൻ ഒരു അസ്ഥികൂടം ആളുകൾക്കിടയിൽ നിന്ന് അഡ്രിയാനടുത്തേക്ക് വന്നു. അതിന്റെ തലച്ചോർ ആഡ്രിയനെ നോക്കി പുഞ്ചിരി തൂകി. ഇളംപച്ചയും ചുവപ്പും തുണിക്കഷണങ്ങൾ ഒരു തൂണിൽ നിന്നെന്ന പോലെ അതിൽ ഞാന്നു കിടന്നിരുന്നു.

"നിങ്ങൾക്കെന്നെ തിരിച്ചറിയാൻ കഴിയില്ല പ്രൊക്കറോവ്." അസ്ഥികൂടം പറഞ്ഞു. "ഗാർഡ്സിന്റെ ഒരു റിട്ടയേഡ് സർജന്റിനെ ഓർക്കുന്നുണ്ടോ? പ്യോർ പെട്രോവിച്ച് കുരിൾക്കിൻ. 1799 ൽ നിങ്ങൾ ആദ്യത്തെ ശവപ്പെട്ടി അവർക്കാണ് വിറ്റത്. അത് ഓക്കുതടികൊണ്ടുള്ളതാണെന്ന് നിങ്ങൾ പറഞ്ഞിരുന്നു."

ഇങ്ങനെ പറഞ്ഞുകൊണ്ട് തന്റെ കൈകൾ നീട്ടി പ്രോക്കോറോവിനെ കെട്ടിപ്പിടിക്കാൻ ശ്രമിച്ചു. പക്ഷേ, ആഡ്രിയൻ എല്ലാ ശക്തിയുമെടുത്ത് അതിനെ തള്ളിനീക്കി. പ്യോർ പിന്നിലേക്ക് കറങ്ങി വീണു. കൈകാലുകളെല്ലാം ഒടിഞ്ഞു. ഇതോടെ അവർക്കിടയിൽ ഒരു മുറുമുറുപ്പ് ഉയർന്നു. അവരുടെ സഖാവിനുവേണ്ടി കാത്തുനിന്ന അവർ അയാളെ ശപിച്ചു. ചവിട്ടി. ആഡ്രിയൻ, പാവം ആതിഥേയൻ, അവരുടെ കരച്ചിലിനും തിരക്കിനുമിടയിൽപ്പെട്ട് ചാവാറായി. അയാളുടെ മനഃസാന്നിദ്ധ്യം നഷ്ടപ്പെട്ടിരുന്നു. റിട്ടയേഡ് സർജന്റിന്റെ എല്ലിൻകൂമ്പാരത്തിലേക്ക് വീണ് അയാളുടെ ബോധം പോയി.

അണ്ടർടേക്കർ കിടന്ന കട്ടിലിൽ സൂര്യപ്രകാശം അടിച്ചു. അവസാനം അയാളുടെ തുറന്ന കണ്ണുകൾക്കു മുന്നിൽ ജോലിക്കാരി സാമോവർ ചൂടാക്കുന്നത് കണ്ടു. ഭീതിയോടെ അയാൾ കഴിഞ്ഞ ദിവസത്തെ അനുഭവങ്ങൾ ഓർത്തു. ട്രയികിവിനയും ബ്രിഗേഡിയറും സർജന്റ് കുരിൾക്കിനും അയാളുടെ മനസ്സിലേക്ക് വന്നു. അദ്ദേഹം ജോലിക്കാരി സംസാരിച്ചു തുടങ്ങുന്നതിന് കാത്തിരുന്നു.

"ഇന്നലെ നന്നായി ഉറങ്ങിയോ?" ഡ്രസിങ് ഗൗൺ എടുത്തുകൊണ്ടുവന്ന അക്സിനിയ ചോദിച്ചു. "താങ്കളുടെ അയൽക്കാരൻ, ആ തയ്യൽക്കാരൻ താങ്കളെ അന്വേഷിച്ചു വന്നിരുന്നു. പിന്നെയോ പൊലീസ് കോൺസ്റ്റബിൾ ജില്ലയിലെ പൊലീസ് ഇൻസ്പെക്ടറുടെ പേരിടൽ ദിനമാണെന്ന്. താങ്കൾ സ്വപ്നം കണ്ടു കിടക്കുകയായിരുന്നതിനാൽ ഞങ്ങൾ താങ്കളെ ഉണർത്തിയില്ല."

"മരിച്ച ട്രയികിവിനായുടെ അടുത്തുനിന്ന് ആരെങ്കിലും എന്നെ അന്വേഷിച്ച് വന്നാരുന്നോ?"

"മരിച്ച ട്രയികിവിനായോ? അപ്പോൾ അവർ മരിച്ചോ?"

"വിഡ്ഢി! കഴിഞ്ഞ ദിവസം നീയല്ലേ എന്നെ ചടങ്ങ് നടത്താൻ സഹായിച്ചത്?"

“താങ്കളുടെ തിരിച്ചറിവുകളെല്ലാം കാശിക്ക് പോയെന്നാണ് തോന്നുന്നത്. അതോ ഇപ്പോഴും അതിന്റെ പിടിയിലാണോ? എന്ത് തരം ചടങ്ങുകളാണ് കഴിഞ്ഞ ദിവസം നമ്മൾ നടത്തിയത്? കഴിഞ്ഞ ദിവസം മുഴുവൻ ജർമ്മൻകാരന്റെ കൂടെയല്ലാരുന്നോ? കുടിച്ചിരുന്നു. വന്ന് അപ്പാടെ കിടക്കയിലേക്ക് വീണു. ഇപ്പോഴാണ് ഉണരുന്നത്.”

“ഇതൊന്നും ഞാൻ വിശ്വസിക്കില്ല.” അണ്ടർടേക്കർ സന്തോഷത്തിലായിരുന്നു.

“ഇതേ ഞാൻ പറഞ്ഞുള്ളൂ.” വീട്ടുജോലിക്കാരി പറഞ്ഞു.

“ശരി അങ്ങനെയെങ്കിൽ വേഗം ചായ ഉണ്ടാക്കൂ. എന്റെ മക്കളെ വിളിക്കൂ.”

പോസ്റ്റ് മാസ്റ്റർ

പോസ്റ്റിങ് സ്റ്റേഷനിലെ മാസ്റ്ററുമായി ശപിക്കുകയോ വഴക്കിടുകയോ ചെയ്യാത്ത ആരുണ്ട്? കഴിവില്ലായ്മയ്ക്കും ക്രോധാവേശത്തിനും മോശം പെരുമാറ്റത്തിനും ബുക്കിൽ കംപ്ലയിന്റ് എഴുതാത്ത ആരുണ്ട്? നമുക്ക് നമ്മളെ അവരുടെ സ്ഥാനത്തൊന്നു പ്രതിഷ്ഠിച്ചു നോക്കാം. ചിലപ്പോൾ നമ്മൾ അത്യുത്സാഹത്തോടെ അവരെ വിലയിരുത്താൻ തുടങ്ങും. ഒരു പോസ്റ്റ് മാസ്റ്ററെന്നാൽ എന്താണ്? ഇദ്ദേഹത്തിന്റെ തൊഴിൽ എന്തൊക്കെയാണ്? വ്യാസെമ്സ്കി തമാശയ്ക്ക് പറയാറുള്ളതുപോലെ. സത്യസന്ധമായി പറഞ്ഞാൽ അതൊരു അടിമപ്പണിയല്ലേ? ചിലപ്പോൾ രാത്രിയിൽ ചിലപ്പോൾ പകൽ അയാൾ വിശ്രമിക്കുന്നു. ഒരു ക്ഷീണിതമായ യാത്രയ്ക്കുശേഷം ഒരു യാത്രക്കാരൻ യാത്രയുടെ കുഴപ്പങ്ങളത്രയും കിട്ടുന്ന പഴുതിൽ അത് പോസ്റ്റ് മാസ്റ്ററുടെ തലയിൽ വച്ചുകെട്ടും. കാലാവസ്ഥ മോശമായാൽ, റോഡ് കുണ്ടുംകുഴിയുമായാൽ, ദുർവ്വാശിയുള്ള ഡ്രൈവറായാൽ, മടിയുള്ള കുതിരയായാൽ എല്ലാം പഴിചാരുന്നത് പോസ്റ്റ് മാസ്റ്ററെ. ഒരു യാത്രക്കാരൻ തന്റെ ദരിദ്രമായ വീട്ടിലേക്ക് വന്നാൽ പോസ്റ്റ് മാസ്റ്റർ അയാളെ ശത്രുവായി കണക്കാക്കും. ക്ഷണിക്കാതെ എത്തുന്ന അതിഥികളെ ഉടൻ പുറത്താക്കുന്നതിൽ ഒരു പോസ്റ്റ് മാസ്റ്റർ വിജയമാണ്. പക്ഷേ, കുതിരകളില്ലെങ്കിൽ.. പിന്നെന്തൊക്കെ ശാപങ്ങളാണ്, ഭീഷണികളാണ് അയാളുടെ തലയ്ക്ക് വീഴുന്നതെന്ന് ആരറിയാൻ? എത്ര മഴയായാലും അയാൾ വീട് തോറും കയറിയിറങ്ങണം, ഏത് കൊടുങ്കാറ്റിലായാലും ജനുവരി മഞ്ഞിലായാലും പോർച്ചിലേക്ക് ഓടിച്ചെന്ന് പ്രകോപിതനായ ഒരു യാത്രക്കാരന്റെ കൂക്കുവിളിയും തെറിവിളിയും കേൾക്കണം. ഒരുജനറൽ വരുന്നു. വിറപൂണ്ട പോസ്റ്റ് മാസ്റ്റർ തന്റെ കൈയിലെ അവസാന ആയുധങ്ങൾ രണ്ടും നല്കി. അതിലൊന്ന് സർക്കാർ കൊറിയറാണ്. ഒരക്ഷരം പറയാതെ ജനറൽ സ്ഥലംവിട്ടു. 5 മിനിറ്റ് കഴിഞ്ഞ

പ്പോൾ സർക്കാർ കൊറിയർ രണ്ട് കുതിരകളുമായി പ്രത്യക്ഷപ്പെട്ടു.

ഇതെല്ലാം ശ്രദ്ധയോടെ നാം വിശകലനം ചെയ്താൽ നമ്മുടെ ഹൃദയം കൊണ്ടുള്ള വിലയിരുത്തലിന് അവ വശംവദമാകും. ഞാനിത് കൂടി കൂട്ടുന്നു- ഇക്കഴിഞ്ഞ ഇരുപത് വർഷത്തിനും നീളത്തിലും വീതിയിലും ഞാൻ റഷ്യയിലാകമാനം യാത്രചെയ്തിട്ടുണ്ട്. മിക്കവാറും എല്ലാ പോസ്റ്റ് റോഡുകളും എനിക്കറിയാം. പല തലമുറയിൽപ്പെട്ട ഡ്രൈവർമാരെ എനിക്കറിയാം. കാഴ്ചയിൽ ചിലപ്പോൾ എനിക്കറിയാവുന്ന പോസ്റ്റ് മാസ്റ്റർമാർ കൂടുതലാണ്. കുറച്ചാളുകളുമായി എനിക്ക് നേരിട്ട് ഇടപാടൊന്നുമില്ല. എന്റെ യാത്രകളിലെ രസകരമായ നിരീക്ഷണങ്ങൾ ഉൾപ്പെടുത്തി ഒരു പുസ്തകം തയ്യാറാക്കാൻ ഞാൻ ശ്രമിക്കുകയാണ്. ഇപ്പോൾ ഒരുകാര്യം ഞാൻ പറയാം, പോസ്റ്റ് മാസ്റ്റർമാരെ നാം വിലയിരുത്തുന്നത് തെറ്റായാണ്. അവർ ശരിക്കും കാശിനോട് പ്രതിപത്തിയില്ലാത്ത വർഗ്ഗമാണ്. അവരുമായി സംഭാഷണത്തിൽ ഏർപ്പെടുന്ന ഒരാൾക്ക് രസകരമായ പലതും കിട്ടും. എന്നെ സംബന്ധിച്ചിടത്തോളം സർക്കാർ ജോലി ചെയ്യുന്ന ഒരു സീനിയർ ഓഫീസറെന്ന നിലയിലാണ് ഞാനവരോട് ഇടപെടാറുള്ളത്.

അത്ഭുതപ്പെടുത്തുന്ന ഒരു കാര്യം നാം തന്നെ പരസ്പരം ആരെന്നറിയാതെയാണ് പരിചയപ്പെടുന്നതും സംസാരിക്കുന്നതും.

കുതിരകൾ തയ്യാറായി. പക്ഷേ, പോസ്റ്റ് മാസ്റ്ററും മകളുമായി വേർപിരിയാൻ എനിക്ക് വിഷമമുണ്ടായിരുന്നു. ഒടുവിൽ ഞാനവരെ വേർപെട്ടു; അച്ഛൻ എനിക്ക് ശുഭയാത്ര നേർന്നു. മകൾ എന്നെ വണ്ടിയിലേക്ക് നയിച്ചു. പോർച്ചിലെത്തിയപ്പോൾ ഞാൻ നിന്നു. ഞാനവളെ ചുംബിച്ചോട്ടെ എന്ന് ചോദിച്ചു. ധുന്യ സമ്മതിച്ചു. എനിക്ക് സുന്ദരമായ അവസാനിക്കാത്ത ഓർമ്മകൾ തന്നവർ....

കുറച്ചുവർഷങ്ങൾ കടന്നുപോയി. എനിക്ക് ആ റോഡ് വഴി വീണ്ടും യാത്രചെയ്യേണ്ടിവന്നു. പഴയ അതേ സ്ഥലങ്ങൾ. ഞാൻ പോസ്റ്റ് മാസ്റ്ററുടെ മകളെ ഓർത്ത് സന്തോഷവാനായി. എനിക്ക് വീണ്ടും അവളെ കാണാമല്ലോ. 'പക്ഷേ, ചിലപ്പോൾ പഴയ പോസ്റ്റ് മാസ്റ്റർക്കു പകരം പുതിയ ആൾ വന്നിരിക്കും!' ഞാൻ ആലോചിച്ചു. 'ധുന്യ ഇപ്പോൾ വിവാഹിതയായിരിക്കും!' മറ്റൊരു ചിന്തയും മനസ്സിലേക്ക് വന്നു. അവരിലൊരാൾ മരിച്ചുകഴിഞ്ഞിരിക്കും. ഇത്തരം വേദനിപ്പിക്കുന്ന ചിന്തകളുമായാണ് ഞാൻ പോസ്റ്റിങ് സ്റ്റേഷനിലേക്ക് ചെന്നത്.

പോസ്റ്റ് മാസ്റ്ററുടെ വീട് അടുത്തപ്പോൾ കുതിരകൾ നിന്നു. മുറിയിലേക്ക് പ്രവേശിച്ചു. ചിത്രങ്ങൾ ഞാൻ തിരിച്ചറിഞ്ഞു. ധൂർത്തനായ മകന്റെ കഥ ഞാനെന്തോ അപ്പോൾ ഓർത്തു. മേശയും കിടക്കയും പഴയ സ്ഥലത്തുതന്നെ. പക്ഷേ, ജനാലയ്ക്കടുത്ത് പൂക്കളില്ല. അതുപോലെ തന്നെ ഓരോ സാധനവും ജീർണ്ണിച്ചും നശിച്ചുമിരുന്നു. ഒരു ആട്ടിൻതോൽ കോട്ടിൽ പോസ്റ്റ് മാസ്റ്റർ ഉറക്കത്തിലായിരുന്നു. എന്റെ കടന്നുചെല്ലൽ അദ്ദേഹത്തെ ഉണർത്തി. അദ്ദേഹം എഴുന്നേറ്റു... സാംസൺ വൈറിൺ തന്നെയാണത്. പക്ഷേ, അദ്ദേഹം വയസ്സായിരിക്കുന്നു. കുതിരയ്ക്കു

വേണ്ടിയുള്ള എന്റെ ഓർഡർ അദ്ദേഹം കോപ്പി ചെയ്തു. അദ്ദേഹത്തിന്റെ നരച്ച മുടിയിലേക്ക് ഞാൻ നോക്കി. ആഴത്തിൽ വരകൾ വീണ ഷേവ് ചെയ്യാത്ത മുഖം, കുനിഞ്ഞ പിറകുവശം- നാലോ അഞ്ചോ വർഷം കൊണ്ട് ആരോഗ്യവാനായ ഒരു മനുഷ്യൻ വൃദ്ധനായിരിക്കുന്നു.

"എന്നെ മനസ്സിലായില്ലേ?" ഞാൻ ചോദിച്ചു. "നമ്മൾ പഴയ സുഹൃത്തുക്കളാണ്."

"ആയിരിക്കാം." അദ്ദേഹം വിമുഖനായി പറഞ്ഞു. "ഇതൊരു മെയിൻ റോഡാണ്. പലരും വന്നുപോകും."

"ധുന്യ എങ്ങനെയുണ്ട്?" ഞാൻ തുടർന്നു.

വൃദ്ധൻ ഒന്ന് പരുങ്ങി.

"ഈശ്വരനറിയാം." അയാൾ മറുപടി പറഞ്ഞു.

"അവൾ വിവാഹിതയായിരിക്കുമെന്ന് ഞാൻ കരുതുന്നു." ഞാൻ പറഞ്ഞു.

കൂടുതൽ കേൾക്കാൻ താല്പര്യമില്ലാത്ത പോലെ അയാൾ എന്റെ ഓർഡർ ഒരിക്കൽക്കൂടി മെല്ലെ വായിച്ചു. ഞാൻ കുറച്ച് ചായയ്ക്ക് ഓർഡർ കൊടുത്തു. ഞാൻ കൂടുതൽ ആകാംക്ഷാഭരിതനായി. അതെന്റെ സുഹൃത്തിന്റെ നാവിന്റെ കെട്ടഴിക്കുമെന്ന് ഞാൻ കരുതി.

എന്റെ ഊഹം തെറ്റിയില്ല. റം അദ്ദേഹത്തിന്റെ വിമുഖതമാറ്റി. രണ്ടാമത്തെ ഗ്ലാസോടെ അയാൾ സംസാരം തുടങ്ങി. അദ്ദേഹം ഓർക്കുകയോ ഓർക്കുന്നതായി നടിക്കുകയോ ചെയ്തു. ഞാനാ കഥ കേട്ടു. അതെന്നെ ആഴത്തിൽ സ്പർശിച്ചു.

"അപ്പോൾ നിങ്ങൾക്കെന്റെ ധുന്യയെ അറിയാം ഇല്ലേ?" അയാൾ ആരംഭിച്ചു. "അവളെ ആർക്കാണറിയാത്തത്? ഹാ, ധുന്യ, ധുന്യ! അവളെന്തൊരു പെൺകുട്ടിയായിരുന്നു? ആരുവന്നാലും അവളെ പ്രശംസിക്കും. ആരും ഒന്നും പറഞ്ഞ് അവളെ വേദനിപ്പിച്ചിട്ടില്ല. സ്ത്രീകൾ അവൾക്ക് സമ്മാനങ്ങൾ നല്കും. ഒരു കൈലേസോ, ഒരു കമ്മലോ? മാന്യന്മാർ ഒരുപാട് ദൂരം യാത്ര ചെയ്യാതെ ഇവിടെയെത്തി അവളുമായി അത്താഴം കഴിക്കും. ദേഷ്യപ്പെട്ടു വരുന്ന ഒരു മാന്യൻ എന്നോട് മോശമായി പെരുമാറിയാലും അവളെ കാണുമ്പോൾ നിശ്ശബ്ദനാവും. വിശ്വസിച്ചാലും ഇല്ലെങ്കിലും സർക്കാർ കൊറിയർമാരാണെങ്കിലും സന്ദേശവാഹകരാണെങ്കിലും അവളോട് ഓരോ വരവിലും അരമണിക്കൂർ സംസാരിക്കും. അവളാണ് വീട് ഒരുമിപ്പിച്ചത്. എല്ലാം വൃത്തിയാക്കി അവൾ പാചകം ചെയ്തു. എല്ലാം ശ്രദ്ധിച്ചു. അവൾ എന്റെ കണ്ണിന് ആപ്പിളായിരുന്നു. ഞാനൊരു വയസ്സൻ പൊട്ടനെപ്പോലെയായിരുന്നു അവൾക്കു മുന്നിൽ. അവൾക്ക് വേണ്ടത്ര സ്നേഹം കിട്ടിയില്ലേ? ഞാനവളെ വാത്സല്യപൂർവ്വമല്ലേ വളർത്തിയത്? എന്നോടൊപ്പം അവൾക്ക് നല്ല ഒരുജീവിതം ആയിരുന്നില്ലേ? ഇതൊന്നും നിർഭാഗ്യത്തിന് ഉത്തരമല്ലല്ലോ. എല്ലാത്തിനും വിധി എന്ന ഒന്നുണ്ട്."

പിന്നീടദ്ദേഹം വിശദമായ ജീവിതകഥ എന്നോട് പറഞ്ഞു. മൂന്നുവർഷം മുൻപ് ഒരു തണുപ്പുകാല വൈകുന്നേരത്ത് പോസ്റ്റ് മാസ്റ്റർ

പുതിയ ലെഡ്ജറിൽ വരയിടുന്നു. മകൾ ഒരു പുതിയ ഡ്രസ് തുന്നിക്കൊണ്ടിരിക്കുന്നു. ഒരു വണ്ടി വന്നുനിന്നു. കോട്ടും മഫ്ളറും ധരിച്ച ഒരു യാത്രക്കാരൻ വന്നിറങ്ങി. അദ്ദേഹത്തിന് കുതിരകളെ വേണമെന്ന് പറഞ്ഞു. അപ്പോൾ കുതിരകൾ ഉണ്ടായിരുന്നില്ല. അയാളപ്പോൾ ഉച്ചത്തിൽ സംസാരിക്കുകയും ചമ്മട്ടി വീശുകയുമൊക്കെ ചെയ്തു. മകൾ–അത്തരം രംഗങ്ങൾ കണ്ട് അവൾക്ക് പരിചയമില്ല. അവൾ വന്ന് അയാളോട് എന്തെങ്കിലും തിന്നാൻ വേണോ എന്ന് ചോദിച്ചു. ധുന്യയുടെ വരവ് ഫലം ചെയ്തു. അയാൾ ശബ്ദം താഴ്ത്തി. കുതിരകളെ കാത്തിരിക്കാമെന്ന് പറഞ്ഞു. പിന്നീട് തനിക്കു വേണ്ടുന്ന അത്താഴവും അയാൾ ഓർഡർ ചെയ്തു. നനഞ്ഞ തൊപ്പി മാറ്റി, മഫ്ളർ അനക്കാതെ തന്നെ അയാളുടെ കോട്ടൂരിക്കഴിഞ്ഞപ്പോൾ അയാൾ സുന്ദരനായ ഒരു കുതിരപ്പട്ടാളക്കാരനാണെന്ന് മനസ്സിലായി. അയാൾക്ക് മനോഹരമായ മീശയുമുണ്ടായിരുന്നു. പോസ്റ്റ് മാസ്റ്ററും മകളുമായി അയാൾ സംഭാഷണത്തിലേർപ്പെട്ടു. അത്താഴം വിളമ്പി. കുതിരകൾ മടങ്ങിവന്നു. ഉടൻതന്നെ അവയെ യാത്രക്കാരന്റെ മഞ്ഞുവണ്ടിയിൽ കെട്ടാൻ പറഞ്ഞു. കുതിരകൾക്ക് ആഹാരം പോലും കൊടുത്തിരുന്നില്ല. അയാൾ തിരികെ യാത്രക്കാരനടുത്തേക്ക് വന്നപ്പോൾ അയാൾ അബോധാവസ്ഥയിൽ ബെഞ്ചിൽ കിടക്കുകയായിരുന്നു. തലവേദനിക്കുന്നുണ്ടായിരുന്നു. അയാൾക്ക് ഒരടി പോലും യാത്ര ചെയ്യാനാവുമായിരുന്നില്ല. എന്ത് ചെയ്യാനാണ്? പോസ്റ്റ് മാസ്റ്റർ അയാളുടെ കിടക്ക അദ്ദേഹത്തിന് വിട്ടുകൊടുത്തു. രാവിലെ വരെ അസുഖത്തിന് കുറവില്ലെങ്കിൽ ഡോക്ടറെ വിളിക്കാമെന്ന് തീരുമാനിച്ചു.

അടുത്ത ദിവസം അശ്വഭടന് തീരെ വയ്യായിരുന്നു. ടൗണിൽ ഡോക്ടറെ വിളിക്കാൻ സഹായിയെ അയച്ചു. വിനാഗിരിയിൽ മുക്കിയ ഒരു കൈലേസ് അയാളുടെ തലയ്ക്ക് കെട്ടിക്കൊടുത്തിട്ട് തന്റെ തയ്യലുമായി ധുന്യ അയാളുടെ അടുത്തിരുന്നു. പോസ്റ്റുമാസ്റ്ററുടെ സാന്നിദ്ധ്യത്തിൽ അശ്വഭടൻ നിലവിളിച്ചു. പക്ഷേ, ഒരക്ഷരം പറഞ്ഞില്ല. രണ്ട് കപ്പ് കാപ്പി കുടിച്ചു. ഡിന്നറിന് വേണ്ട ഓർഡറും കൊടുത്തു. ധുന്യ അയാളെ വിട്ട് മാറിയതേയില്ല. കുടിക്കാൻ എന്തെങ്കിലും വേണമെന്ന് അയാൾ നിരന്തരം പറഞ്ഞുകൊണ്ടിരുന്നു. അയാൾ ചോദിക്കുമ്പോഴെല്ലാം ധുന്യ ലെമണേഡ് കൊടുത്തു. അതവൾ തന്നെ ഉണ്ടാക്കിയതാണ്. അയാൾ ഇടയ്ക്കിടെ ചുണ്ടുകൾ നനച്ചു. ഓരോ തവണ ഗ്ലാസ് തിരികെ കൊടുക്കുമ്പോഴും അയാൾ നന്ദിപൂർവ്വം അവളുടെ കൈ കശക്കിയിരുന്നു. ഡിന്നറിന് മുൻപ് ഡോക്ടർ വന്നു. രോഗിയുടെ പൾസ് നോക്കി, പിന്നീട് അയാളോട് ജർമ്മനിയിൽ സംസാരിച്ചതിന് ശേഷം റഷ്യനിൽ പറഞ്ഞു. “രോഗി തീരെ ദുർബ്ബലനാണ്. അയാൾക്കിപ്പോൾ യാത്ര ചെയ്യാൻ കഴിയില്ല. രണ്ടു ദിവസത്തേക്കോ മറ്റോ യാത്ര മാറ്റിവെക്കണം. ഡോക്ടർക്ക് 25 റൂബിൾസ് കൊടുത്തശേഷം ഡോക്ടറെ ഡിന്നറിന് ക്ഷണിച്ചു. ഡോക്ടർ അത് സ്വീകരിച്ചു. ഇരുവരും സന്തോഷപൂർവ്വം ആഹാരം കഴിച്ചു. ഒരു ബോട്ടിൽ വൈൻ കഴിച്ചു. പിന്നീട് ചിരകാലസുഹൃത്തുക്കളെപ്പോലെ പിരിഞ്ഞു.

മറ്റൊരു ദിവസം കൂടി കടന്നുപോയി. അശ്വഭടന് പൂർണ്ണമായും അസുഖം മാറി. അയാൾ വളരെ സന്തോഷവാനായി. എല്ലാ സമയവും തമാശകൾ പറഞ്ഞു. ചിലപ്പോഴൊക്കെ ധുന്യയോടും പോസ്റ്റ് മാസ്റ്ററോടും, പാട്ടുകൾ ചൂളമിടുന്നു. യാത്രക്കാരോട് സംസാരിക്കുന്നു, ലെഡ്ജറിൽ അവരുടെ ആജ്ഞകൾ കുറിച്ചിടുന്നു, പക്ഷേ, പോസ്റ്റ് മാസ്റ്റർക്ക് ആകാംക്ഷ തോന്നി, അയാളെ വിട്ടുപിരിയുന്നതിലുള്ള വിഷമം. പിറ്റേന്ന് രാവിലെ അയാളെ വിട്ടുപിരിയണം. അതൊരു ഞായറാഴ്ചയായിരുന്നു. ധുന്യ പള്ളിയിൽ പൂജയ്ക്ക് പോകാനൊരുങ്ങുന്നു. കുതിരഭടന്റെ മഞ്ഞു വണ്ടി കൊണ്ടുവരപ്പെട്ടു. പോസ്റ്റ് മാസ്റ്റർക്ക് നന്ദി പറഞ്ഞു. തങ്ങാനിടം നല്കിയതിന് വേണ്ടത്ര ടിപ്പും കൊടുത്തു, ധുന്യയോട് യാത്ര ചോദിച്ചു. ധുന്യയെ പോകാവുന്നിടം വരെ കൊണ്ടുവിടാമെന്ന് പറഞ്ഞു. ധുന്യ ഒരു കുഴച്ചിലോടെ നിന്നു.

"നീയെന്തിനാ പേടിക്കുന്നത്?" അവളുടെ അച്ഛൻ ചോദിച്ചു.

അദ്ദേഹം ഒരു ചെന്നായ ഒന്നുമല്ല. അതു നിന്നെ കടിക്കത്തുമില്ല. പള്ളിയിലേക്ക് പോകാവുന്ന ദൂരം വരെ പോകൂ."

ധുന്യ വണ്ടിയിലേക്ക് കടന്നു അശ്വഭടന്റെ വശത്തായി ഇരുന്നു. ജോലിക്കാരൻ വണ്ടിക്കാരന്റെ അടുത്തേക്ക് നുഴഞ്ഞുകയറി. വണ്ടിക്കാരൻ വിസിലടിച്ചു. കുതിരകൾ കുതിച്ചു.

നിർഭാഗ്യവാനായ പോസ്റ്റ് മാസ്റ്റർക്ക് അശ്വഭടനൊപ്പം പോകാൻ മകളെ പ്രേരിപ്പിച്ചതിലെ തെറ്റെന്തെന്ന് മനസ്സിലായില്ല. താനെന്താണിത്രയും അന്ധനായിപ്പോയത്? അരമണിക്കൂറായില്ല. അതിന് മുൻപു തന്നെ അദ്ദേഹം വിമ്മിട്ടപ്പെടാനും ക്ലേശിക്കാനും തുടങ്ങി. ആകാംക്ഷ കാരണം അയാൾ വലഞ്ഞു. പള്ളിയിലേക്ക് സ്വയം പോകാനും അവളെ കണ്ടുപിടിക്കണമെന്നും തോന്നി. അദ്ദേഹം ചെന്നപ്പോൾ പള്ളി പിരിഞ്ഞ് ആളുകൾ പുറത്തേക്ക് വരികയായിരുന്നു. പള്ളിയുടെ പരിസരത്തോ പോർച്ചിലോ ധുന്യ ഉണ്ടായിരുന്നില്ല. അയാൾ പള്ളിയിലേക്ക് ധൃതിയിൽ ചെന്നു. അച്ചൻ അൾത്താരയിൽനിന്ന് പോയിക്കഴിഞ്ഞു. കപ്യാർ മെഴുകുതിരികൾ മാറ്റുന്നു, രണ്ടുവൃദ്ധകൾ പള്ളിയിലിരുന്ന് പ്രാർത്ഥിക്കുന്നു. ധുന്യയുടെ പൊടിപോലുമില്ല. ആ നിർഭാഗ്യവാനായ പിതാവ് കപ്യാരോട് ധുന്യയെ കണ്ടോ എന്ന് ചോദിച്ചു. അവൾ പള്ളിയിലുണ്ടായിരുന്നില്ലെന്ന് കപ്യാർ മറുപടി പറഞ്ഞു. ചത്തതിനൊക്കുമേ ജീവിച്ചിരിക്കിലും എന്ന മട്ടിൽ അദ്ദേഹം വീട്ടിലേക്ക് തിരിച്ചു നടന്നു. ധുന്യ ചിലപ്പോൾ അവളുടെ ചെറുപ്പത്തിന്റെ ശൂരതയിൽ അടുത്ത പോസ്റ്റിങ് സ്റ്റേഷനിൽ ഇറങ്ങിയിരിക്കും. അവളുടെ പേരമ്മ അവിടെയാണ്. അദ്ദേഹം അക്ഷമനായി അവൾ പോയ വണ്ടിയും കാത്തു നിന്നു. ഡ്രൈവറുടെ പൊടിപോലും കാണാനില്ല. വൈകുന്നേരമായപ്പോഴേക്കും ഡ്രൈവർ കുടിച്ചു മറിഞ്ഞ് വന്നെത്തി. അടുത്ത പോസ്റ്റിങ് സ്റ്റേഷനിൽ വച്ചു ധുന്യ ആ അശ്വഭടനൊപ്പം പോയി എന്ന വാർത്തയുമായി.

ഇത് ആ വൃദ്ധനെ സംബന്ധിച്ച് വളരെ കൂടുതലായിരുന്നു. അയാൾ കിടക്കയിലേക്ക് വീണു. കഴിഞ്ഞ ദിവസം ആ ആൾമാറാട്ടക്കാരൻ കിടന്ന

അതേ കിടക്ക. ഇപ്പോൾ അയാൾക്ക് തോന്നുന്നു. ആ മനുഷ്യന്റെ അസുഖമെല്ലാം കള്ളമായിരുന്നു. വൃദ്ധന് കടുത്ത പനിയായി. അദ്ദേഹത്തെ ടൗണിലേക്ക് കൊണ്ടുപോയി. അദ്ദേഹത്തിന്റെ സ്ഥാനത്ത് പുതിയ ഒരു പോസ്റ്റ് മാസ്റ്ററെ താല്ക്കാലികമായി നിയമിച്ചു. അശ്വഭടനെ ചികിത്സിച്ച ഡോക്ടർ തന്നെയാണ് വൃദ്ധനെയും ചികിത്സിച്ചത്. അയാൾ ചെറുപ്പക്കാരന്റെ വിവരമെല്ലാം ചോദിച്ചു. അന്നേ അയാളുടെ ഉദ്ദേശ്യങ്ങൾ മനസ്സിലായിരുന്നുവെന്നും അയാളുടെ ചമ്മട്ടി ഭയന്നാണ് ഒന്നും പറയാതിരുന്നതെന്നും ഡോക്ടർ പറഞ്ഞു. ഡോക്ടർ പറഞ്ഞത് സത്യമായാലും ഇല്ലെങ്കിലും ഇതൊന്നും ആ വൃദ്ധനെ ആശ്വസിപ്പിച്ചില്ല. അസുഖം വേണ്ടവിധം സുഖമായില്ലെങ്കിലും അയാൾ പോസ്റ്റിങ് സ്റ്റേഷനിൽനിന്ന് രണ്ടു മാസത്തെ ലീവെടുത്ത് കാൽനടയായി മകളെ അന്വേഷിച്ച് പുറപ്പെട്ടു. കുതിരകൾക്കുവേണ്ടി ഓർഡർ നല്കുമ്പോൾ അദ്ദേഹം ഒരു കാര്യം മനസ്സിലാക്കി. ക്യാപ്റ്റൻ മിൻസ്കി യാത്ര ചെയ്തത് സ്മോളൻസ്കിൽ നിന്ന് പീറ്റേഴ്സ്ബർഗിലേക്കാണ്. ഒരു വണ്ടിക്കാരൻ പറഞ്ഞത് ധുന്യ യാത്രയിലുടനീളം കരയുകയായിരുന്നുവെന്നാണ്. പക്ഷേ, എന്നാലും അവൾ അവളുടെ സ്വന്തം ഇഷ്ടത്തിനാണ് പോയതെന്നാണ് തോന്നിയത്.

'എങ്ങനെയാണെങ്കിലും എന്റെ നഷ്ടപ്പെട്ട ആട്ടിൻകുട്ടിയെ വീട്ടിലേക്ക് കൊണ്ടുവരണം.' പോസ്റ്റ് മാസ്റ്റർ ചിന്തിച്ചു.

സ്വന്തം ചിന്തയുടെ ഫലമായി അയാൾ പീറ്റേഴ്സ് ബർഗിലേക്ക് പോയി. ഇസ്മോവ് റെജിമെന്റിന്റെ ബാരക്കുകളിൽ രാത്രി കഴിച്ചുകൂട്ടി. ഒരു റിട്ടയേഡ് നോൺ കമ്മീഷന്റ് ഓഫീസറുടെ സഹായത്തോടെ, അതദ്ദേഹത്തിന്റെ ഒരു പഴയ കൂട്ടുകാരനായിരുന്നു. തെരച്ചിൽ ആരംഭിച്ചു. ക്യാപ്റ്റൻ മിൻസ്കി പീറ്റേഴ്സ്ബർഗിലെ ഹോട്ടൽ ഡെമ്യൂട്ടോവിൽ താമസിക്കുകയാണെന്ന് പോസ്റ്റ് മാസ്റ്റർ മനസ്സിലാക്കി. പിറ്റേന്ന് അതിരാവിലെ മിൻസ്കിയുടെ മുറിയിലേക്ക് പോസ്റ്റ് മാസ്റ്റർ പോയി. ഒരു പഴയ പട്ടാളക്കാരൻ അദ്ദേഹത്തെ കാണാൻ ആഗ്രഹിക്കുന്നുവെന്ന് പറഞ്ഞു. അദ്ദേഹത്തിന്റെ ഭൃത്യൻ പാദരക്ഷ വെടിപ്പാക്കിക്കൊണ്ടിരിക്കുകയായിരുന്നു. അയാൾ പറഞ്ഞു. യജമാനൻ നല്ല ഉറക്കത്തിലാണെന്നും പതിനൊന്നു മണിയാവാതെ അദ്ദേഹം ആരെയും സ്വീകരിക്കില്ലെന്നുമാണ്. പോസ്റ്റ് മാസ്റ്റർ അവിടെ നിന്ന് പോയി. പിന്നീട് അയാൾക്കനുവദിച്ച സമയത്ത് തിരിച്ചുവന്നു. മിൻസ്കി തന്നെയാണ് പുറത്തേക്ക് വന്നത്. അദ്ദേഹം ഒരു ഡ്രസിങ് ഗൗണും ചുവന്ന തൊപ്പിയും ധരിച്ചിരുന്നു.

"താങ്കൾക്കെന്താണ് സുഹൃത്തേ വേണ്ടത്?" അയാൾ ചോദിച്ചു. വൃദ്ധന്റെ രക്തം ചൂടായി, കണ്ണുനീർ പൊഴിഞ്ഞു, വിറയാർന്ന ശബ്ദത്തിൽ അയാൾക്കാകെ പറയാൻ കഴിഞ്ഞത്. "അങ്ങുന്നേ, ഈശ്വരനെ വിചാരിച്ച്. ഞാനങ്ങയോട് യാചിക്കയാണ്..."ഇത്രയുമാണ്.

മിൻസ്കി വൃദ്ധനെ ഒന്ന് നോക്കി. ആകെ ചുവന്നു. അയാളുടെ കൈ പിടിച്ച് പഠനമുറിയിലേക്ക് കൊണ്ടുപോയി.

വൃദ്ധൻ പറഞ്ഞു: "അങ്ങുന്നേ, കിട്ടാത്ത പാലിനു വേണ്ടിയല്ല ഞാൻ കരയുന്നത്. എനിക്കെന്റെ പാവപ്പെട്ട ധുന്യയെ തിരികെ തന്നേക്കൂ.

താങ്കൾ അവളോട് തമാശ കാണിച്ചിരിക്കാം. പക്ഷേ, അവളെ ഇല്ലായ്മ ചെയ്യരുത്. ഞാൻ യാചിക്കുന്നു."

"ചെയ്ത കാര്യങ്ങൾ ചെയ്തത് തന്നെയാണ്." ഒരു ചിന്താക്കുഴപ്പത്തോടെ ചെറുപ്പക്കാരൻ പറഞ്ഞു: "ഞാൻ താങ്കൾക്കു മുന്നിൽ കുറ്റക്കാരനാണ്. താങ്കളുടെ ക്ഷമയ്ക്കുവേണ്ടി യാചിക്കാനും ഞാൻ തയ്യാറാണ്. പക്ഷേ, അതുകൊണ്ട് ധുന്യയെ ഞാൻ ഉപേക്ഷിക്കുമെന്ന് കരുതരുത്. ഞാൻ വാക്കാൽ പറയുകയാണ്. അവൾ സന്തോഷവതിയാണ്. അവളെക്കൊണ്ട് നിങ്ങൾക്കെന്താണ് ആവശ്യം? അവൾ എന്നെ പ്രണയിക്കുന്നു. പുതിയ ഒരു ജീവിതരീതിയിലൂടെ അവൾ വളർന്നുകൊണ്ടിരിക്കുന്നു. സംഭവിച്ചതിനെ മറക്കാൻ നിങ്ങളോ അവളോ തയ്യാറാകണം."

അതിന് ശേഷം ആ മനുഷ്യൻ പുറത്തേക്കു പോയി. അയാൾ എങ്ങനെ അവിടെയെത്തി എന്നുപോലും മനസ്സിലാക്കാൻ ചെറുപ്പക്കാരനായില്ല. ആ വൃദ്ധൻ തെരുവിലെത്തി.

ഏറെ നേരത്തേക്ക് അയാൾ അനക്കമില്ലാതെ നിന്നു. പിന്നീടാണ് ആ മനുഷ്യന് മനസ്സിലായത് തന്റെ ഷർട്ടിന്റെ കൈക്കിടയിൽ ഒരു ചുരുൾ പേപ്പർ. പിന്നീട് അയാളത് വലിച്ചെടുത്തു. അഞ്ച് അല്ല പത്ത് റൂബിൾ നോട്ടുകൾ. അയാളുടെ കണ്ണുകൾ നിറഞ്ഞൊഴുകി. പക്ഷേ, ഇത്തവണ അത് കോപവും അവജ്ഞയും കലർന്നതായിരുന്നു. ആ നോട്ടിൽ ചുരുളുകൾ ഒരു ബോൾ പോലെയാക്കി തറയിലിട്ട് ചവിട്ടിത്തൂത്തു. കുറച്ചു ദൂരം നടന്നതിനുശേഷം അയാൾ പിന്തിരിഞ്ഞുനടന്നു. ആ നോട്ടുകെട്ടുകൾ അവിടെ കാണാനില്ലായിരുന്നു. നന്നായി വേഷം ധരിച്ച ഒരു ചെറുപ്പക്കാരൻ ഒരു ഒറ്റക്കുതിരവണ്ടിയിൽ നിന്നോടിവന്ന് ഉച്ചത്തിൽപറഞ്ഞു. "പോകാം" പോസ്റ്റ് മാസ്റ്റർ അയാളെ പ്രോത്സാഹിപ്പിച്ചില്ല. പോസ്റ്റിങ് സ്റ്റേഷനിലെ വീട്ടിലേക്ക് തിരിച്ചുപോകാമെന്ന് അയാൾ കരുതി. പക്ഷേ, ധുന്യയെ ഒരിക്കൽക്കൂടി കാണണം. രണ്ടുദിവസം കഴിഞ്ഞു ഈ ആവശ്യവുമായി അയാൾ വീണ്ടും മിൻസ്കിയുടെ മുറിയിലെത്തി. ഭൃത്യൻ പറഞ്ഞത് തന്റെ യജമാനൻ ആരെയും സ്വീകരിക്കുന്നില്ലെന്നാണ്. വൃദ്ധന്റെ മുഖത്തേക്ക് അയാൾ വാതിലുകൾ കൊട്ടിയടച്ചു. പോസ്റ്റ് മാസ്റ്റർ കുറച്ചുസമയം നിന്നതിനുശേഷം പുറത്തേക്കുപോയി.

അതേസമയം വൈകുന്നേരം പോസ്റ്റ് മാസ്റ്റർ നിത്യസഹായമാതാവിന്റെ പള്ളിയിലെ ഒരു ശുശ്രൂഷയ്ക്കുശേഷം ത്യേയ്വാന തെരുവിലൂടെ വരികയായിരുന്നു. അപ്പോൾ അന്തസ്സുള്ള ഒരു വണ്ടി പോസ്റ്റ്മാസ്റ്ററെ കടന്നുപോയി. അതിനുള്ളിൽ മിൻസ്കി ആയിരുന്നുവെന്ന് പോസ്റ്റ് മാസ്റ്റർക്ക് മനസ്സിലായി. വണ്ടി ഒരു മൂന്നുനില മാളികയുടെ മുമ്പിൽനിന്നു. മിൻസ്കി ഓടി പടികൾ കയറി. അയാളുടെ മനസ്സിൽ ചില സന്തോഷജനകമായ ചിന്തകൾ കടന്നുവന്നു. അദ്ദേഹം പിന്തിരിഞ്ഞു വണ്ടിക്കാരന്റെ അടുത്തേക്ക് ചെന്നു.

"സുഹൃത്തെ, ഇതാരുടെ കുതിരയാണ്? മിൻസ്കിയുടേതാണില്ലേ?" വണ്ടിക്കാരൻ പറഞ്ഞു. "അതെ, എന്താ ചോദിച്ചത്?"

"വിഷമം പിടിച്ച കേസാണ്. എന്നോടദ്ദേഹം അദ്ദേഹത്തിന്റെ

ധുന്യക്ക് ഒരു നോട്ട് കൈമാറാൻ പറഞ്ഞിരുന്നു. ഞാനതങ്ങ് മറന്നുപോയി. അദ്ദേഹത്തിന്റെ ധുന്യ എവിടെയാണ് താമസം?"

"അവരിവിടെയുണ്ട്. രണ്ടാം നിലയിൽ. പക്ഷേ, സുഹൃത്തേ, നിങ്ങൾ വൈകിപ്പോയല്ലോ. അദ്ദേഹം ഇപ്പോൾ അവർക്കൊപ്പമുണ്ടാകും." വിവരിക്കാനാവാത്ത വികാരങ്ങൾകൊണ്ട് പോസ്റ്റ് മാസ്റ്ററുടെ ഹൃദയം നിറഞ്ഞു അയാൾ പറഞ്ഞു. "സാരമില്ല. നന്ദി, വിവരങ്ങൾ പറഞ്ഞതിന് ഞാനെന്റെ ജോലി ചെയ്യട്ടെ." ഇങ്ങനെ പറഞ്ഞുകൊണ്ട് അയാൾ പടികൾ കയറി.

അദ്ദേഹം ബെല്ലടിച്ചു. കുറച്ചു സമയത്തെ വേദനിപ്പിക്കുന്ന സസ്പെൻസിന് ശേഷം താക്കോൽ തിരിയുന്ന ഒച്ചകേട്ടു.

"അവ്ദോത്യാ സാംസൊണോവ്ന ഇവിടെയാണോ താമസിക്കുന്നത്?"

"അത്" ചെറുപ്പക്കാരിയായ ജോലിക്കാരി പറഞ്ഞു. "താങ്കൾക്ക് എന്ത് വേണം?" മറുപടി നല്കാതെ പോസ്റ്റ് മാസ്റ്റർ ഹാളിലേക്ക് കടന്നു. "നിങ്ങൾക്ക് അകത്തേക്ക് കടക്കാൻ കഴിയില്ല, കഴിയില്ല" ഉച്ചത്തിൽ പറഞ്ഞുകൊണ്ട് ജോലിക്കാരി പോസ്റ്റ് മാസ്റ്റർക്ക് പിന്നാലെ ചെന്നു. "അവ്ദോത്യ സാംസോണോവ്നയ്ക്ക് സന്ദർശകരുണ്ട്."

പോസ്റ്റ് മാസ്റ്റർ മുന്നോട്ടുതന്നെ നടന്നു. ആദ്യത്തെ രണ്ട് മുറികളും ഇരുട്ടിലായിരുന്നു. മൂന്നാമത്തേതിൽ വെളിച്ചമുണ്ടായിരുന്നു. തുറന്നു കിടന്ന വാതിലിനരികിലെത്തി അദ്ദേഹം നിന്നു. മനോഹരമായി അലങ്കരിച്ച മുറിക്കുള്ളിൽ മിൻസ്കി ചിന്തയിലാണ്ടിരിക്കുകയായിരുന്നു. ഏറ്റവും നന്നായി, ഫാഷനബിളായി വേഷം ധരിച്ച ധുന്യ അയാളുടെ കസേര കൈയിൽ ഇരിക്കുന്നു; കുതിരവണ്ടിയുടെ സൈഡ് സീറ്റിലിരിക്കുന്ന ഇംഗ്ലീഷ് വനിതയെപ്പോലെ. ഇതെല്ലാം കണ്ട് പോസ്റ്റ് മാസ്റ്റർ അന്തം വിട്ടു.

"ആരാ അവിടെ?" മുഖമുയർത്താതെ അവൾ ചോദിച്ചു.

പോസ്റ്റ് മാസ്റ്റർ മിണ്ടാതെ നിന്നു. മറുപടി കിട്ടാതെ ധുന്യ മുഖമുയർത്തി.. അവൾ ബോധരഹിതയായി നിലംപതിച്ചു. മിൻസ്കി പെട്ടെന്ന് അവളെ വാരിയെടുത്തു. പെട്ടെന്നാണ് അയാൾ പോസ്റ്റ്മാസ്റ്ററെ കണ്ടത്. അവളെ അവിടെത്തന്നെ കിടത്തി ക്രോധാവേശത്തോടെ അയാൾ പോസ്റ്റ് മാസ്റ്റർക്കു നേരെ നടന്നടുത്തു.

"നിങ്ങൾക്കെന്താണ് വേണ്ടത്?" പല്ല് ഞെരിച്ചുകൊണ്ട് മിൻസ്കി ചോദിച്ചു. "ഒരു കൊള്ളസംഘാംഗത്തെപ്പോലെ എന്ത് കട്ടെടുക്കാനാണ് നിങ്ങൾ എന്റെ പിന്നാലെ കൂടിയിരിക്കുന്നത്. എന്നെ കൊല്ലാനാണോ? പുറത്ത് കടക്ക്!" തന്റെ ബലിഷ്ഠമായ കൈ കൊണ്ട് വൃദ്ധനെ പടികൾക്ക് താഴേക്ക് കഴുത്തിനു പിടിച്ചുതള്ളി.

വൃദ്ധൻ തന്റെ താമസസ്ഥലത്തേക്ക് മടങ്ങി. അദ്ദേഹത്തിന്റെ സുഹൃത്ത് ഒഫിഷ്യലായി ഒരു പരാതി കൊടുക്കാൻ നിർദ്ദേശിച്ചു. ഏറെ ചിന്തകൾക്കുശേഷം കാര്യങ്ങൾ അങ്ങനെതന്നെ തുടരട്ടെ എന്ന് തീരുമാനിച്ചു. രണ്ടു ദിവസത്തിനുശേഷം അദ്ദേഹം പീറ്റേഴ്സ്ബർഗ് വിട്ടു. അദ്ദേ

ഹത്തിന്റെ സ്റ്റേഷനിൽ തിരിച്ചെത്തി ജോലി തുടർന്നു.

“ഏകദേശം ഇപ്പോൾ മൂന്നുവർഷമായി, അന്നുമുതൽ ധുന്യയില്ലാതെയാണ് എന്റെ ജീവിതം. ഞാനവളിൽനിന്നും ഒന്നും കേട്ടില്ല. അവൾ മരിച്ചോ ജീവിച്ചിരിക്കുന്നോ എന്ന് ഈശ്വരന് മാത്രമേ അറിയൂ. എന്തെല്ലാം കാര്യങ്ങൾ നമ്മുടെ ഈ ലോകത്ത് നടക്കുന്നു. അവൾ അവസാനത്തെയും ആദ്യത്തെയും ആളല്ല. പീറ്റേഴ്സ്ബർഗിൽ അവളെപ്പോലെ ധാരാളം വിഡ്ഢികളുണ്ടാവും. ഒരു ദിവസം അവർ സാറ്റിനും വെൽവെറ്റും ധരിക്കും. പിറ്റേദിവസം മറ്റ് ചപ്പുചവറുകൾക്കൊപ്പം അതും തൂത്തുകളയും. ചിലപ്പോൾ ചിന്തിക്കുമ്പോൾ ധുന്യക്ക് അങ്ങനെയാവാനേ കഴിയൂ എന്ന് തോന്നും. ഈശ്വരൻ എന്നോട് ക്ഷമിക്കട്ടെ.”

കണ്ണീരിൽ കുതിർന്ന ഒരു കഥ. പോസ്റ്റ് മാസ്റ്റർ അഞ്ച് ഗ്ലാസോളം കുടിച്ചു. അതിനുശേഷം ഞാനദ്ദേഹത്തോട് വിടപറഞ്ഞു. അല്പകാലം മുൻപ് ഞാൻ വീണ്ടും പ്രസ്തുത ഗ്രാമം വഴി കടന്നു പോകാനിടയായി. ഞാൻ പോസ്റ്റ് മാസ്റ്ററെ ഓർത്തു. അദ്ദേഹം പണിയെടുത്തിരുന്ന പോസ്റ്റിങ് സ്റ്റേഷൻ ഇപ്പോഴില്ല എന്ന് മനസ്സിലായി. ആ പോസ്റ്റ് മാസ്റ്റർ ജീവിച്ചിരിപ്പുണ്ടോ എന്നതിനെപ്പറ്റി ആർക്കും തൃപ്തികരമായ ഒരു മറുപടി തരാനായില്ലാ. ഞാനെന്റെ പേരിൽത്തന്നെ ഒരു തെരച്ചിൽ നടത്താൻ തീരുമാനിച്ചു. സ്വന്തമായി കുതിരകളെ വാടകയ്ക്കെടുത്ത് ഗ്രാമത്തിലേക്ക് യാത്രയായി.

ശരല്ക്കാലമായിരുന്നു. നരച്ച മേഘങ്ങൾ ആകാശത്ത് കൂടി നിന്നു. വഴയിലുടനീളം ഒരു തണുത്ത കാറ്റ് അടിച്ചു കൊണ്ടിരുന്നു. പോകുന്ന വഴിയിലെല്ലാം ചുവപ്പും മഞ്ഞയും ഇലകൾ വീണുകൊണ്ടിരുന്നു. ഗ്രാമത്തിലെത്തിയപ്പോൾ സന്ധ്യയോടടുത്തു. പോസ്റ്റ് മാസ്റ്ററിന്റെ ചെറിയ വീടിനടുത്ത് വണ്ടി നിർത്തി. ഒരു തടിച്ച തൊഴിലാളി സ്ത്രീ പോർച്ചിലേക്ക് ഇറങ്ങിവന്നു. (അവിടെവച്ചാണ് ധുന്യയെ പണ്ട് ചുംബിച്ചത്) എന്റെ ചോദ്യങ്ങൾക്ക് മറുപടിയായി ഒന്നിലേറെ വർഷമായി പഴയ പോസ്റ്റ് മാസ്റ്റർ മരിച്ചിട്ട് എന്ന് അവർ പറഞ്ഞു. ഇപ്പോൾ ആ വീട് എടുത്തിരിക്കുന്നത് ചായ ഉണ്ടാകുന്ന ഒരാളാണ്. അവർ ചായക്കടക്കാരന്റെ ഭാര്യയാണ്. യാത്ര ചെയ്യേണ്ടിയിരുന്നില്ല എന്ന് ഞാൻ കരുതി. വെറുതെ 7 റൂബിൾസ് കളഞ്ഞു.

“അദ്ദേഹം എങ്ങനെയാണ് മരിച്ചത്?” ഞാൻ ചോദിച്ചു.

“കുടിച്ചു മരിച്ചതാ സാറെ.” അവർ പറഞ്ഞു.

“എവിടെയായിരുന്നു കുഴിച്ചിട്ടത്?”

“ഗ്രാമത്തിന് പുറത്ത്, അദ്ദേഹത്തിന്റെ ഭാര്യയുടെ അടുത്ത്.”

“ശവകുടീരം ആരെങ്കിലുമൊന്ന് കാണിച്ചു തരാമോ?”

“തീർച്ചയായും. ഏയ് വാങ്കാ, നീയാ പൂച്ചയുമായി കുറച്ചുനേരമായി കളിക്കുന്നു. ഈ മാന്യനെ സെമിത്തേരിയിൽ കൊണ്ടുപോയി പോസ്റ്റ് മാസ്റ്ററിന്റെ ശവകുടീരം കാട്ടിക്കൊടുക്കൂ.” ഇത് കേട്ടതോടെ പഴന്തുണി ഉടുത്ത ഒരു കൊച്ചുപയ്യൻ ഓടി വന്നു. അവന് ഒരു കണ്ണ് കാണില്ല. അവൻ എന്നെ സെമിത്തേരിയിലേക്ക് കൂട്ടിക്കൊണ്ടുപോയി.

വഴിയിൽവച്ച് ഞാനവനോട് ചോദിച്ചു.

“നിനക്ക് പോസ്റ്റ് മാസ്റ്ററെ അറിയാമായിരുന്നോ?”

“എനിക്ക് തോന്നുന്നത് അറിയാമായിരുന്നു എന്നാണ്. വിസിലുകൾ എങ്ങനെ ഉണ്ടാക്കണമെന്ന് അദ്ദേഹം എന്നെ പഠിപ്പിച്ചു. സത്രത്തിൽനിന്ന് അദ്ദേഹം പുറത്തുവരുമ്പോൾ ഞങ്ങൾ അദ്ദേഹത്തെ അപ്പൂപ്പാ എന്ന് വിളിച്ചിരുന്നു. ‘അപ്പൂപ്പാ ഞങ്ങൾക്ക് കുറച്ച് പറങ്കിയണ്ടി തരുമോ’ എന്ന് ചോദിക്കും. അദ്ദേഹം തങ്ങൾക്ക് പറങ്കിയണ്ടി തരും. മുഴുവൻ സമയവും അദ്ദേഹം ഞങ്ങൾക്കൊപ്പം ചെലവഴിക്കുമായിരുന്നു.”

“യാത്രക്കാർ അദ്ദേഹത്തെ ഓർക്കുന്നുണ്ടോ?”

“ഇപ്പോഴങ്ങനെ കൂടുതൽ യാത്രക്കാരൊന്നുമില്ല. നികുതി ചുമത്തുന്ന ആൾ ഇടയ്ക്ക് വരും. മരിച്ചവരെക്കൊണ്ട് എന്ത് പ്രയോജനമാ അവർക്ക്. കഴിഞ്ഞ വേനലിൽ ഒരു സ്ത്രീവന്നിരുന്നു. അവർ പഴയ പോസ്റ്റ് മാസ്റ്ററെ അന്വേഷിച്ചു. ഒടുവിൽ ശവകുടീരം സന്ദർശിച്ച് തിരികെ പോയി.

“എന്ത് തരത്തിലുള്ള സ്ത്രീ?” ഞാൻ ആകാംക്ഷയോടെ ചോദിച്ചു.

“നല്ല ഒരു സ്ത്രീ.” കുട്ടി പറഞ്ഞു. “ആറുകുതിരയെ പൂട്ടിയ വണ്ടിയിലാണ് അവർ വന്നത്. മൂന്ന് ചെറിയ ആൺകുട്ടികളും ഒരു നഴ്സുമുണ്ടായിരുന്നു അവരുടെ കൂടെ. ഒരു കറുത്ത പഗ്ഗും. പോസ്റ്റുമാസ്റ്റർ മരിച്ചുവെന്ന് കേട്ടപ്പോൾ അവർ കരഞ്ഞു. അവർ ആ കുട്ടികളോട് പറഞ്ഞു. ‘നിങ്ങൾ ബഹളം വെക്കാതെ ഇവിടെ നില്ക്കണം ഞാനൊന്ന് കുഴിമാടം വരെ പോയിവരാം.’ ഞാനാണവരെ കൂട്ടിക്കൊണ്ടു പോയത്. അപ്പോഴവർ പറഞ്ഞു. ‘വഴി ഞാൻ തന്നെ കണ്ടുപിടിക്കും. അവർ എനിക്ക് അഞ്ചിന്റെ വെള്ളോടിന്റെ നാണയം തന്നു. അത്രയ്ക്കും നല്ല സ്ത്രീ.”

ഞങ്ങൾ കുഴിമാടത്തിലെത്തി. ഒരു വേലിമാത്രം മറ്റൊന്നുമില്ല. ഒരു മരം പോലുമില്ല. തണലേകാൻ. തടികൊണ്ടുള്ള കുരിശുകൾ മാത്രം. അത്രമാത്രം ഉപേക്ഷിക്കപ്പെട്ട ഒരു സെമിത്തേരി ഞാൻ കണ്ടിട്ടേയില്ല.

“ഇതാണ് പഴയ പോസ്റ്റ് മാസ്റ്ററുടെ ശവക്കുഴി.” അവൻ പറഞ്ഞു. “ഒരു കറുത്ത കുരിശും ചെമ്പുകൊണ്ടുള്ള ഒരു പ്രതിമയും.

“ആ സ്ത്രീ ഇവിടെ വന്നോ?” ഞാൻ ചോദിച്ചു.

“അതെ.” വാങ്ക മറുപടി പറഞ്ഞു. “ഞാൻ ദൂരെ നിന്ന് അവരെ നോക്കി. അവർ കുറെ നേരം ഇവിടെ കിടന്നു. എന്നിട്ടവർ ഗ്രാമത്തിലേക്ക് പോയി അച്ചനെ പള്ളിയിൽനിന്ന് വിളിച്ചു. അദ്ദേഹത്തിന് കുറച്ചു കാശു കൊടുത്തു. പിന്നീടാണ് പോയത്. അവർ എനിക്ക് വെള്ളോടിന്റെ നാണയം തന്നു. നല്ല സ്ത്രീ.”

ഞാനും അവന് 5 ന്റെ ഒരു നാണയം കൊടുത്തു. പിന്നീട് ഞാനാ യാത്രയെക്കുറിച്ചോർത്തോ ഏഴ് റൂബിളിനെക്കുറിച്ചോർത്തോ പശ്ചാത്തപിച്ചിട്ടില്ല.

കർഷകപ്പെൺകൊടി

ഇവാൻ പെട്രോവിച്ച് ബെറിസ്റ്റോവിന്റെ എസ്റ്റേറ്റ് സ്ഥിതി ചെയ്യുന്നത് വിദൂരസ്ഥ ജില്ലകളിലൊന്നിലാണ്. ചെറുപ്പത്തിൽ അദ്ദേഹം അംഗരക്ഷകരാൽ പരിപാലിക്കപ്പെട്ടു. 1797 ആദ്യം എല്ലാം അവരെ ഏല്പിച്ച് തന്റെ എസ്റ്റേറ്റിൽ ജീവിക്കാനായി അദ്ദേഹം പുറപ്പെട്ടു. അദ്ദേഹം പാവപ്പെട്ട കുലീനയായ ഒരു സ്ത്രീയെ വിവാഹം കഴിച്ചു. അദ്ദേഹം വേട്ടയ്ക്കു പോയിരുന്ന ഒരു സമയത്ത് കുട്ടിക്ക് ജന്മം നല്കി അവർ മരിക്കുകയും ചെയ്തു. ഈ നഷ്ടം തന്റെ സ്വത്തിന്മേലുള്ള ഉത്തരവാദിത്വം വീണ്ടെടുക്കാൻ അദ്ദേഹത്തെ സഹായിച്ചു. അദ്ദേഹം രൂപകല്പന ചെയ്ത് സ്വന്തം വീട് നിർമ്മിച്ചു. തന്റെ എസ്റ്റേറ്റിൽ ഒരു തുണി ഫാക്ടറി നിർമ്മിച്ചു. അങ്ങനെ അദ്ദേഹത്തിന്റെ വരുമാനം മൂന്നിരട്ടിയായി വർദ്ധിച്ചു. അദ്ദേഹം അങ്ങനെ ജില്ലയിലെ ഏറ്റവും ബുദ്ധിമാനായ മനുഷ്യനായി വ്യക്തികളെയും പട്ടികളെയും വരെ സന്ദർശിച്ചിരുന്ന അദ്ദേഹം ഒരു ലാഭക്കൊതിയനായി ആരും വിലയിരുത്തിയില്ല. വീട്ടുകണക്കുകളെല്ലാം അദ്ദേഹം തനിച്ചാണ് നോക്കിയിരുന്നത്. *സെനറ്റ് ഗസറ്റ്* ഒഴികെ മറ്റൊന്നും അദ്ദേഹം വായിച്ചിരുന്നില്ല. അദ്ദേഹത്തെ ഒരു അഹങ്കാരിയായി പരിഗണിക്കപ്പെട്ടിരുന്നു. ഒരേയൊരു മനുഷ്യനാണ് അദ്ദേഹത്തോടൊത്തു പോകാതിരുന്നത്. അദ്ദേഹത്തിന്റെ തൊട്ടടുത്ത അയൽക്കാരനും ഒരു റഷ്യനുമായ ഗ്രിഗറി ഇവാനോവിച്ച് മ്യൂറോമ്സ്കിയാണത്. മോസ്കോയിൽവച്ച് തന്റെ സൗഭാഗ്യത്തിന്റെ വലിയൊരു ഭാഗം വിഴുങ്ങുകയും ഇക്കാലത്ത് വിഭാര്യനായിത്തീരുകയും ചെയ്ത മ്യൂറോമ്സ്കി തന്റെ അവശേഷിച്ച എസ്റ്റേറ്റിലെ പണം പുതിയ രീതിയിൽ ചെലവഴിക്കുകയായി. തന്റെ മൂലധനത്തിന്റെ നല്ലൊരു പങ്ക് ചെലവഴിച്ച് അദ്ദേഹം ഒരു ഇംഗ്ലീഷ് പൂന്തോട്ടം തയ്യാറാക്കി. അദ്ദേഹത്തിന്റെ ആൺകുട്ടികളെല്ലാം ഇംഗ്ലീഷ് രീതിയിൽ വസ്ത്രം

ധരിച്ചു. അദ്ദേഹത്തിന്റെ മകൾക്ക് ഒരു ഇംഗ്ലീഷ് ഗൃഹാദ്ധ്യാപിക ഉണ്ടായിരുന്നു. ഇംഗ്ലീഷ് നിലപാടുകളനുസരിച്ചാണ് അദ്ദേഹം കൃഷികൾ ചെയ്തിരുന്നത്. കാരണം റഷ്യൻ നിലപാടുകൾ 'പ്രകൃതി വിരുദ്ധമാണ്.' പക്ഷേ, പുതിയ കൃഷി ചെലവിനെ ചുരുക്കാത്തതുകൊണ്ട് വരുമാന വർദ്ധന ഒന്നും ഗ്രിഗറി ഇവാനോവിച്ചിന്റെ വരുമാനത്തിൽ കണ്ടെത്താനായില്ല. പുതിയ കടങ്ങൾ പെരുകാനുള്ള സാദ്ധ്യതകളും അദ്ദേഹം രാജ്യത്ത് കണ്ടെത്തി. അദ്ദേഹത്തിന്റെ സമയത്ത് ഏറ്റവും ദുഷ്കരവും സങ്കീർണ്ണവുമായ തന്റെ എസ്റ്റേറ്റ് ബോർഡ് ഓഫ് ഗാർഡിയൻഷിപ്പിന് പണയമായി നല്കുകയും ചെയ്തു. ബെറിസ്റ്റോവ് തന്റെ അയൽക്കാരന്റെ ആംഗ്ലോമാനിയയെ എതിർത്ത് ഒരക്ഷരം പറയുക പതിവില്ല. പക്ഷേ, അദ്ദേഹത്തെ വിമർശിക്കാൻ പറ്റിയ ഒരവസരം ബെറിസ്റ്റോവ് അന്വേഷിക്കുകയായിരുന്നു. അദ്ദേഹത്തിന്റെ എസ്റ്റേറ്റിൽ ഒരതിഥി എത്തിയാൽ ബെറിസ്റ്റോവ് പരിഹാസരൂപത്തിൽ പറയും. "ഞങ്ങളൊരിക്കലും ഇവിടെ ഗ്രിഗറി ഇവാനോവിച്ചിനെപ്പോലെയല്ല. ഇംഗ്ലീഷ് ഫാഷന് അനുരൂപമായി ഞങ്ങൾ ഞങ്ങളെ നശിപ്പിക്കുകയില്ല. റഷ്യൻ സ്റ്റൈലിൽ വളർത്തപ്പെട്ടതിൽ ഞങ്ങൾ സന്തുഷ്ടരാണ്."

ബെറിസ്റ്റോവിന്റെ മകൻ അച്ഛനടുത്തേക്ക് മടങ്ങിയെത്തുംവരെ ഈ രണ്ട് ഭൂവുടമകളും ഇങ്ങനെയൊക്കെ ആയിരുന്നു. സർവ്വകലാശാലാ വിദ്യാഭ്യാസത്തിനു ശേഷം മകൻ ആർമിയിൽ ചേരാൻ നിർദ്ദേശിക്കപ്പെട്ടു. പക്ഷേ, അവന്റെ പിതാവിന് അത് സമ്മതമല്ലായിരുന്നു. ഭരണവകുപ്പുമായി ചേർന്നുപോകാൻ തനിക്കാവില്ലെന്ന് ഈ ചെറുപ്പക്കാരനും ചിന്തിച്ചിരുന്നു. ഒരു പട്ടാളക്കാരനെപ്പോലെ മീശ ചുരുട്ടിവച്ച് അവൻ കുലീനമായ ഒരു ജീവിതം ജീവിച്ചു വരികയായിരുന്നു.

അലക്സി നിശ്ചയമായും ഒരു നല്ല ചെറുപ്പക്കാരനാണ്. മിലിറ്ററി യൂണിഫോമിൽ ഇല്ലാതാക്കേണ്ട ഒരു സുന്ദര രൂപമല്ലായിരുന്നു അവന്റേത്. ചെറുപെൺകിടാങ്ങൾ അവനെ ഒന്നിലധികം തവണ നോക്കി. അവനതൊന്നും ശ്രദ്ധിച്ചില്ല. അവന്റെ തണുത്ത പ്രകൃതം ഒരു പ്രണയത്തിന് അനുയോജ്യമായിരുന്നില്ല. അവന്റെ വിലാസം കുറിച്ച ഒരു തുണ്ടുപേപ്പർ പെൺകിടാങ്ങൾക്കിടയിൽ പറന്നു നടന്നു.

ഈ രാജ്യത്തെങ്ങും ജീവിച്ചിട്ടില്ലാത്ത എന്റെ വായനക്കാർക്കാർക്കും ഈ പെൺകുട്ടികൾ എത്ര സൗന്ദര്യവതികളാണെന്ന് ചിന്തിക്കാനേ കഴിയില്ല. അവരുടെ പൂന്തോട്ടത്തിലെ ആപ്പിൾ മരനിഴലുകളിൽ തുറന്ന രീതിയിൽ വളർത്തപ്പെട്ടിരുന്ന ഇവർക്ക് ജീവിതത്തെക്കുറിച്ചും പുസ്തകങ്ങളിൽനിന്നും ജീവിതത്തെക്കുറിച്ചും നല്ല വിജ്ഞാനമുണ്ടായിരുന്നു. ഏകാന്തതയും സ്വാതന്ത്ര്യവും വായനയുമെല്ലാം അവരിൽ ഒരുപാട് ഔന്നത്യമുണ്ടാക്കി. നേരത്തേയാണെങ്കിൽ വികാരവും വിചാരവുമൊന്നും നമ്മുടെ പട്ടണവാസിപ്പെണ്ണുങ്ങൾക്കില്ലായിരുന്നു. ഈ തരുണികൾക്ക് കുതിരക്കോപ്പിന്റെ മണിയൊച്ചകൾതന്നെ വലിയ സാഹസികതയായിരുന്നു. തൊട്ടടുത്തുള്ള ടൗണിലേക്കുള്ള യാത്ര പോലും തങ്ങളുടെ ജീവിതത്തിലെ

ഒരു വലിയ സംഭവമായിരുന്നു. സന്ദർശനം കഴിഞ്ഞു പോകുന്ന ഒരു അതിഥിയുടെ ഓർമ്മ വളരെക്കാലം നീണ്ടുനില്ക്കുന്നതായിരുന്നു അവർക്ക്, ചിലപ്പോൾ ജീവിതകാലം മുഴുവനും. ഒരാൾക്ക് മറ്റൊരാളിന്റെ സ്വഭാവത്തിലെ പ്രത്യേകതകൾ ഓർത്ത് ചിരിക്കാനുള്ള സ്വാതന്ത്ര്യമുണ്ട്, പക്ഷേ, അത് അയാളുടെ ആ പ്രത്യേക സവിശേഷതകളെ ഇല്ലാതാക്കുകയില്ലല്ലോ. നഗരങ്ങളിലും തലസ്ഥാന നഗരിയിലുമെല്ലാം സ്ത്രീകൾക്ക് സവിശേഷമായ വിദ്യാഭ്യാസം ലഭിച്ചേക്കാം. അതവരുടെ സ്വഭാവത്തെ ലോകനിലവാരത്തിനനുസരിച്ച് ആക്കിയേക്കാം. പക്ഷേ, അവരുടെ ആത്മാവ് എന്നും ഒന്നുതന്നെയായിരിക്കും.

അലക്സിയെ സംബന്ധിച്ചിടത്തോളം സ്ത്രീകൾ ഇങ്ങനെയൊക്കെയായിരുന്നു. അവനായിരിക്കും പെൺകുട്ടികൾ കാണുന്ന സന്തോഷം തീരെയില്ലാത്ത ആദ്യത്തെ മനുഷ്യൻ; കൂടാതെ അവൻ വിരലിൽ മരിച്ച ഒരാളിന്റെ തല മുദ്രണംചെയ്ത ഒരു കറുത്ത മോതിരമണിഞ്ഞിരുന്നു. ഇതൊക്കെ അസാധാരണമായിരുന്നു. അവനെ സംബന്ധിച്ചിടത്തോളം ചെറുപ്പക്കാരികൾ അവരുടെ മനസ്സുമായി ഓടിയൊളിച്ചു.

പക്ഷേ, ആംഗ്ലോ മാനിയാക് മകളെ സംബന്ധിച്ച് ലിസ-അവന് അത്തരം മുൻധാരണകളൊന്നും ഉണ്ടായിരുന്നില്ല. (അവളുടെ പിതാവ്-ഗ്രിഗറി ഇവാനോവിച്ച് അവളെ ബെറ്റ്സി എന്നാണ് വിളിച്ചിരുന്നത്) അയൽക്കാർക്കെല്ലാം അലക്സി ഒരു സംഭാഷണവിഷയമായിരുന്നു. ലിസയ്ക്ക് പതിനേഴു വയസ്സായി. അവളുടെ കറുത്ത മുഖത്ത് കണ്ണുകൾ എപ്പോഴും കത്തിനിന്നു. അവൾ ഇതേവരെ അലക്സിയെ കണ്ടിട്ടില്ല. അവരുടെ പിതാവ് ഇരുവരുടെയും വീടുകൾ സന്ദർശിക്കാറില്ല. ലിസ ഒരേയൊരു പെൺകുട്ടിയായിരുന്നതിനാൽ അവൾ അമിതമായി ലാളിച്ചു വഷളാക്കപ്പെട്ടിരുന്നു. അറുതിയില്ലാത്ത അവളുടെ കുസൃതിത്തരമാണ് പിതാവിന്റെ സന്തോഷമെങ്കിൽ 40 കാരിയായ അവളുടെ ഗൃഹാദ്ധ്യാപിക മിസ് ജാക്സന്റെ നിരാശയായിരുന്നു. ലിസയ്ക്ക് വർഷംതോറും 2000 റൂബിൾസ് കിട്ടുന്നുണ്ട്. അതുകൊണ്ട് മിസ് ജാക്സൻ അവളുടെ മുഖം പൗഡർ പൂശി. പുരികങ്ങൾ ചെത്തിയൊരുക്കി, വർഷത്തിൽ രണ്ടുതവണ *പമീല* വായിച്ചു. ഇങ്ങനെയൊക്കെ റഷ്യയുടെ വികടത്തരം ലിസയെ ബോറടിപ്പിച്ചു.

നസ്ത്യാ എന്ന ജോലിക്കാരിയാണ് ലിസയുടെ കാര്യങ്ങളെല്ലാം നോക്കിയിരുന്നത്. ലിസയേക്കാൾ പ്രായക്കൂടുതലുള്ള ഒരു മിടുമിടുക്കി. സ്വാഭാവികമായും ലിസയ്ക്ക് നസ്ത്യയോട് വളരെ അടുപ്പമുണ്ട്. അതുകൊണ്ടുതന്നെ ലിസയുടെ എല്ലാ രഹസ്യങ്ങളും നസ്ത്യക്കറിയാം. അവളുടെ ചെറിയ ചെറിയ കുസൃതികൾ വരെ. ചുരുക്കത്തിൽ നസ്ത്യ പ്രലുചിനോ ഗ്രാമത്തിലെ ഒരു പ്രധാനിയായിരുന്നു.

യജമാനത്തിയെ വസ്ത്രം ധരിപ്പിച്ചുകൊണ്ടിരിക്കുമ്പോൾ ഒരു ദിവസം അവൾ ലിസയോട് ചോദിച്ചു:

"ഞാനിന്നൊരു സന്ദർശനത്തിന് പോയാലെന്തെന്ന് ആലോചിക്കുകയാ."

"തീർച്ചയായും. പക്ഷേ, എവിടേക്ക്?"

"ബെറിസ്റ്റോവുമാരുടെ ടുഗിലോവോയിൽ. ഇന്നവരുടെ പരിചാരകന്റെ ഭാര്യയുടെ പേരിടൽ ദിനമാണ്. നമ്മളെ ഡിന്നറിന് ക്ഷണിക്കാൻ ഇന്നലെ അവളിവിടെ വന്നിരുന്നു."

"സത്യം!" ലിസ ചോദിച്ചു: "യജമാനന്മാർ കുത്തിക്കൊല്ലാൻ നടക്കുന്നു. പരിചാരകർ പരസ്പരം ആഘോഷങ്ങൾ പങ്കുവെക്കുന്നു."

"യജമാനന്മാരെ നമ്മളെന്തിന് ശ്രദ്ധിക്കുന്നു?" നസ്ത്യ പറഞ്ഞു. "ഞാൻ കുട്ടിയുമായല്ലേ ബന്ധപ്പെട്ടിരിക്കുന്നത്. കുട്ടിയുടെ പിതാവുമായല്ലല്ലോ. കുട്ടിക്കാണെങ്കിൽ ഇപ്പോൾ ഇളമുറയിലെ ബെറെസ്റ്റോവുമായി ഒരു വഴക്കുമില്ല; സന്തോഷം നല്കുന്നെങ്കിൽ മുതിർന്നവർ തമ്മിൽ വഴക്കടിക്കട്ടെ."

"നസ്ത്യാ, അലക്സി ബെറെസ്റ്റോവ് എങ്ങനെയെന്നും അയാൾ എങ്ങനെയുള്ള മനുഷ്യനാണെന്നും ഒന്ന് നിരീക്ഷിക്കാൻ മറക്കണ്ട."

അങ്ങനെ ചെയ്യാമെന്നു നസ്ത്യാ വാഗ്ദാനം ചെയ്തു. നസ്ത്യ മടങ്ങിവരുവോളം ലിസ അക്ഷമയായിരുന്നു. വൈകുന്നേരത്താണ് നസ്ത്യ മടങ്ങിവന്നത്.

മുറിയിലേക്ക് പ്രവേശിച്ചുകൊണ്ട് നസ്ത്യ പറഞ്ഞു. "ലിസാവേറ്റ ഗ്രിഗോറിയേവ്ന, ഞാൻ ചെറിയ ബെറെസ്റ്റോവിനെ കണ്ടു. അദ്ദേഹത്തെ നിരീക്ഷിക്കാൻ എനിക്ക് ഒരുപാട് സമയം കിട്ടി. ദിവസം മുഴുവൻ അയാൾ ഞങ്ങൾക്കൊപ്പം ഉണ്ടായിരുന്നു.

"ങേ? എല്ലാം പറ. ക്രമമനുസരിച്ച് എല്ലാം."

"തീർച്ചയായും. ഞാൻ, അനീസ്യ, യെഗോറോവ്ന, നെനില, ഡുങ്ക അങ്ങനെ ഞങ്ങൾ പുറപ്പെട്ടു..."

"അയ്യോ, എനിക്കതെല്ലാമറിയാം. പിന്നീടെന്തുണ്ടായീന്ന് പറ."

"അല്ല, ഞാൻ ക്രമമനുസരിച്ച് എല്ലാം പറയണ്ടേ? ഡിന്നറിന് തൊട്ടു മുമ്പ് ഞങ്ങളവിടെയെത്തി. മുറി നിറയെ ആളാ – കൊൽഡിനോവിയിലെ ആളുകൾ, പിന്നെ സക്കറിയിവോ, സ്റ്റ്യുവാർഡും ഭാര്യയും കുട്ടികളും ക്ലുപിനോയിലെ ആളുകൾ.."

"ബെറെസ്റ്റോവിനെക്കുറിച്ച് പറ."

"ഒരു നിമിഷം ക്ഷമിക്കൂ. മേശയുടെ അടുത്ത് ഞങ്ങൾ ഇരിപ്പുറപ്പിച്ചു. ആതിഥേയയുടെ വലതുവശത്തായി സ്റ്റ്യുവാർഡിന്റെ ഭാര്യ, തൊട്ടടുത്ത് ഞാൻ, പെൺമക്കളാണെങ്കിൽ ദുർമ്മുഖം കാണിച്ചോണ്ടിരുന്നു. ഞാനവരെ ശകാരിച്ചതേയില്ല."

"എന്റെ നസ്ത്യ, നിന്റെ ഒടുക്കത്തെ വിവരണം കേട്ട് എനിക്ക് ബോധക്കേട് വരുന്നു, കേട്ടോ."

"അക്ഷമയുണ്ട് ഇല്ലേ? ശരി, നമുക്ക് മേശയ്ക്കരികിൽ നിന്ന് എഴുന്നേല്ക്കാം... ഞങ്ങളവിടെ തികച്ചും മൂന്നു മണിക്കൂർ ഇരുന്നു. ഡിന്നർ

ഗംഭീരമായിരുന്നു. ബ്ലാങ്ക് മാർജിയുടെ ഡെസ്സേർട്ട്, നീലയും ചുവപ്പും, പിന്നെ കല്ക്കണ്ടവും. അങ്ങനെ ഞങ്ങൾ മേശയിൽ നിന്നെഴുന്നേറ്റു. കളിക്കാനായി തോട്ടത്തിലേക്ക് പോയി. അവിടെവച്ച് കൊച്ചു യജമാനൻ ഞങ്ങൾക്കൊപ്പം ചേർന്നു."

"നന്നായി. അല്ല നസ്ത്യ. അദ്ദേഹം വളരെ സുന്ദരനാണെന്ന് പറയുന്നത് ശരിയാണോ?"

"അത്ഭുതപ്പെടുത്തുന്ന സൗന്ദര്യം! നല്ല ഉയരം, ചുവന്ന കവിളുകൾ."

"സത്യമാണോ? ഞാനെപ്പോഴും വിചാരിച്ചിരുന്നത് അയാൾക്കൊരു വിളറിയ മുഖമാണെന്നാണ്. ആകട്ടെ, താങ്കൾക്കെങ്ങനെയാണ് അയാളെ കണ്ടപ്പോൾ തോന്നിയത്? വിഷാദവാനും ചിന്താമഗ്നനും?"

"ഒരിക്കലുമില്ല. ഇങ്ങനെയൊരു കളികമ്പക്കാരനെ ഞാനെന്റെ ജീവിതത്തിൽ കണ്ടിട്ടില്ല. ഞങ്ങളോടൊപ്പം കളിയിൽ കൂടുമ്പോൾ ഒന്ന് കാണേണ്ടതായിരുന്നു."

"അത് വെറുതെ. അസാദ്ധ്യം."

"ഒരിക്കലും അസാദ്ധ്യവുമല്ല. എന്തിനാ കൂടുതൽ പറയുന്നെ, ആരെയെങ്കിലും അവൻ പിടിച്ചുകഴിഞ്ഞാൽ അവളെ അയാൾ ചുംബിച്ചിരുന്നു."

"വരൂ. നസ്ത്യ, നീയെല്ലാം പറഞ്ഞുകഴിഞ്ഞു."

"ഇല്ലില്ല. എന്തൊരു ബഹളമായിരുന്നു."

"പക്ഷേ, ഞാൻ കേട്ടത് അയാൾ പ്രണയത്തിലാണെന്നും ആരെയും നോക്കാറ് പോലും പതിവില്ലെന്നുമാണല്ലോ."

"എനിക്കതിനെക്കുറിച്ചെങ്ങും ഒന്നുമറിഞ്ഞൂടാ. എന്നെ അദ്ദേഹം നന്നായി ഒരു നോട്ടം നോക്കി വച്ചിരുന്നു. പിന്നെ, താന്യ, സ്റ്റ്യുവാർഡിന്റെ മകൾ - പിന്നെ, ആ പാഷ- കോൾ ബിനോയിലെ, ഞങ്ങളെ ആരെയും പുറത്തേക്ക് വിടാതെ നോക്കി."

"ഇത് അസാധാരണമായിരിക്കുന്നല്ലോ. വീട്ടിലുള്ളവർ ഇദ്ദേഹത്തെക്കുറിച്ച് എന്താണ് പറഞ്ഞത്?"

"നല്ല ഒരു യജമാനൻ. ദയയുള്ളവനും സന്തോഷവാനും. ഒരു കാര്യം മാത്രം- പെൺകുട്ടികളുടെ പിന്നാലെയുള്ള അദ്ദേഹത്തിന്റെ ഓട്ടം. അതൊരു തെറ്റായി എനിക്ക് തോന്നുന്നില്ല; കാലം കഴിയുന്തോറും അത് ശമിക്കും."

"ഞാനെങ്ങനെയാണ് അയാളെ ഒന്ന് കാണുക? പ്രണയിക്കുക?" ലിസ അത് പറയുമ്പോൾ ഒരു നെടുവീർപ്പിട്ടു.

"അതൊരു വിഷമമുള്ള കാര്യമല്ലല്ലോ, ആണോ? ഇവിടന്ന് ടുഗിലോവോ അത്ര അകലെയൊന്നുമല്ലല്ലോ. ഒന്നുകിൽ ആ ഭാഗത്തേക്കൊന്ന് നടക്കാനിറങ്ങുക, അല്ലെങ്കിൽ ഒരു സവാരി, നിശ്ചയമായും അയാളെ കണ്ടുമുട്ടും. വെളുപ്പിനേ അയാൾ തന്റെ തോക്കുമായി ഇറങ്ങും."

"വേണ്ട, വേണ്ട അതൊന്നും ശരിയല്ല. അയാൾ വിചാരിക്കും. അയാളുടെ പിറകെ ഞാനോടിച്ചെന്നെന്ന്. ഏതായാലും പിതാക്കന്മാർ തമ്മിൽ പിണക്കത്തിലാണ്. അതുകൊണ്ട് എനിക്കയാളെ അറിയാനുള്ള അവ

സരം പോലുമില്ല. ങാ, നസ്ത്യ, ഞാൻ നിന്നോടൊരു കാര്യം പറയാം. എന്നെ ഒരു കർഷകപ്പെൺകൊടിയെപ്പോലെ വേഷം ധരിപ്പിക്കൂ."

"ശരിയാ, ശരിയാ. ഒരു അപരിഷ്കൃതമായ, വൃത്തികെട്ട ചെറിയ ഒരു ഷർട്ടുവിട്ട് പുകയും വലിച്ച് നേരെ ടുഗിലോവോയിലേക്ക് നടന്നു പോവുക. ഞാനുറപ്പ് പറയാം, ബെറെസ്റ്റോവിന് നിന്നെ കാണാതെ കട ന്നുപോകാനാവില്ല."

"പക്ഷേ, എനിക്ക് കർഷകരുടെ നാട്ടുഭാഷ പറയാനാവില്ല. നസ്ത്യാ, നസ്ത്യാ, ഉഗ്രൻ ഐഡിയ!"

ലിസ കിടക്കയിലേക്ക് പോയത് തന്റെ പദ്ധതി എങ്ങനെ നടപ്പിൽ വരുത്താമെന്നാലോചിച്ചുകൊണ്ടാണ്. പിറ്റേദിവസം അവളത് പ്രവൃത്തി പഥത്തിലെത്തിച്ചു. അവൾ മാർക്കറ്റിൽനിന്ന് അപരിഷ്കൃതമായ, വൃത്തി യില്ലാത്ത ചെറിയ ഷർട്ടുകൾ വരുത്തിച്ചു. നസ്ത്യയുടെ സഹായത്തോടെ അതൊരു ഷർട്ടാക്കി മാറ്റി. എന്നിട്ട് തനിയെ പുകവലിച്ചു. അവൾ എല്ലാ സ്ത്രീത്തൊഴിലാളികളെയും വയലിലേക്ക് കൊയ്യാനയച്ചു. എന്നിട്ട് വൈകുന്നേരമായപ്പോഴേക്കും എല്ലാം റെഡിയാക്കി. ലിസ അവളുടെ പുതിയ വേഷത്തിൽ കണ്ണാടി നോക്കി. അവൾ ഒട്ടും സുന്ദരിയായിരു ന്നില്ല. അവൾ വല്ലാതെ മാറിയിരിക്കുന്നു. അവൾ പലവട്ടം നടന്നു നോക്കി. സംസാരിച്ചു നോക്കി. ഒരു കാര്യം മാത്രമേ അവളെ വിഷമിപ്പിച്ചുള്ളൂ. നഗ്നപാദയായി മണലിലൂടെ നടന്നപ്പോൾ മുള്ളുകളും കല്ലുകളും കുത്തി ക്കയറി വേദനിപ്പിച്ചു. അവൾക്ക് മൃദുലപാദങ്ങളാണല്ലോ. അക്കാര്യത്തിൽ നസ്ത്യ അവളെ സഹായിക്കാനെത്തി. ട്രോഫിം എന്ന ആട്ടിടയനെ അവൾ വയലിൽവച്ച് കണ്ടെത്തി, അവന്റെ കീറിപ്പറിഞ്ഞ ഒരു ജോഡി ഷൂസ് ലിസയുടെ പാദങ്ങൾക്കനുസരിച്ച് ശരിയാക്കിയെടുത്തു.

പിറ്റേന്ന് അതിരാവിലെ തന്നെ ലിസ എഴുന്നേറ്റു വീട്ടിൽ വേറെയാരും ഉണർന്നിരുന്നില്ല. ആട്ടിടയനെയും കാത്ത് നസ്ത്യ ഗേറ്റിനരികിൽത്തന്നെ ഉണ്ടായിരുന്നു. ഹോൺ കേട്ടയുടൻ ഗ്രാമത്തിലെ മൃഗങ്ങളെല്ലാം ഭൂവുട മയുടെ വീട് കടന്നു. ട്രോഫിം കടന്നു വന്നു, അവൻ ഒരു ജോഡി വൃത്തി കെട്ട് നിറം കുറഞ്ഞ ഷൂസ് നസ്ത്യക്ക് കൈമാറ്റി അതിന് 50 കോപ്പെ ക്സും വാങ്ങി കടന്നുപോയി. ലിസ അവളുടെ വസ്ത്രങ്ങൾ ധരിച്ച് മിസ് ജാക്സൺ നസ്ത്യയുടെ ചെവിയിലോതിയതെല്ലാം ഒരിക്കൽക്കൂടി ഓർത്തെടുത്ത് പിന്നിലെ വാതിലിലൂടെ ഇറങ്ങി, അടുക്കളത്തോട്ടത്തി ലൂടെ ഓടി വയലുകളുടെ താഴ്ഭാഗത്തെത്തി.

കിഴക്ക് പ്രഭാതം പൊട്ടിവിടരുന്നു. സൂര്യന്റെ സുവർണ്ണഗോളങ്ങൾക്ക് മേഘങ്ങൾ കാവൽ നിന്നു. തെളിഞ്ഞ ആകാശം, പ്രഭാതത്തിന്റെ സ്വച്ഛ ത, മഞ്ഞ്, ചെറിയ തണുത്ത കാറ്റും പക്ഷികളുടെ സംഗീതവും ലിസ യുടെ ഹൃദയത്തിൽ നിഷ്കളങ്കമായ സന്തോഷം നിറച്ചു. അറിയാവുന്ന ആരെയോ സംഹരിക്കാനെന്നപോലെ അവൾ നടക്കുകയായിരുന്നില്ല; പറ ക്കുകയായിരുന്നു. അവളുടെ അച്ഛന്റെ എസ്റ്റേറ്റ് സമീപിക്കുന്തോറും അവ ളുടെ നടപ്പിന്റെ വേഗത കുറഞ്ഞു. ഇവിടെയാണ് അവൾ അലക്സിയെ

കാത്തുനില്ക്കേണ്ടത്. എന്തെന്നറിയില്ലെങ്കിലും അവളുടെ ഹൃദയം പടാ പടാ മിടിച്ചു. അത് പരിചയക്കാർ തമ്മിൽ കണ്ടുമുട്ടുമ്പോഴുള്ള പരിഭ്രമ മാണ്. അരണ്ട വെളിച്ചത്തിൽ ലിസ എസ്റ്റേറ്റിന്റെ അതിര് കടന്നു. അതിന്റെ പ്രതിദ്ധ്വനി അവളെ സ്വാഗതം ചെയ്തു. പിന്നെപ്പിന്നെ, അവൾ ഗാഢ മായ ചിന്തയിലമർന്നു. അതിരുകളിലകപ്പെട്ട പതിനേഴുകാരിയായ ഒരു പെൺകുട്ടിക്ക് എന്ത് ചിന്തിക്കാൻ കഴിയുമെന്നാണ് ആൾക്കാർ പറയു ന്നത്. പോരാഞ്ഞ്, അതൊരു വസന്തകാല പ്രഭാതമാണ്. വെളുപ്പിന് 5 നും 6 നുമിടയ്ക്ക് സമയം. അങ്ങനെ നടന്നും ചിന്തിച്ചും. ലിസ മുന്നോട്ടു പോകവെ ഇരുവശവും മരങ്ങൾ നിരന്നുനിന്നിരുന്നു, പെട്ടെന്ന് ഒരു നായ കുരച്ചുകൊണ്ട് ലിസയ്ക്കു നേരെ കടിക്കാനായി ഓടിയടുത്തു. പെട്ടെന്ന് നായയെ ശാസിച്ചുകൊണ്ട് ഒരു യുവവേട്ടക്കാരൻ കുറ്റിക്കാട്ടിൽ നിന്ന് പുറ ത്തേക്ക് വന്നു.

"പേടിക്കണ്ട, പേടിക്കണ്ട." അയാൾ ലിസയോട് പറഞ്ഞു. "എന്റെ നായ കടിക്കില്ല."

ലിസ പെട്ടെന്നുതന്നെ തന്റെ സമനില വീണ്ടെടുത്തുകൊണ്ട് ആ പ്രത്യേക സാഹചര്യത്തിന്റെ ഗുണഫലത്തിനായി പരിശ്രമിച്ചു.

"പക്ഷേ, സർ" അവൾ പരിഭ്രാന്തിയോടെ പറഞ്ഞു. "ഞാൻ പേടി ച്ചുപോയി. അവനെ കണ്ടാൽ പേടിച്ചു പോവും. അവനിനിയും എന്റെയ ടുത്തേക്ക് വരുമോ?"

അലക്സി (വായനക്കാർക്ക് ആളെ മനസ്സിലായിരിക്കുമല്ലോ?) ആ കർഷകപ്പെൺകൊടിയെ സൂക്ഷിച്ചു നോക്കി.

"നിനക്ക് ഭയമാണെങ്കിൽ ഞാനൊപ്പം വരാം." അയാൾ പറഞ്ഞു. "നിനക്കൊപ്പം നടക്കാൻ നീയെന്നെ അനുവദിക്കുമോ?"

"ആരാണ് താങ്കളെ നിയന്ത്രിക്കാൻ?" ലിസ മറുപടി പറഞ്ഞു. "താങ്ക ളുടെ ഇഷ്ടംപോലെ പ്രവർത്തിക്കാം. റോഡ് ആർക്കും ഉപയോഗിക്കാ മല്ലോ?"

"നീ എവിടന്നു വരുന്നു?"

"പ്രലുചിനോയിൽനിന്ന്; വാസിലി എന്ന കൊല്ലന്റെ മകളാണ് ഞാൻ. കുറച്ചു കൂണുകൾ പറിക്കാൻ വേണ്ടി ഇറങ്ങി. (ലിസയുടെ കൈയിൽ ഒരു കൂടയുണ്ടായിരുന്നു) താങ്കളോ സർ? തുഗിലോവോയിൽ നിന്നാണോ?"

"അതെ." അലക്സി മറുപടി പറഞ്ഞു. "ഞാൻ കൊച്ചുയജമാനന്റെ ഭൃത്യനാണ്."

അലക്സിക്ക് അവൾക്കൊപ്പമുള്ള ഒരു സാമൂഹ്യ പദവി വേണ്ടിയി രുന്നു. പക്ഷേ, ലിസ അവനെ നോക്കി ചിരിക്കാൻ തുടങ്ങി.

"തീർച്ചയായും നിങ്ങളതല്ല" അവൾ പറഞ്ഞു. "ഞാൻ നിങ്ങൾ കരു തുംപോലെ ഒരു വിഡ്ഢിയല്ല. നിങ്ങൾ തന്നെയാണ് കൊച്ചെജമാനൻ."

"നിനക്കെന്തു കൊണ്ടാണ് അങ്ങനെ തോന്നിയത്?"

"കാരണം, താങ്കളെ സംബന്ധിക്കുന്നതെല്ലാം."

"പക്ഷേ..."

"യജമാനനും ഭൃത്യനും തമ്മിലുള്ള വ്യത്യാസമൊന്നും എനിക്ക് പറയാനറിയില്ല. താങ്കൾ വ്യത്യസ്തമായാണ് വേഷം ധരിച്ചിരിക്കുന്നത്. സംസാരിക്കുന്നത്. നായയെ വിളിച്ചതുപോലും വ്യത്യസ്തമായാണ്."

നിമിഷം കഴിയുന്തോറും ലിസ കൂടുതൽ കൂടുതൽ ആകർഷണീയ ആയി അലക്സിക്ക് തോന്നി. സുന്ദരികളായ ഗ്രാമീണപ്പെൺകുട്ടികളെ വശത്താക്കാൻ ശ്രമിക്കുന്നവനാണെന്ന കളങ്കം നിലനില്ക്കുമ്പോൾ ത്തന്നെ അവൻ അവന്റെ കൈകൾ അവളുടെ കഴുത്തിൽ ചുറ്റാൻ ശ്രമിച്ചു; ലിസ പൊടുന്നനെ പിന്നിലേക്ക് മാറി തന്റെ അനിഷ്ടം പ്രകടിപ്പിച്ചു. പിന്നീടവൻ അത്തരം പ്രകടനങ്ങൾക്ക് ശ്രമിച്ചതുമില്ല. "നമ്മൾ നല്ല കൂട്ടു കാരായിരിക്കണമെങ്കിൽ താങ്കൾ താങ്കളെ മറക്കാൻ പാടില്ല." അവൾ പറഞ്ഞു.

"നിന്നെ ഇതൊക്കെ ആര് പഠിപ്പിച്ചു?" അലക്സി പൊട്ടിച്ചിരിയി ലേക്ക് വീണു. "അതെന്റെ സുഹൃത്ത് നാസ്ടെങ്കയായിരിക്കണം. നിന്റെ കൊച്ചെജമാനത്തിയുടെ ജോലിക്കാരി."

കർഷകപ്പെൺകുട്ടിയുടെ വേഷം വെളിപ്പെടുത്തേണ്ട ഘട്ടമായി എന്നു ലിസയ്ക്കു തോന്നി.

"ഞാനൊരിക്കലും ഒരു യജമാനന്റെ വീട്ടിലേതല്ല എന്ന് നിങ്ങൾക്ക് തോന്നിയോ?" അവൾ ചോദിച്ചു. "എന്റെ കണ്ണുകളും ചെവികളും ഞാൻ പൂർണ്ണമായി ഉപയോഗിക്കണം" അവൾ തുടർന്നു. "താങ്കളുമായി സംസാ രിച്ചു ഞാനിവിടെ നിന്നാൽ എനിക്ക് കൂടുതൽ കൂണുകൾ കണ്ടെത്താൻ കഴിയില്ല. താങ്കൾ താങ്കളുടെ വഴിക്ക് പോകണം സർ, ഞാൻ എന്റെയും. എങ്കിൽ ശരി."ലിസ പോകാനൊരുങ്ങിയപ്പോൾ അലക്സി അവളുടെ കൈയിൽ പിടിച്ചു.

"നിന്റെ പേരെന്താണ്?"

"അകുലിന" ലിസ മറുപടി പറഞ്ഞു. ഇതിനിടെ അവളുടെ കൈ അലക്സിയുടെ പിടിയിൽനിന്ന് മോചിപ്പിക്കാനും ശ്രമിച്ചു. "ഞാൻ പോകട്ടെ സാർ, വീട്ടിലെത്താൻ നേരമായി."

"ശരി അകുലിന, എന്റെ സുഹൃത്തെ, ഞാൻ നിശ്ചയമായും താങ്ക ളുടെ അച്ഛനെ സന്ദർശിക്കുന്നുണ്ട്."

"എന്ത്?" ലിസ പെട്ടെന്ന് പ്രതികരിച്ചു പോയി. "ദൈവത്തെയോർത്ത് അങ്ങനെ ചെയ്യരുത്. ഒരു എസ്റ്റേറ്റിന്റെ അതിരിൽ വച്ച് ഞാൻ തനിച്ച് ഒരു മനുഷ്യനുമായി സംസാരിച്ചുവെന്നറിഞ്ഞാൽ ഞാൻ പിടിക്കപ്പെടും. എന്റെ അച്ഛൻ എന്നെ തല്ലിക്കൊല്ലും."

"പക്ഷേ, എനിക്ക് നിന്നെ ഇനിയും കാണണം."

"ഞാനിവിടെ കൂണുകൾ അന്വേഷിച്ച് വരാറുണ്ട്."

"എപ്പോൾ?"

"ചിലപ്പോ, നാളെത്തന്നെ."

"പ്രിയ അകുലിന, എന്നെ അനുവദിച്ചാൽ ഞാൻ നിന്നെ ചുംബി

ക്കും. അപ്പോൾ നാളെ ഇതേ സമയം."

"ശരി. ശരി."

"എന്നെ പറ്റിക്കുകയില്ലല്ലോ?"

"ഒരിക്കലുമില്ല."

"ആണയിടാമോ?"

"ദുഃഖവെള്ളിയാഴ്ച സത്യം ഞാൻ വരും."

ആ യുവമിഥുനങ്ങൾ അങ്ങനെ വേർപിരിഞ്ഞു. ലിസ കാട് വിട്ടു, വയലുകൾ മുറിച്ചുകടന്ന്, പൂന്തോട്ടത്തിലൂടെ ഇഴഞ്ഞ് നസ്ത്യ കാത്തിരുന്ന ധാന്യപ്പുരയിലെത്തി. അവിടെ വച്ച് അവൾ വേഷം മാറി. നസ്ത്യയുടെ ചോദ്യങ്ങൾക്ക് അവിടെയുമിവിടെയും തൊട്ട് ഉത്തരം നല്കി. സ്വീകരണ മുറിയിലെത്തിയപ്പോൾ പ്രഭാത ഭക്ഷണത്താൽ നിബിഡമായ മേശ കണ്ടു. മിസ് ജാക്സൺ അവളെ പൗഡർ പൂശി ഒരുക്കി.

അതിരാവിലെയുള്ള നടപ്പിന് ലിസയുടെ അച്ഛൻ അവളെ പുകഴ്ത്തി.

"ആരോഗ്യത്തിന് വേറെ ഒന്നും വേണ്ട. വെളുപ്പിന് ഉണരുക." അദ്ദേഹം പറഞ്ഞു.

അദ്ദേഹം നിരവധി ഉദാഹരണങ്ങൾ നിരത്തി. എല്ലാം ഇംഗ്ലീഷ് പത്രങ്ങളിൽ വായിച്ചവയാണ്. വോഡ്ക വർജ്ജിക്കുക, വേനലിലും തണുപ്പുകാലത്തും അതിരാവിലെയും എഴുന്നേല്ക്കുക. പക്ഷേ, ലിസ അതൊന്നും ശ്രദ്ധിച്ചതേയില്ല. അവളുടെ മനസ്സ് നിറയെ അകുലിനയും ആ ചെറുപ്പക്കാരനും തമ്മിലുള്ള സംഗമമായിരുന്നു. അവളങ്ങനെ അയാളെ കണ്ടുമുട്ടുന്നതിൽ ഗൗരവമായ പ്രശ്നങ്ങളൊന്നുമുദിക്കുന്നില്ല. പക്ഷേ, ചേതന കാരണത്തേക്കാൾ ഉച്ചത്തിൽ സംസാരിക്കുമല്ലോ. അവളുടെ ആണയിടൽ അവളെ കുഴക്കി. മറ്റെന്തിനേക്കാളും അവളുടെ ആ പ്രതിജ്ഞ നിറവേറ്റേണ്ടതുണ്ട്. അലക്സി അവളെ കാത്തുനിന്ന് കാണാതാവുമ്പോൾ അകുലിനയെ അന്വേഷിച്ച് ഗ്രാമത്തിലേക്ക് പോകും. യഥാർത്ഥ അകുലിനാ ഒരു പോത്തിനെപ്പോലെ തടിച്ചുവീർത്തവളാണ്. അവളെ കാണുമ്പോൾ അലക്സി കാര്യങ്ങൾ മനസ്സിലാക്കും. ആ ചിന്ത അവളെ ഭയപ്പെടുത്തിയതുകൊണ്ട്, പിറ്റേദിവസം അതിരാവിലെ അകുലിനയായി വേഷം മാറി അയാളെ സന്ധിക്കാൻ അവൾ തീരുമാനിച്ചു.

ഇതേസമയം അലക്സിയാണെങ്കിൽ പുതിയ ഒരു തരം ഉന്മാദത്തിലായിരുന്നു. തന്റെ പുതിയ പരിചയക്കാരിയെക്കുറിച്ചുതന്നെ അയാൾ ചിന്തിച്ചുകൊണ്ടിരുന്നു. രാത്രി സ്വപ്നത്തിൽ ഇരുണ്ട നിറക്കാരിയായ അകുലിന പ്രത്യക്ഷപ്പെട്ടു. പ്രഭാതം പൊട്ടിവിടർന്നപ്പോഴേക്കും അയാൾ വസ്ത്രംധരിച്ച് തയ്യാറായി. തോക്ക് നിറയ്ക്കാൻ പോലും സമയമെടുക്കാതെ അവൻ തന്റെ വിശ്വസ്തനായ നായയുമായി വയലുകൾ മുറിച്ചുകടന്ന് യാത്രയായി. അക്ഷമയോടെയുള്ള കാത്തിരിപ്പിന്റെ അരമണിക്കൂർ കഴിഞ്ഞു. ഒടുവിലവൻ ദൂരെ മഞ്ഞിനിടയിലൂടെ ഒരു നീല നിറം കണ്ടു. അകുലിനയെ സ്വീകരിക്കാനായി അവൻ ചാടിയെഴുന്നേറ്റു. അകുലിനാ നന്ദിയോടെ മന്ദഹസിച്ചു. അവൻ അവളുടെ മുഖത്തെ വിഷണ്ണത കണ്ടു

പിടിച്ചു. അതിന്റെ കാരണം അവനറിയണമായിരുന്നു. ലിസ തന്റെ കാര്യ ഗൗരവമില്ലാത്ത പെരുമാറ്റത്തിൽ ക്ഷമ ചോദിച്ചു. അതുംപറഞ്ഞ് അവൾ സ്ഥലം വിട്ടില്ല. ഇത് അവരുടെ അവസാനത്തെ സന്ദർശനമാണെന്നറിയിച്ചു. മാത്രമല്ല, ഇരുവർക്കും പ്രയോജനമില്ലാത്ത ഈ പരിചയം അവസാനിപ്പിക്കണമെന്നും അറിയിച്ചു. ഇതെല്ലാം ഒരു കർഷക സംസ്കാരത്തിന്റെ ഭാഷയിലാണവൾ പറഞ്ഞത്. ഇതൊരിക്കലും ഒരു കർഷക പ്പെൺകൊടിയിലുണ്ടാവുന്ന ചിന്തയല്ല. ഇത് അലക്സിയെ അതിശയിപ്പിച്ചു. തുടർന്ന് അലക്സി തന്റെ എല്ലാ കഴിവുമുപയോഗിച്ച് ലിസയെ അവളുടെ മാനസിക ഭാവങ്ങളിൽനിന്ന് പിന്തിരിപ്പിക്കാനാണ് ശ്രമിച്ചത്. അവളെ തനിച്ചു കാണുന്നതിന്റെ സന്തോഷത്തിൽനിന്ന് അവനെ തടയരുതെന്നും എല്ലാ ദിവസവും വേണമന്നില്ല ആഴ്ചയിൽ രണ്ടുതവണ മാത്രം. അവൻ സംസാരിച്ചത് യഥാർത്ഥ പ്രണയത്തിന്റെ ഭാഷയിലായിരുന്നു. ലിസ അവന്റെ സംസാരം മുഴുവൻ നിശ്ശബ്ദമായി കേട്ടിരുന്നു.

"എനിക്ക് വാക്ക് തരണം." അവൾ പറഞ്ഞു. "ഗ്രാമത്തിൽ ഒരിക്കലും എന്നെ അന്വേഷിച്ച് പോവില്ലെന്നും എന്നെക്കുറിച്ച് ഒരന്വേഷണവും നടത്തില്ലെന്നും."

ദുഃഖവെള്ളിയാഴ്ചയെ പിടിച്ച് ആണയിടാമെന്ന് അലക്സി കരുതിയെങ്കിലും ലിസ ഒരു പുഞ്ചിരി കൊണ്ടതിനെ തടഞ്ഞു.

"പ്രതിജ്ഞയൊന്നും ഞാനാവശ്യപ്പെടുന്നില്ല. വാഗ്ദാനം മാത്രം." അതിനുശേഷം ഇരുവരും വനത്തിന്റെ രണ്ടുവശത്തുകൂടി നടന്നു. ഒടുവിൽ അവൾ പറഞ്ഞു.

"എനിക്ക് വീട്ടിൽ പോകാൻ നേരമായി." അവർ വേർപിരിഞ്ഞു. തനിച്ചായി. പക്ഷേ, ഒരു സാധാരണ കർഷകപ്പെൺകൊടിക്ക് എങ്ങനെയാണ് രണ്ടേ രണ്ടു കൂടിക്കാഴ്ചകൾ വഴി അലക്സിയിൽ ഇത്ര സ്വാധീനം ഉണ്ടാക്കാൻ കഴിഞ്ഞതെന്ന് അവൻ അതിശയിച്ചു. അകുലിനയുമായുള്ള കൂടിക്കാഴ്ച അവനിൽ പുതിയ ഒരനുഭൂതി സൃഷ്ടിച്ചു. അവളുടെ ആവശ്യങ്ങൾ അവനിൽ പുതിയ ഒരാവേശം സൃഷ്ടിച്ചു. അവൻ അവൾക്ക് നല്കിയ വാഗ്ദാനങ്ങൾ സത്യത്തിൽ അവന്റെ തലയിൽ കയറിയിരുന്നില്ല. അലക്സിയിൽ എന്തൊക്കെ ദോഷങ്ങളുണ്ടായിരുന്നെങ്കിലും അവന് നിഷ്കളങ്കതയെ സ്നേഹിക്കാനുള്ള ഒരു മനസ്സുണ്ടായിരുന്നു.

അവരുടെ പരസ്പര കൂടിച്ചേരലുകളെക്കുറിച്ച് ഒരു നിമിഷം വിടാതെ പറയുകയാണെങ്കിൽ, അവരുടെ പരസ്പര ഇഷ്ടവും വിശ്വാസവും അവരുടെ സഹകരണങ്ങൾ, സംസാരം, പക്ഷേ, എനിക്കറിയാം എന്റെ വായനക്കാരിൽ പലരും അത്തരം രസകരമായ നിമിഷങ്ങളിലേക്ക് എത്തിച്ചേർന്നിട്ടില്ല. അതുകൊണ്ട് ഞാനവയെ തള്ളിക്കളയുന്നു. രണ്ടുമാസങ്ങൾക്കുശേഷം അലക്സി അവളുമായി അത്രയൊന്നും സുഖകരമല്ലെങ്കിലും പ്രണയത്തിൽ എത്തിച്ചേർന്നു. പക്ഷേ, ലിസ തന്റെ കുഴഞ്ഞ ചിന്തകൾക്കിടയിൽ വ്യത്യസ്തമായ ഒരു മനോഭാവത്തിലുമായിരുന്നു അവർ ഇരുവരും വർത്തമാനകാലത്തിൽ സന്തുഷ്ടരായിരുന്നു. പക്ഷേ,

ഭാവിയെക്കുറിച്ച് കുറച്ചുമാത്രമാണവർ ചിന്തിച്ചത്.

വിവാഹത്തെക്കുറിച്ച് ഇരുവരുടെയും മനസ്സിൽ ചിന്തയുണ്ടായിരുന്നെങ്കിലും അവർ ആ വിഷയത്തെക്കുറിച്ച് ചിന്തിച്ചതേയില്ല. അതിന്റെ കാരണം സ്പഷ്ടമായിരുന്നു. അലക്സിയാകട്ടെ തന്റെ പ്രിയപ്പെട്ട അകുലിനയെ വേർതിരിച്ച അവർക്കിടയിലെ ദൂരത്തെക്കുറിച്ച് ചിന്തിച്ചു. പക്ഷേ, ലിസയാകട്ടെ അവരുടെ പിതാക്കന്മാർ തമ്മിലെ വെറുപ്പ് അത്രമേൽ കഠിനമായിരുന്നതിനാൽ മറ്റൊന്നിനെക്കുറിച്ചും ചിന്തിച്ചില്ല. അവരുടെ ബന്ധത്തെ പിടിച്ചുലയ്ക്കുന്ന ഒരു സംഭവം ഇതിനിടെ ഉണ്ടായി.

ഒരു മനോഹരമായ തണുത്ത പ്രഭാതത്തിൽ ഇവാൻ പെട്രോവിച്ച് ബെറസ്റ്റോവ് കുതിരസവാരിക്ക് പുറപ്പെട്ടു. തനിക്കൊപ്പം അദ്ദേഹം ചമ്മട്ടിയും അഞ്ചാറ് ചാരനിറത്തിലെ വേട്ടനായ്ക്കളെയും ശക്തരായ കുറച്ച് ആൺകുട്ടികളെയും കൂട്ടിയിരുന്നു. അതേസമയം ഗ്രിഗോറി ഇവാനോവിച്ച് മ്യൂറോമ്സ്കി നല്ല കാലാവസ്ഥയിൽ പ്രേരിതനായി തന്റെ കുറുനിര നിരപ്പാക്കിയ കുതിരയുടെ പുറത്തുകയറി ഇംഗ്ലീഷ് സ്റ്റൈലിലെ എസ്റ്റേറ്റ് ഒന്നു ചുറ്റിവരാൻ തീരുമാനിച്ചു. അദ്ദേഹം കാട്ടിലേക്ക് പ്രവേശിച്ചപ്പോൾ തന്റെ അയൽക്കാരൻ ഒരു കൊസ്സാക്ക് ജാക്കറ്റും ധരിച്ച് തന്റെ ശക്തരായ ആൺകുട്ടികൾ കുറ്റിക്കാടുകൾക്കിടയിൽ ബഹളം വച്ച് ഒരു മുയലിനെ പുറത്തുചാടിക്കുന്നതും കാത്തിരിക്കുന്നത് കണ്ടു. ഗ്രിഗറി ഇവാനോവിച്ച് ഇത് നേരത്തെ അറിഞ്ഞിരുന്നെങ്കിൽ നിശ്ചയമായും മറ്റൊരു ദിശയിലേക്ക് തിരിയുമായിരുന്നു. ഇതിപ്പോൾ ഒരു തോക്കിന്റെ വെടിയുണ്ട ദൂരത്തുവച്ചാണ് ഇരുവരും തമ്മിൽ കണ്ടത്. മ്യൂറോമ്സ്കി സംസ്കാര സമ്പന്നനായ ഒരു യൂറോപ്യനാണല്ലോ. അദ്ദേഹം തന്റെ എതിരാളിയെ നോക്കി വണങ്ങിക്കൊണ്ട് കുതിരയോടിച്ചുപോയി. ചങ്ങലയിൽ കിടക്കുന്ന കരടിയെപ്പോലെ ബെറെസ്റ്റോവ് തന്റെ വണക്കം തിരികെ നല്കി. ഈ നേരം കൊണ്ട് മുയൽ കൺമുന്നിലൂടെ തുറന്ന വയൽ വഴി ഓടി രക്ഷപ്പെട്ടു. ആൺപിള്ളേർ നാണിച്ചു നില്ക്കാതെ തങ്ങളുടെ വേട്ടനായ്ക്കളെ തുടലൂരിവിട്ടു. മ്യൂറോമ്സ്കിയുടെ പെൺകുതിരയ്ക്ക് വേട്ട പരിചയമില്ലാത്തതിനാൽ അതാകെ പേടിച്ചു. കുതിരയെ പൂട്ടിയിരിക്കയാണല്ലോ. നല്ല കുതിരക്കാരനെന്ന് സ്വയം കരുതുന്ന മ്യൂറോമ്സ്കി കുതിരയുടെ തല പിന്നിലേക്ക് വലിക്കാൻ അനുവദിച്ചു. കുതിര ശ്രദ്ധയില്ലാതെ കിടങ്ങിന്റെ അറ്റത്തുനിന്നുകൊണ്ട് ഈ ബഹളത്തിനിടയിൽ മ്യൂറോമ്സ്കിയെ തറയിലേക്ക് തള്ളിയിട്ടു. തണുത്തതറയിൽ ഊക്കിൽ പതിച്ച മ്യൂറോമ്സ്കി അവിടെ കിടന്നുകൊണ്ട് തന്റെ പെൺകുതിരയെ ശപിച്ചു. കുതിര ഉടൻതന്നെ സമനില വീണ്ടെടുത്ത്, തന്നെ നയിക്കാൻ ആരുമില്ലെന്നു കണ്ടു. ഇവാൻ പെട്രോവിച്ച്, മ്യൂറോമ്സ്കിയുടെ അടുത്തേക്ക് കുതിച്ചുവന്ന് മുറിവേറ്റോ എന്നന്വേഷിച്ചു. ഇതിനിടെ മ്യറോമ്സ്കി കുറ്റവാളിയായ കുതിരയെ പിടികൂടി നിയന്ത്രണത്തിലാക്കി. ഇത് മ്യൂറോമ്സ്കിയെ സീറ്റിലിരിക്കാൻ അനുവദിച്ചു. ബെറെസ്റ്റോവ് രണ്ടാമനെ തന്റെ വാസസ്ഥലത്തേക്ക് ക്ഷണിച്ചു. മ്യൂറോമ്സ്കി

ഗത്യന്തരമില്ലാതെ ആ ക്ഷണം സ്വീകരിച്ചു. അങ്ങനെ ബെറെസ്റ്റോവ് വിജയശ്രീലാളിതനായി; ഒരു കൈയിൽ മുയൽ, യുദ്ധത്തിൽ തടവുകാരനായപോലെ തന്റെ ശത്രു പിന്നിൽ!

രണ്ട് അയൽക്കാരും ചിരസുഹൃത് ബന്ധമുള്ളപോലെ പ്രഭാതഭക്ഷണം കഴിച്ചു. വീഴ്ചയുടെ ആഘാതംകൊണ്ട് കുതിരപ്പുറത്ത് വീട്ടിലെത്താൻ ബുദ്ധിമുട്ടാണെന്ന് മ്യൂറോമ്സ്കി പറഞ്ഞു. അതുകൊണ്ട് ബെറെസ്റ്റോവ് ഒരു വണ്ടി വിട്ടുതരണം. ബെറെസ്റ്റോവ് അദ്ദേഹത്തെ പടികൾ വരെ അനുഗമിച്ചു. പക്ഷേ, മ്യൂറോമ്സ്കി ബെറെസ്റ്റോവിനോട് ബഹുമാനാർത്ഥം യാത്ര പറയാൻ തയ്യാറായില്ല. അടുത്ത ദിവസം അലക്സി മ്യൂറോമ്സ്കിക്കൊപ്പം ഉച്ചഭക്ഷണം കഴിക്കാനുണ്ടായിരുന്നു. അങ്ങനെ കുറുനിര വെട്ടി നിരപ്പാക്കിയ, പതുങ്ങിയായ, ഒരു പെൺകുതിര കാരണം ഇരുവരുടെയും ശത്രുത അവസാനത്തിലെത്തിയപോലെ തോന്നി.

ഗ്രിഗറി ഇവാനോവിച്ചിനെ സന്ദർശിക്കാനായി ലിസ പാഞ്ഞു ചെന്നു.

“പപ്പ, എന്താണ് സംഭവിച്ചത്?” അവൾ അതിശയത്തോടെ ചോദിച്ചു. “പപ്പാ മുടന്തുന്നുണ്ടല്ലോ. താങ്കളുടെ കുതിരയെവിടെ? അതാരുടെ വണ്ടിയാണ്?”

“നിനക്ക് ഊഹിക്കാൻ പോലും കഴിയില്ല.” ഗ്രിഗറി മറുപടി പറഞ്ഞു. എന്നിട്ടദ്ദേഹം നടന്നതെല്ലാം പറഞ്ഞു.

ലിസയ്ക്ക് തന്റെ ചെവികളെ വിശ്വസിക്കാൻ കഴിഞ്ഞില്ല. അതിൽനിന്ന് ലിസ കരകയറും മുൻപുതന്നെ ഇവാനോവിച്ച് അടുത്ത ദിവസം രണ്ട് ബെറെസ്റ്റോവുമാരും തനിക്കൊപ്പം ആഹാരം കഴിക്കാൻ വരുന്നുണ്ടെന്ന് അറിയിച്ചു.

“എന്താ ഇപ്പറയുന്നെ?” അവൾ വിളറി. “ബെറെസ്റ്റോവുമാർ! അച്ഛനും മകനും! നാളെ നമുക്കൊപ്പം ആഹാരം കഴിക്കുമെന്നോ! ഇല്ല പപ്പാ, താങ്കൾ ഇഷ്ടംപോലെ ചെയ്തോളൂ. പക്ഷേ, ഞാനില്ല!!”

“നിനക്കത്രയ്ക്ക് ബോധമില്ലേ?” പിതാവ് ചോദിച്ചു.

“നീയെന്തിനാ ഇത്രയും നാണിക്കുന്നെ? അതോ ചില പ്രണയകഥയിലെ നായികമാരെപ്പോലെ ബെറെസ്റ്റോവുമാരെ പരമ്പരാഗതമായി വെറുക്കുകയാണോ? നിന്റെയീ വിവരക്കേട് ആദ്യമൊന്ന് മതിയാക്ക്.”

“ഇല്ല പപ്പാ. ലോകം തന്നെ എന്ത് പറഞ്ഞാലും എനിക്കൊന്നുമില്ല. ബെറെസ്റ്റോവുകൾക്കു മുന്നിൽ ഞാൻ പ്രത്യക്ഷപ്പെടില്ല.”

ഇവാനോവിച്ച് വാക്തർക്കം മതിയാക്കി പിൻവാങ്ങി. അതുകൊണ്ടൊന്നും അവളെ സ്വാധീനിക്കാനാവില്ല. സ്മരണീയമായ കുതിരസവാരിക്കുശേഷം അദ്ദേഹമിത്തിരി വിശ്രമിക്കാൻ തീരുമാനിച്ചു.

ലിസാ വെറ്റഗ്രിഗോറിയേവ്ന തന്റെ മുറിയിലെത്തി നസ്ത്യയോട് എല്ലാം വിവരിച്ചു പറഞ്ഞു. പിറ്റേന്നാളത്തെ സന്ദർശനത്തെക്കുറിച്ച് ഇരുവരും വിശദമായി സംസാരിച്ചു. അലക്സി അകുലിനയെക്കുറിച്ച് എന്ത് കരുതും? അവളുടെ സ്വഭാവത്തെക്കുറിച്ച്, സ്വഭാവമഹിമയെക്കുറിച്ച്, അവളുടെ വേഷംമാറലിനെക്കുറിച്ച്? ഇതിനൊക്കെ ഉപരിയായി തന്റെ പെട്ടെ

ന്നുള്ള ഈ വിധത്തിലുള്ള ഒരു പ്രത്യക്ഷപ്പെടൽ അലക്സിയിൽ എന്താണ് ഉണ്ടാക്കുക? പെട്ടെന്ന് ഒരാശയം അവളുടെ മനസ്സിലൂടെ കടന്നുപോയി. അവളതുടൻ നസ്ത്യയോട് പറഞ്ഞു. ഇരുവരും അതിൽ വിസ്മയഭരിതരാവുകയും എന്തുവില കൊടുത്തും അത് നിലവിൽ കൊണ്ടുവരാൻ തീരുമാനിക്കുകയും ചെയ്തു.

അന്ന് പ്രഭാതഭക്ഷണവേളയിലും ഇവാനോവിച്ച് തന്റെ മകളോട്, അവൾ ബെറെസ്റ്റോവുമാരിൽനിന്നും അകന്നു നില്ക്കാനാണോ തീരുമാനിച്ചിരിക്കുന്നതെന്ന് ചോദിച്ചു.

“പപ്പാ, ഞാനവരെ സ്വീകരിക്കാം.” ലിസ പറഞ്ഞു. “പക്ഷേ, ഒരു കണ്ടീഷനുണ്ട്. ഞാനെന്ത് പറഞ്ഞാലും ചെയ്താലും എന്നെ കുറ്റപ്പെടുത്താനോ അസന്തുഷ്ടനാകാനോ പാടില്ല.”

“നിന്റെ പഴയ ട്രിക്കുകൾ വീണ്ടും തുടങ്ങിയോ?” ഇവാനോവിച്ച് പൊട്ടിച്ചിരിച്ചു. “ഞാനൊന്നും പറയുന്നില്ല. നീ എന്തു വേണമെങ്കിലും കാണിക്ക്, എന്റെ കരിങ്കണ്ണീ ഭ്രാന്തിപ്പെണ്ണേ.” ഇങ്ങനെ പറഞ്ഞുകൊണ്ട് അദ്ദേഹം അവളുടെ നെറ്റിയിൽ ചുംബിച്ചു. ലിസ തയ്യാറെടുപ്പുകൾക്കായി ഓടിപ്പോയി.

രണ്ടുമണിയായപ്പോഴേക്കും വീട്ടുപയോഗത്തിനു വേണ്ടി നിർമ്മിച്ച ആറ് കുതിരകളെ കെട്ടിയ ഒരു വണ്ടി ലോണിലെ പച്ചറൗണ്ട് ചുറ്റിവന്നു നിന്നു. ബെറെസ്റ്റോവിനെ സഹായിക്കാനായി മ്യൂറോമ്സ്കിയുടെ രണ്ടുപേർ ഓടിച്ചെന്നു. അതിനു പിന്നാലെ അദ്ദേഹത്തിന്റെ മകൻ ഇറങ്ങിവന്നു. അദ്ദേഹം കുതിരപ്പുറത്താണ് വന്നത്. ഇരുവരും ഒരുമിച്ച് ഊണുമുറിയിലേക്ക് പ്രവേശിച്ചു. അവിടെ മേശ ഒരുക്കിയിരുന്നതിനാൽ മ്യൂറോമ്സ്കിക്ക് വേണ്ടത്ര ഹാർദ്ദമായി അതിഥികളെ സ്വീകരിക്കാനായില്ല. അദ്ദേഹം അതിഥികളോട് തന്റെ പൂന്തോട്ടം ഒരു നോക്ക് കാണാനും അവർക്കൊപ്പം ചരൽപാതവഴി നടക്കുകയും ചെയ്തു. ബെറെസ്റ്റോവിന് അതൊരു സമയം കൊല്ലിയായി തോന്നിയെങ്കിലും മര്യാദയോർത്ത് മിണ്ടാതെ നടക്കുകയാണുണ്ടായത്. അദ്ദേഹത്തിന്റെ മകനും പിതാവിനെപ്പോലെതന്നെ അതിൽ വിയോജിപ്പുണ്ടായിരുന്നു. തന്റെ ആതിഥേയന്റെ മകളെക്കുറിച്ച് ഏറെ കേട്ടിരുന്നതിനാൽ ആ വിസ്മയകരമായ കാഴ്ചയ്ക്കായി അദ്ദേഹം കാത്തിരുന്നു.

സ്വീകരണമുറിയിലേക്ക് മടങ്ങിവന്നതും മൂവരും ഇരിപ്പ് പിടിച്ചു. രണ്ടുപേരും അവരവർ ആർമിയിലുണ്ടായിരുന്നപ്പോഴുള്ള കാര്യങ്ങൾ അയവിറക്കി അലക്സിയാകട്ടെ ലിസയുടെ സാന്നിദ്ധ്യത്തിൽ തന്റെ റോൾ എങ്ങനെ അഭിനയിക്കണമെന്ന് ആലോചിച്ചു നോക്കി. സന്ദർഭത്തിന് യോജിച്ചത് ഒരു തണുപ്പൻ പ്രതികരണമായിരിക്കുമെന്ന് അയാൾ തീരുമാനിച്ചു. വാതിൽ തുറന്നതും അയാൾ അത്തരം ഒരു തണുത്ത പ്രതികരണത്തോടെ തല തിരിച്ചു. നിർഭാഗ്യവശാൽ അത് ലിസയായിരുന്നില്ല, മറിച്ച്, മിസ് ജാക്സനായിരുന്നു. അവർ പൗഡർ പൂശി ഒരു ചെറിയ വണക്കത്തോടെ മുറിയിലേക്ക് പ്രവേശിച്ചു. അലക്സിയുടെ മനസ്സ് തണു

ത്തുപോയി. അവന് പഴയ മനോഭാവത്തിലേക്ക് കടക്കാനുള്ള സമയം കിട്ടും മുൻപ് ലിസ വാതിൽ തുറന്ന് പ്രവേശിച്ചു. അവരെല്ലാം എഴുന്നേറ്റു നിന്നു. അവളുടെ അച്ഛൻ അതിഥികളെ പരിചയപ്പെടുത്താൻ തുടങ്ങുകയായിരുന്നു, പെട്ടെന്ന് അദ്ദേഹം ചുണ്ടുകൾ കടിച്ച് നിശ്ശബ്ദനായി. കറുത്ത നിറത്തോടുകൂടിയ ലിസ ചെവിയുടെ അറ്റംവരെ പൗഡർ പൂശിയിരുന്നു. മിസ് ജാക്സനേക്കാൾ കൂടുതൽ. കൃത്രിമ അളകങ്ങൾ. അതിന് അവളുടെ യഥാർത്ഥ മുടിയേക്കാൾ വെളുപ്പായിരുന്നു, ലൂയി പതിനഞ്ചാമന്റേതുപോലെ, അവളുടെ അരഭാഗം ഇറുക്കിക്കെട്ടിയിരുന്നതിനാൽ അവൾ X എന്ന അക്ഷരം പോലിരുന്നു. പോരെങ്കിൽ അവളുടെ കഴുത്തും വിരലുകളും കൈകളും അവളുടെ അമ്മയുടെ ആഭരണങ്ങൾ കൊണ്ട് അലങ്കരിച്ചിരുന്നു. അലക്സിക്ക് ഈ മേക്കപ്പിനിടയിൽ തന്റെ അകുലിനയെ കണ്ടെത്താനേ കഴിഞ്ഞില്ല. ബെറെസ്റ്റോവ് അവളുടെ വിരലുകൾ ചുംബിച്ചു. അലക്സി മനമില്ലാമനമോടെ അതിൽ ചുംബിച്ചപ്പോൾ അവളുടെ വിരലുകളിലൂടെ ഒരു വിറയൽ കടന്നുപോയതായി അവന് തോന്നി. അതേ സമയം തന്നെ അവളുടെ കണ്ടവരോടെല്ലാം ശൃംഗരിക്കുന്നമാതിരിയുള്ള ഷൂവിന്റെ അറ്റവും കാണാനായി. തുടർന്നുള്ള അവളുടെ വസ്ത്രത്തിന്റെ ഉള്ളുകള്ളികളെല്ലാം വളരെ പെട്ടെന്ന് അലക്സിക്ക് ബോദ്ധ്യപ്പെട്ടു. ഗ്രിഗറി തന്റെ വാഗ്ദാനം ഓർത്ത് ചിരിയടക്കാൻ പാടുപെട്ടു. മകളുടെ കുസൃതിത്തരമെന്നേ അയാൾക്ക് തോന്നിയുള്ളൂ.

അവരെല്ലാം മേശയ്ക്കരികിൽ ഇരിക്കുകയായിരുന്നു. അലക്സി സംസാരിച്ചുകൊണ്ടിരുന്നു. ലിസ ഫ്രഞ്ചിലേ സംസാരിക്കാറുള്ളൂ. അതും മധുരതരമായ മൊഴിയിൽ. അവളുടെ പിതാവ് തന്റെ മകളുടെ വിസ്മയകരമായ ഈ സ്വഭാവത്തിന്റെ അർത്ഥമറിയാതെ കുഴങ്ങി. പക്ഷേ, അത് തികച്ചും ആസ്വാദ്യകരമായിരുന്നു. ഇംഗ്ലീഷ് അദ്ധ്യാപിക ഏറക്കുറെ മൗനിയായിരുന്നു. ഇവാൻ പെട്രോവിച്ച് മാത്രമാണ് സ്വന്തം വീട്ടിലെന്നപോലെ പെരുമാറിയത്. രണ്ടുപേരുടെ ആഹാരം കഴിച്ചു. കുടിച്ചു. സ്വന്തം തമാശകളിൽ മതിമറന്ന് ചിരിച്ചു.

ഒടുവിൽ അവർ മേശയ്ക്കരികിൽ നിന്നെഴുന്നേറ്റു. അതിഥികൾ വിടപറഞ്ഞു. ഗ്രിഗറി ഇവാനോവിച്ച് ചോദ്യങ്ങൾ ചോദിക്കാനും ചിരിക്കാനും ആരംഭിച്ചു.

"അവരെ ഇങ്ങനെയൊക്കെ വിഡ്ഢിയാക്കിയതെന്തിനാ?" അദ്ദേഹം മകളോട് ചോദിച്ചു. "നിനക്കൊരു കാര്യം അറിയാമോ? പൗഡർ നിനക്ക് നന്നായി യോജിക്കുന്നുണ്ട്. എനിക്കൊരു സ്ത്രീയുടെ മേക്കപ്പ് മുറിയെ കുറിച്ച് ഒന്നുമറിയില്ല. പക്ഷേ, ഞാനാണ് നിന്റെ സ്ഥാനത്തെങ്കിൽ പൗഡർ ഉപയോഗിക്കുമായിരുന്നു. തീരെക്കുറച്ച്."

ലിസ അവളുടെ പദ്ധതി വിജയിച്ചതിൽ സന്തോഷിച്ചു. അവൾ തന്റെ കൈകൾ പിതാവിന്റെ കഴുത്തിലർപ്പിച്ച് അദ്ദേഹത്തിന്റെ ഉപദേശങ്ങൾക്ക് നന്ദി പറഞ്ഞു. പിന്നീട് തനിക്കുവേണ്ടി എല്ലാം തന്ന് സഹായിച്ച ഇംഗ്ലീഷ് അദ്ധ്യാപികയുടെ അടുത്തേക്കോടി. ലിസ അവരോട് തന്റെ കറുത്ത നിറ

വുമായി അപരിചിതർക്കു മുന്നിൽ പ്രത്യക്ഷപ്പെടാൻ വയ്യെന്ന് പറഞ്ഞിരുന്നു. അതെല്ലാം അവർ ക്ഷമിച്ചുകഴിഞ്ഞു. ഇംഗ്ലീഷ് അദ്ധ്യാപികയ്ക്കറിയാമായിരുന്നു ലിസ ഒരിക്കലും ഒരു ചിരിക്കുന്ന വകയാവില്ലെന്ന്. ഇംഗ്ലീഷ് പൗഡറിന്റെ ഒരു ചെറിയ ജാർ അവർ ലിസയെ ഏല്പിച്ചു. അവൾ ഏറെ നന്ദിയോടെ അത് വാങ്ങി.

ലിസയ്ക്ക് അവളുടെ വിജയാഹ്ലാദം കൂടുതൽ കാലത്തേക്ക് നീട്ടിവെക്കാനാവില്ലെന്ന് വായനക്കാരനറിയാമല്ലോ. പിറ്റേദിവസം രാവിലെ തന്നെ അവർ തമ്മിൽ കണ്ടു.

"എന്റെ യജമാനന്റെ വീട്ടിൽ നിങ്ങൾ ഇന്നലെ രാത്രി വന്നിരുന്നു. ഇല്ലേ സാർ?" കണ്ടയുടനെ അവൾ ചോദിച്ചു.

"ആ പെൺകുട്ടിയെക്കുറിച്ച് എന്താണ് താങ്കളുടെ അഭിപ്രായം?"

താനത് ശ്രദ്ധിച്ചില്ലെന്ന് അലക്സി മറുപടി പറഞ്ഞു.

"അത് കഷ്ടായി!" ലിസ പറഞ്ഞു.

"എന്തേ?" അലക്സി ചോദിച്ചു.

"അവർ പറയുന്നതെന്തെന്നാൽ.."

"അവർ എന്തു പറഞ്ഞു?"

"സത്യമായിരിക്കും - താങ്കൾക്ക് അവളെ ഇഷ്ടപ്പെട്ടുവെന്ന്!"

"എന്ത് അസംബന്ധാ. ഒരു പിശാചിനെപ്പോലുണ്ട് ആ പെണ്ണ്. നിന്നോട് താരതമ്യം ചെയ്യുമ്പോൾ."

"അയ്യോ സാർ ഞങ്ങളുടെ കൊച്ചെജമാനത്തിയെക്കുറിച്ച് അങ്ങനെയൊന്നും പറയരുത്. നന്നായി വെളുത്ത സുന്ദരിക്കുട്ടിയാണ്. എന്നെയും അവരെയും താരതമ്യം ചെയ്യരുത്." എത്ര വെളുത്ത സുന്ദരികളേക്കാളും സുന്ദരിയാണ് അകുലിനയെന്ന് അലക്സി പറഞ്ഞു. അവളുടെ കൊച്ചെജമാനത്തിയെ അലക്സി വിവരിച്ചപ്പോൾ അകുലിന പൊട്ടിച്ചിരിച്ചു.

"ശരിയായിരിക്കാം." അകുലിന പറഞ്ഞു. "ഞങ്ങളുടെ കൊച്ചെജമാനത്തിയെ കണ്ടാൽ ഒരു വിഡ്ഢിയെപ്പോലെ തോന്നുന്നുണ്ടാവാം പക്ഷേ, ഞാനൊരു വിദ്യാഭ്യാസമില്ലാത്ത അറിവില്ലാത്ത വിഡ്ഢിയാണ്."

"അതിനെന്തിനാ വിഷമിക്കുന്നെ?" അലക്സി പറഞ്ഞു. "ഇഷ്ടമാണെങ്കിൽ എഴുതാനും വായിക്കാനും പാഠങ്ങൾ പഠിക്കാനും ഞാൻ സഹായിക്കാം."

"സത്യം!" ലിസ അത്ഭുതപരതന്ത്രയായി. "ശരി. ഒന്നുമില്ലേലും ശ്രമിക്കുന്നതിന് കുഴപ്പമില്ലല്ലോ?"

"ഒരിക്കലുമില്ല. നമുക്കിപ്പോൾതന്നെ തുടങ്ങാം."

അവർ ഇരുന്നു. അലക്സി പോക്കറ്റിൽ നിന്ന് ഒരു ചെറിയ നോട്ട്ബുക്കും പെൻസിലുമെടുത്തു. നിമിഷങ്ങൾക്കകം അകുലിന അക്ഷരമാല സ്വായത്തമാക്കി. അവളുടെ കഴിവിൽ അലക്സി അത്ഭുതപ്പെട്ടു. പിറ്റേദിവസം രാവിലെ അവൾ എഴുതാനാരംഭിച്ചു. ആദ്യമാദ്യം പെൻസിൽ വഴങ്ങിയില്ല പക്ഷേ, അല്പസമയത്തിനകം അവൾ എഴുതാനും പഠിച്ചു.

"ഇതൊരത്ഭുതം തന്നെ" അലക്സി പറഞ്ഞു. "നിമിഷങ്ങൾക്കകം നല്ല റിസൾട്ട്. വ്യവസ്ഥ പ്രകാരമല്ലാതെ തന്നെ."

മൂന്നാം പാഠത്തോടുകൂടി ബോയേഴ്സ് ഡോട്ടറിലെ നതാല്യയുടെ വഴിയേ പോകാൻ ലിസയ്ക്ക് അനായാസം കഴിഞ്ഞു. വായിക്കുമ്പോൾ അവൾ ആർജ്ജിക്കുന്ന നിരീക്ഷണ പാടവം അലക്സിയെ അത്ഭുതപരതന്ത്രനാക്കി. ഒരു പേജ് നിറയെ അവൾ കഥയിൽനിന്ന് നേടിയ നീതിവാക്യങ്ങൾ എഴുതി നിറച്ചു.

ഒരാഴ്ച കഴിഞ്ഞപ്പോഴേക്കും അവൾ കത്തുകൾ കൈമാറാൻ തുടങ്ങി. ഒരു പഴയ ഓക്ക് മരത്തിന്റെ ദ്വാരമായിരുന്നു അവരുടെ പോസ്റ്റ് ബോക്സ്. നസ്ത്യ രഹസ്യമായി പോസ്റ്റ്മാന്റെ റോൾ നിർവ്വഹിച്ചുവന്നു. അലക്സി ശക്തമായി ഉരുട്ടിപ്പിടിച്ചാണ് എഴുതിയിരുന്നതെങ്കിൽ ഒരു നീല സാധാരണപേപ്പറിൽ അകുലിന എഴുതി. അകുലിനയുടെ സാഹിത്യഭാഷ മെച്ചപ്പെടുകയും അവളുടെ മനസ്സ് അതിവേഗത്തിൽ വളർന്നുകൊണ്ടിരിക്കുകയും ചെയ്തു.

ഈ സമയം ഇവാൻ പെട്രോവിച്ച് ബെറെസ്റ്റോവിന്റെയും ഗ്രിഗറി ഇവാനോവിച്ച് മ്യൂറോമ്സ്കിയുടെയും ബന്ധം ബലപ്പെടുകയും അവർ ഇരുവരും സുഹൃത്തുക്കളായി മാറുകയും ചെയ്തു. മ്യൂറോമ്സ്കി ഇങ്ങനെ ചിന്തിച്ചു. ഇവാൻ പെട്രോവിച്ച് മരിക്കുമ്പോൾ അയാളുടെ സ്വത്തുവകകളെല്ലാം അലക്സിയുടെ പേരിലാവും. അതിനർത്ഥം അയാൾ ഒരു വലിയ കാശുകാരനാകുമെന്നാണ്. അലക്സി ലിസയെ വിവാഹം ചെയ്യാതിരിക്കേണ്ട കാര്യമൊന്നുമില്ല. വൃദ്ധനായ ബെറെസ്റ്റോവിന് ഒരുപാട് നിഷേധിക്കാനാവാത്ത ഗുണവശങ്ങളുണ്ട്. ഉദാഹരണത്തിന്, നിറസമൃദ്ധിയുള്ള മനുഷ്യൻ. പ്രോൺസ്കി പ്രഭുവുമായി അയാൾക്ക് അടുത്ത ബന്ധമുണ്ട്. അലക്സിയെ പ്രയോജനപ്പെടുത്താനാവണം. (ഇവാൻ പെട്രോവിച്ച് ഓർക്കുകയാണ്) അതിന്റെ ഗുണഫലമെന്നോണം അയാൾ തന്റെ മകളെ അലക്സിക്ക് വിവാഹം ചെയ്തുകൊടുക്കും. കുറച്ചുകാലം പൊരുത്തമില്ലായ്മകൾ മനസ്സിൽ കൊണ്ടുനടക്കും. പിന്നെ, കെട്ടിപ്പിടിയായി, ബഹളമായി. ഓരോരുത്തർക്കും അവരവരുടേതായ പ്രതിസന്ധിയുണ്ടല്ലോ. പക്ഷേ, ഇവാനോവിച്ച് തന്റെ മകൾ ബെറ്റ്സിയെ എങ്ങനെ അലക്സിയുമായി പരിചയത്തിലാക്കും? പെണ്ണും ചെറുക്കനും ഒരു പരിചയപ്പെടലിൽ കൂടുതൽ അടുപ്പം വരില്ലല്ലോ. അവരന്ന് ഒരു ഡിന്നറിന് കണ്ട പരിചയമല്ലേ ഉള്ളൂ? അലക്സിക്ക് പ്രലുചിനോയിലേക്ക് പോകാൻ തന്നെ കഴിയാത്തവിധം ഇവാൻ പെട്രോവിച്ച് ഓരോ സന്ദർശനം നടപ്പിലാക്കി. ഗ്രിഗറി ഇവാനോവിച്ച് ഇങ്ങനെ സന്ദർശനം നടപ്പിലാക്കുകയും അലക്സി ദിവസേന വീട്ടിൽ വരികയും ചെയ്താൽ ബെറ്റ്സിക്കെങ്ങനെയാണ് അയാളെ പ്രേമിക്കാതിരിക്കാനാവുക? അതാണ് സ്വാഭാവികമായ അന്ത്യം. കാലം എല്ലാം ശരിയാക്കിക്കൊള്ളും.

തന്റെ പദ്ധതി എങ്ങനെ വിജയിപ്പിക്കുമെന്ന് ഇവാൻ പെട്രോവിച്ച്

ചിന്തിച്ചു. അന്ന് വൈകിട്ട്, തന്റെ പൈപ്പും കത്തിച്ചുകൊണ്ട് തന്റെ മകന്റെ പഠനസ്ഥലത്തേക്ക് അദ്ദേഹം ചെന്നു.

"അലോഷ്യാ, നീ പട്ടാളത്തിൽ ചേരാനുള്ള പ്രായമെത്തി. നിനക്കതിൽ താല്പര്യമില്ലേ?"

"ഇല്ല പപ്പാ" അവൻ അനുസരണയോടെ പറഞ്ഞു.

"എന്നെ ആർമിയിലേക്ക് പപ്പാ വിടുകയില്ലെന്നാണ് എന്റെ പ്രതീക്ഷ."

"നല്ലത്." ഇവാൻ പെട്രോവിച്ച് പറഞ്ഞു. "നീ അനുസരണയുള്ള മകനാണില്ലേ? ഞാൻ നിന്നെ നിന്റെ ആഗ്രഹത്തിനെതിരായി വിടുകയില്ല. ഇപ്പോഴെങ്കിലും സിവിൽ സർവ്വീസ് വേണ്ടെന്ന് വെക്കാം. പക്ഷേ, നീ വിവാഹത്തെക്കുറിച്ച് എന്തുപറയുന്നു?"

"ആരെ വിവാഹം കഴിക്കാൻ?" അലക്സി വിസ്മയഭരിതനായി ചോദിച്ചു.

"ലിസാവേറ്റ ഗ്രിഗോറിയേവ്നാ നല്ല മാച്ചായിരിക്കും ഇല്ലേ?" ഇവാൻ ചോദിച്ചു.

"പക്ഷേ, ഞാനിപ്പോൾ വിവാഹത്തെക്കുറിച്ച് ചിന്തിച്ചിട്ടില്ല."

"നീ ചിന്തിച്ചിട്ടില്ല. അതുകൊണ്ടാണ് നിനക്കുവേണ്ടി ഞാൻ ചിന്തിച്ചത്."

"പക്ഷേ, എനിക്ക് ലിസാ മ്യൂറോമ്സ്കിയെ ഇഷ്ടമല്ല."

"സമയം ചെല്ലുമ്പോൾ നിനക്കത് ഇഷ്ടമാകും."

"എനിക്കവളെ സന്തോഷവതിയാക്കാൻ കഴിയില്ല."

"സന്തോഷിപ്പിക്കാൻ കഴിയില്ല എന്ന കാര്യത്തിൽ നീ ദുഃഖിതനാണോ? ഇതാണോ പിതാവിനോടുള്ള നിന്റെ അനുസരണാബോധം?"

"താങ്കളെന്താഗ്രഹിച്ചാലും ഞാൻ വിവാഹം കഴിക്കില്ല. ആരെയും."

"നീ അവളെ വിവാഹം കഴിക്കും. ഇല്ലെങ്കിൽ ഈ എസ്റ്റേറ്റ് വിറ്റുതുലച്ച് നിനക്കൊരു പൈസ കിട്ടാതാക്കും ഞാൻ. ഞാൻ നിനക്ക് മൂന്നു ദിവസം സമയം തരാം. ചിന്തിക്കൂ. ഈ സമയത്ത് എന്റെ കൺവെട്ടത്തുനിന്ന് അകന്നു നില്ക്കൂ."

അലക്സിക്കറിയാം തന്റെ പിതാവിന്റെ തലയിൽ ഒരിക്കൽ ഒരാശയം കടന്നുകൂടിയാൽ പിന്നെ അതിനെ ആർക്കും ഒന്നിനും കുടഞ്ഞെറിയാൻ കഴിയില്ല. അലക്സി പിതാവിനെ സ്വാധീനിക്കാൻ ശ്രമിച്ചെങ്കിലും അദ്ദേഹത്തെ ആ ചിന്തയിൽനിന്ന് പിന്തിരിപ്പിക്കാൻ സാധിക്കുമായിരുന്നില്ല. എല്ലാ പരിധിയും ലംഘിച്ചും സ്വാധീനിക്കാൻ ശ്രമിച്ചതിന്റെ ഫലമായി ഒരു പൈസയും തനിക്ക് വേണ്ടെന്ന് വച്ചതിന്റെ ഫലമെന്നോണം ലിസയെ തന്നിൽനിന്ന് വേർപിരിക്കാൻ പിതാവ് സമ്മതിച്ചു. അപ്പോഴാണ് അവന് താൻ അകുലിനയുമായി എത്ര ഗാഢ പ്രണയത്തിലാണെന്ന് മനസ്സിലായത്. ഒരു കർഷകപ്പെൺകുട്ടിയെ വിവാഹം കഴിക്കുകയും അവന്റെ തൊഴിലാളികൾക്കൊപ്പം അവൻ ജീവിക്കുകയും ചെയ്യുക എന്നത് അവനെ ആദ്യം അസ്വസ്ഥനാക്കി. പിന്നീടുള്ള കാര്യകാരണ ചിന്തയിൽ അതിൽ കാര്യമൊന്നുമില്ലെന്ന് അവന് തോന്നി. മഴ കാരണം കുറേ നാള

ത്തേക്ക് അലക്സിക്കും അകുലിനയ്ക്കും അതിർത്തിയിൽ വച്ച് കണ്ടുമുട്ടാനായില്ല. ഒടുവിൽ അവൻ അവൾക്കൊരു കത്തെഴുതാൻ തീരുമാനിച്ചു. അവൻ അവളുടെ കൈ പിടിച്ചാൽ പരമദരിദ്രനായിത്തീരുമെന്ന കാര്യം കത്തിൽ എഴുതിയിരുന്നു. പഴയ ഓക്കുമരത്തിന്റെ പൊത്തിൽ കത്ത് നിക്ഷേപിച്ചതിനുശേഷം അവൻ സുഖമായുറങ്ങി.

പിറ്റേന്ന് അതിരാവിലെ അലക്സി തന്റെ സവാരിക്കിറങ്ങി. അവൻ കരുതിയത് വഴിയിൽവച്ച് മ്യൂറോമ്സ്കിയെ കാണുമെന്നും അവന്റെ കാര്യം തുറന്നു സംസാരിക്കാമെന്നുമായിരുന്നു.

“ഗ്രിഗോറി ഇവാനോവിച്ച് വീടിനുള്ളിലുണ്ടോ?” വീട്ടിൽ നിന്നിറങ്ങുമ്പോൾ പടിയിൽ നിന്നുകൊണ്ടവൻ അന്വേഷിച്ചു.

“ഇല്ല സാർ” ജോലിക്കാരൻ പറഞ്ഞു. “ഇവാനങ്ങുന്ന് അതിരാവിലെ പുറത്തുപോയി.”

“എന്തൊരു ശല്യം!” അലക്സി കരുതി.

“അങ്ങനെയെങ്കിൽ ലിസാവേറ്റാ ഗ്രിഗോറിയേവ്നാ വീട്ടിലുണ്ടാവും.”

“ശരിയാണ് സർ. അവരവിടെയുണ്ട്.”

അലക്സി തന്റെ കുതിരപ്പുറത്ത് ചാടിക്കയറി. വീട്ടിലേക്ക് ഒന്നും പറയാതെ കടന്നു കയറുകയും ചെയ്തു.

എല്ലാം ഒതുക്കണം. സ്വീകരണമുറിയിലേക്ക് കടക്കുമ്പോൾ അയാൾ കരുതി. ‘എല്ലാം ഞാനാ പെൺകുട്ടിയോട് പറയും.’

അവൻ അകത്തേക്ക് കടന്നു. അവൻ ഞെട്ടിപ്പോയി. ലിസാ... അകുലിന... അവന്റെ പ്രിയപ്പെട്ടവൾ... കറുത്തവൾ... പുകയിലല്ല, പ്രഭാതത്തിൽ, ഒരു വെളുത്ത ഗൗണിൽ, വാതിലിനരികിൽ ഇരിക്കുന്നു, അവന്റെ കത്തും വായിച്ച്; പക്ഷേ, സത്യത്തിൽ അവൻ കടന്നുവരുന്നത് അവൾ കേട്ടതേയില്ല. സന്തോഷസൂചകമായി ഒരു നെടുവീർപ്പുപോലും അവനയച്ചില്ല. ലിസ പെട്ടെന്ന് തലയുയർത്തി, ഒന്ന് നിലവിളിച്ചുകൊണ്ട് ഓടിരക്ഷപ്പെടാൻ ശ്രമിച്ചു. അലക്സി അവളെ തടയാനായി കുതിച്ചു.

“അകുലിന! അകുലിന!”

ലിസ അവനിൽനിന്നും വേർപെട്ടു. അവൾ നിലവിളിച്ചു.

“അകുലിനാ, എന്റെ പ്രിയപ്പെട്ട അകുലിനാ.”

അവൻ അതാവർത്തിച്ചുകൊണ്ട് അവളുടെ കൈകൾ ചുംബിച്ചു.

ഈ രംഗത്തിന്റെ സാക്ഷിയായി മിസ് ജാക്സനുണ്ടായിരുന്നു. പക്ഷേ, എന്തുചെയ്യണമെന്ന് അവർക്ക് മനസ്സിലായില്ല. ആ സമയം വാതിൽ തുറന്ന് ഇവാൻ പെട്രോവിച്ച് അകത്തേക്ക് വന്നു.

“ആഹാ!” മ്യൂറോമ്സ്കി പറഞ്ഞു. “നീ തന്നെ കാര്യങ്ങൾ വേർതിരിച്ചെടുത്തല്ലോ...” ബാക്കി കാര്യങ്ങൾ ഞാൻ വിസ്തരിക്കേണ്ട കാര്യമില്ല. വായനക്കാരന് അറിയാം.

സ്പേഡ് റാണി

കുതിരസൂക്ഷിപ്പുകാരുടെ ഓഫീസർ നരുമോവിന്റെ മുറിയിൽവച്ച് ഒരു ദിവസം ഒരു ചീട്ടുപാർട്ടി നടന്നു. തണുപ്പുകാലത്തെ ആ സായാഹ്നം ഒരു ശ്രദ്ധയ്ക്കും വകയില്ലാതെ കടന്നുപോയി. വെളുപ്പിന് അഞ്ചു മണിക്കാണ് എല്ലാവരും അത്താഴത്തിനായി എത്തിയത്. ഷാംപെയ്ൻ കൊണ്ടുവരപ്പെട്ടു. എല്ലാവരും സംഭാഷണത്തിൽ പങ്കുകൊണ്ടു.

"എന്തു പറയുന്നു. സുരിൻ?" ആതിഥേയൻ ചോദിച്ചു.

"പതിവുപോലെ, എനിക്ക് നഷ്ടപ്പെട്ടു. ഞാൻ നിശ്ചയമായും കുമ്പസരിക്കേണ്ടതാണ്. എനിക്ക് ഭാഗ്യമില്ല. ഞാനെന്റെ പക്കലുള്ളവയെ രൂപം മാറ്റുന്നില്ല. പണയം വെക്കുന്നില്ല. ചൊടിപ്പിക്കപ്പെടുന്നില്ല. എന്റെ തലച്ചോറിന് ക്ഷതവുമില്ല. എന്നിട്ടും നഷ്ടപ്പെടുന്നു!"

"ഒരിക്കലെങ്കിലും തിരികെ വരണമെന്ന് തോന്നുന്നില്ലേ? നിങ്ങളുടെ മനഃശക്തി എന്നെ അത്ഭുതപ്പെടുത്തുന്നുണ്ട്."

യുവ എഞ്ചിനീയറെ ചൂണ്ടിക്കാട്ടിക്കൊണ്ട് അതിഥികളിലൊരാൾ പറഞ്ഞു.

"ഹെർമനെക്കുറിച്ച് എന്തു പറയുന്നു? അദ്ദേഹം കൈയിൽ ഒരു കാർഡുമെടുത്തില്ല. ജീവിതത്തിലൊരിക്കലും ഒന്നും ഇരട്ടിപ്പിക്കുന്നില്ല. എന്നിട്ടും ഞങ്ങൾ കളിക്കുന്നതും നോക്കി അദ്ദേഹം വെളുപ്പിന് അഞ്ചു മണിവരെ ഇരുന്നു."

"കളി എന്നെ വിസ്മയിപ്പിച്ചു" ഹെർമൻ പറഞ്ഞു. "പക്ഷേ, ഭാവിയിൽ ആഡംബരപൂർണ്ണമായ ചിലതു കിട്ടുമെന്ന ധാരണയിൽ ജീവിതത്തിലെ ഒന്നും നഷ്ടപ്പെടുത്താൻ ഞാൻ തയ്യാറല്ല."

"ഹെർമൻ ഒരു ജർമ്മനാ. അയാൾ ശ്രദ്ധാലുവാ" ടോംസ്കി നിരീക്ഷിച്ചു. "എനിക്കൊരാളെയേ മനസ്സിലാക്കാൻ കഴിയാതെയുള്ളൂ. എന്റെ

അമ്മൂമ്മ, പ്രഭുവിന്റെ വിധവ. അന്ന ഫെഡോടോവ്ന."

"എങ്ങനെ? എന്താ കാരണം?" അതിഥികൾ ബഹളമുണ്ടാക്കി.

"എന്തുകൊണ്ടാണെന്നറിയില്ല." ടോംസ്കി തുടർന്നു. "എന്റെ അമ്മൂമ്മ ഒരിക്കലും ചൂത് കളിച്ചിട്ടില്ല."

"എൺപതിലെത്തിയ ഒരു വൃദ്ധ ചൂതാടിയിട്ടില്ല എന്ന് പറയുന്നതിൽ എന്താണിത്ര അത്ഭുതം?" നരുമോവ് ചോദിച്ചു.

"അപ്പോൾ നിങ്ങൾക്കറിയില്ല?"

"ഇല്ല. എനിക്കറിയില്ല."

"എന്നാൽ ശ്രദ്ധിക്കു."

"നിങ്ങൾ അറിയേണ്ട ഒരു കാര്യം 60 വർഷം മുൻപ് എന്റെ അമ്മൂമ്മ പാരിസിൽ പോയിരുന്നു. അവിടെവച്ച് അവർ ചില അടിപിടിക്കേസുകളിൽ ചെന്നുപെട്ടു. അവരെ ഒരുനോക്ക് കാണാൻവേണ്ടി ആളുകൾ അവർക്ക് പിന്നാലെ പരക്കം പാഞ്ഞു. കോടതിയിൽ അവർക്കുവേണ്ടി കാശ് ചെലവഴിച്ചതെല്ലാം റിച്ചിലോവാണ്. അമ്മൂമ്മ കോടതിയിൽ പറഞ്ഞത് റിച്ചിലോവ് അമ്മൂമ്മയുടെ ക്രൂരത എന്ന പേരിൽ സ്വയം വെടിവച്ചതാണെന്നാണ്. അക്കാലത്ത് സ്ത്രീകൾ ഫറോ കളിക്കാൻ തുടങ്ങിയിരുന്നു. ഓർലിയൻസ് പ്രഭുവിന്റെ പേരിൽ ഒരിക്കൽ അമ്മൂമ്മയ്ക്ക് കോടതിയിൽ ഒരുപാട് കാശ് നഷ്ടപ്പെട്ടു. വീട്ടിൽ മടങ്ങിയെത്തിയശേഷം അവർ മുഖത്തൊട്ടിച്ചിരുന്നതെല്ലാം വലിച്ച് ദൂരെയെറിഞ്ഞു. എന്നിട്ട് തന്റെ കാശ് നഷ്ടമെല്ലാം അപ്പൂപ്പന്റെ മേൽ കെട്ടിവച്ചിട്ട് തന്റെ കാശെല്ലാം തിരികെ കൊടുക്കാൻ ആജ്ഞാപിച്ചു. അപ്പൂപ്പന് അമ്മൂമ്മയെന്നാൽ തീ പോലായിരുന്നു. ഇത്രയും കാശ് നഷ്ടപ്പെട്ടെന്ന് കേട്ടപ്പോൾ അദ്ദേഹത്തിന്റെ ക്ഷമ നശിച്ചു. അപ്പൂപ്പൻ കണക്കുകളെല്ലാം വരുത്തിച്ചു. 6 മാസം കൊണ്ട് അവർ അര മില്യൻ തുക നഷ്ടപ്പെടുത്തിയെന്ന് വിവരിച്ചു. മോസ്കോ, സാരടോവ് എസ്റ്റേറ്റുകൾ പാരീസിലായതിനാൽ കടം ഒരിക്കലും വീടാനാവില്ലെന്നും അദ്ദേഹം പറഞ്ഞു. അമ്മൂമ്മ തന്റെ അനിഷ്ടം മറച്ചുവെക്കാതെ അദ്ദേഹത്തെ ഒരു പെട്ടി ഏല്പിച്ചുകൊടുത്തുകൊണ്ട് രാത്രിയിൽ തനിയെ ഉറങ്ങാൻ പോയി. ഇത് എന്തെങ്കിലും മാറ്റം അദ്ദേഹത്തിൽ വരുത്തുമെന്ന് പ്രതീക്ഷിച്ചെങ്കിലും പിറ്റേന്ന് അദ്ദേഹത്തിൽ കുലുക്കമൊന്നും കണ്ടെത്താൻ അമ്മൂമ്മയ്ക്കായില്ല. ജീവിതത്തിലാദ്യമായി അപ്പൂപ്പനോട് അവർ വിലയിരുത്തലിനും വാക്കുതർക്കത്തിനുമൊക്കെ മുതിർന്നു. അവർ പറഞ്ഞത് കടങ്ങളുണ്ടാവും. ഒരു രാജകുമാരിക്കും വണ്ടി വലിക്കുന്നയാളിനും തമ്മിൽ വ്യത്യാസമില്ലേ? പക്ഷേ, അപ്പൂപ്പൻ വിഷയം ചർച്ച ചെയ്യാൻ പോലും തയ്യാറായില്ല. അമ്മൂമ്മയ്ക്ക് എന്തുചെയ്യണമെന്ന് ഒരു പിടിയും കിട്ടിയില്ല. കുറച്ചു മുൻപാണ് അമ്മൂമ്മ ഒരു മനുഷ്യനുമായി പരിചയപ്പെട്ടത്. ഒരുപാട് കഥകളുമായി ബന്ധപ്പെട്ടു കിടക്കുന്ന ജർമെയിൻ പ്രഭുവിനെ നിങ്ങൾ കേട്ടിട്ടില്ലേ? അദ്ദേഹം സ്വയം പറയുന്നത് അദ്ദേഹം അലഞ്ഞുതിരിയുന്ന ഒരു ജൂതനാണെന്നാണ്. ജീവിതത്തിലെ മൃതസഞ്ജീവനി കണ്ടുപിടിച്ച ആൾ, തത്ത്വശാസ്ത്രത്തിന്റെ കല്ല്

എന്നൊക്കെ ചിലരൊക്കെ അദ്ദേഹത്തെ പരിഹസിച്ച് കപടവേഷക്കാരൻ എന്ന് പറയാറുണ്ട്. അദ്ദേഹത്തിന്റെ ഓർമ്മയിലുള്ളത് കാസനോവ അദ്ദേഹത്തെ ഒരു ചാരനെന്ന് വിളിച്ചു എന്നതാണ്. എങ്ങനെയായാലും ജർമെയിന്റെ രഹസ്യാത്മകമായ ചുറ്റുപാടിലും അദ്ദേഹം സമൂഹത്തിന് ആരാദ്ധ്യനായിരുന്നു. എന്റെ അമ്മൂമ്മയാണെങ്കിൽ അദ്ദേഹത്തെ സംബന്ധിച്ച് മതിഭ്രമം മൂത്തപോലായിരുന്നു. ആരെങ്കിലും അദ്ദേഹത്തെപ്പറ്റി ബഹുമാനമില്ലാതെ സംസാരിച്ചാൽ മതി. അമ്മൂമ്മയ്ക്ക് കലി കയറും. അദ്ദേഹത്തിന്റെ പക്കൽ ധാരാളം പണമുണ്ടെന്ന് അമ്മൂമ്മയ്ക്കറിയാമായിരുന്നു. അദ്ദേഹത്തെ ആശ്രയിക്കാൻ തീരുമാനിച്ചുകൊണ്ട് അമ്മൂമ്മ വൈകാതെതന്നെ ഒന്ന് സന്ദർശിക്കാൻ അദ്ദേഹത്തോട് ആവശ്യപ്പെട്ടു. ആ ഭ്രാന്തനായ വയസ്സൻ ഉടൻ തന്നെ അമ്മൂമ്മയെ വിളിച്ചു. അവർ വല്ലാതെ വിഷമത്തിലാണെന്ന് മനസ്സിലാക്കുകയും ചെയ്തു. അമ്മൂമ്മ തന്റെ ഭർത്താവിന്റെ മനുഷ്യത്വമില്ലായ്മയെക്കുറിച്ച് പറഞ്ഞു. ഇനി താൻ ആശ്രയിക്കുന്നത് ജർമെയിനെയാണെന്നു പറഞ്ഞു.

ജർമെയിൻ ഉടൻ തന്നെ പ്രതികരിച്ചു.

“താങ്കൾക്ക് ഈ തുക തരാം. കുഴപ്പമില്ല. പക്ഷേ, എന്റെ കടക്കാരിയാകുക എന്നത് ജീവിതത്തിൽ സ്വൈരം നഷ്ടപ്പെടുന്നതിന് തുല്യമാണ്. ഇനിയും പുതിയ വിഷമങ്ങൾ താങ്കളുടെ തലയിൽ അടിച്ചേല്പിക്കാൻ ബുദ്ധിമുട്ടുണ്ട്. അല്ലാതെ തന്നെ ഈ തുക താങ്കൾക്ക് തിരികെ ലഭിക്കും.”

“എന്റെ പൊന്നു പ്രഭു” അമ്മൂമ്മ പറഞ്ഞു. “ഞങ്ങൾക്ക് തീരെ കാശില്ല.”

“ഇത്തരം സന്ദർഭത്തിൽ പണമല്ല പ്രധാനം.” ജർമെയിൻ പറഞ്ഞു. “എന്നെ കേൾക്കാനുള്ള സന്മനസ്സ് കാണിക്കൂ.”

“ആ പ്രത്യേക സമയത്ത് ആളുകളുടെ ഭാഗ്യനിർഭാഗ്യങ്ങളുടെ ആ രഹസ്യം അദ്ദേഹം അവർക്ക് കൈമാറി.”

എല്ലാ ചൂതുകളിക്കാരും അതീവ ശ്രദ്ധയോടെ കഥ കേട്ടിരുന്നു. ടോംസ്കി അദ്ദേഹത്തിന്റെ പൈപ്പ് കത്തിച്ചു. ഒരു പുക എടുത്തതിനു ശേഷം തുടർന്നു.

“അന്ന് വൈകുന്നേരം അമ്മൂമ്മ വെർസെയിൽസിലേക്ക് പോയി. ഓർലിയൻസിലെ പ്രഭു അവിടെയുണ്ടായിരുന്നു. തന്റെ കടഭാരത്തെക്കുറിച്ച് വേവലാതിപ്പെടാതെ അമ്മൂമ്മ പ്രഭുവിനെതിരെ കളിക്കാൻ തീരുമാനിച്ചു. അവർ മൂന്ന് കാർഡുകൾ മാത്രമാണ് തെരഞ്ഞെടുത്തത്. ഒന്നിനു പിറകെ ഒന്നായി അതുവച്ച് കളിച്ചു. ഓരോന്നോരോന്നായി നേടി.”

“ഭാഗ്യം, ഭാഗ്യം.” ഒരാൾ പറഞ്ഞു.

“ഒരു യക്ഷിക്കഥ പോലിരിക്കുന്നു.” ഹെർമൻ പറഞ്ഞു.

“ചിലപ്പോൾ ആ കാർഡുകൾ മാർക്ക് ചെയ്തിരിക്കും.” മൂന്നാമൻ പറഞ്ഞു.

“ഞാനങ്ങനെ കരുതുന്നില്ല.” ടോംസ്കി പറഞ്ഞു.

“എന്ത്?” നരുമോവ് പറഞ്ഞു. “അവനൊരു അമ്മൂമ്മയുണ്ട്. അവർക്ക് ചീട്ട് ഒന്നിനു പിറകെ ഒന്നായി കളിക്കാനറിയാം. പക്ഷേ, ആ രഹസ്യം കണ്ടുപിടിക്കാൻ അവനിതുവരെ കഴിഞ്ഞില്ല.”

“ഇല്ല. അതാരും പ്രതീക്ഷിക്കുകയും വേണ്ട.” ടോംസ്കി മറുപടി പറഞ്ഞു. “എന്റെ അമ്മൂമ്മയ്ക്ക് നാല് മക്കളുണ്ട്. എന്റെ പിതാവുൾപ്പെടെ ഇവർ നാലുപേരും നിരാശരായ ചൂതുകളിക്കാരാണ്. ഇവരോടുപോലും ഒന്നും പറഞ്ഞിട്ടില്ല. ഇവരോട് നാല് പേരിലാരോടെങ്കിലും എന്നോടെങ്കിലും പറഞ്ഞിരുന്നെങ്കിൽ ഒരു വലിയ കാര്യമാകുമായിരുന്നു. എന്റെ അങ്കിൾ, പ്രഭു പൊൻ ഇല്ലിയിച്ച് എന്നോടിത് പലതവണ പറഞ്ഞിട്ടുണ്ട്. നിര്യാതനായ ചാപ്‌ലിറ്റ്സി കോടികൾ വിഴുങ്ങി ഒടുവിൽ പാപ്പരായി മരിച്ച ആൾ. ഓർമ്മ ശരിയാണെങ്കിൽ അദ്ദേഹം ചെറുപ്പത്തിൽ 3,00,000 റൂബിൾസ് വിഴുങ്ങിയിട്ടുണ്ട്. അദ്ദേഹം വളരെ നിരാശനായിരുന്നു. എന്റെ അമ്മൂമ്മയാണെങ്കിൽ ചെറുപ്പത്തിലേ ധാരാളിത്തത്തിനെ കണ്ടമാനം വെറുത്തിരുന്നു. എങ്കിലും ചില കാരണങ്ങളാൽ ചാപ്‌ലിറ്റ്സ്കിയോട് അനുഭാവമുണ്ടായിരുന്നു. അവർ അദ്ദേഹത്തോട് പറഞ്ഞത്. കാർഡുകൾ അതിന്റെ രീതിയിൽ കളിച്ചാൽ നഷ്ടപ്പെട്ടത് നേടിയെടുക്കാനാവും. പക്ഷേ, ജീവിതത്തിൽ ഒരിക്കൽ മാത്രം. പിന്നീട് കളിക്കരുത്. അദ്ദേഹം കാർഡുകൾ നന്നായി കളിച്ചു. ആദ്യം 50,000 റൂബിൾസ് നേടി. പിന്നീട്, അടുത്ത കാർഡിൽ അതിനിരട്ടി പിന്നെയും. അങ്ങനെ അദ്ദേഹം നഷ്ടപ്പെട്ടത് മുഴുവൻ നേടി.

“പക്ഷേ, ഉറങ്ങാൻ പോവാൻ സമയമായല്ലോ. സമയം ആറേകാലായി...” കൂട്ടാളികളെല്ലാം ഗ്ലാസുകൾ കാലിയാക്കി എഴുന്നേറ്റു.

അദ്ധ്യായം രണ്ട്

ഡ്രസിങ് മുറിയിലെ കണ്ണാടിക്ക് മുന്നിൽ വൃദ്ധയായ പ്രഭ്വി ഇരിക്കുകയാണ്. അവരുടെ അടുത്ത് മൂന്ന് ജോലിക്കാരികൾ നില്ക്കുന്നു. ഒരുവളുടെ കൈയിൽ പരുക്കനായ ഒരു ജാർ, മറ്റൊരുവളുടെ കൈയിൽ ഹെയർപിന്നുകളുടെ ഒരു ജാർ, മൂന്നാമത്തവളുടെ കൈയിൽ തീ നിറമുള്ള റിബണുകൾ നിറച്ച ഒന്ന്. പ്രഭ്വിയിൽ സൗന്ദര്യത്തിന്റെ ലേശം പോലും അവശേഷിച്ചിട്ടില്ല. പക്ഷേ, അവർ ഇപ്പോഴും ചെറുപ്പത്തിന്റെ ശീലങ്ങളിലാണ്.

“സുപ്രഭാതം പ്രിയ പ്രഭ്വി” മുറിയിലേക്ക് പ്രവേശിച്ച ഒരു ചെറുപ്പക്കാരൻ ഓഫീസർ പറഞ്ഞു.

“എനിക്ക് താങ്കളോട് ഒരു കാര്യം അപേക്ഷിക്കാനുണ്ട്.”

“എന്താ പോൾ?”

“എന്റെ സുഹൃത്തുക്കളിലൊരാളെ താങ്കളെ പരിചയപ്പെടുത്താൻ അനുവദിക്കുക. വെള്ളിയാഴ്ച ബാൾ റൂമിലേക്ക് അദ്ദേഹത്തെ കൊണ്ടു

വരാനും അനുവദിക്കുക."

"അദ്ദേഹത്തെ നേരെ ബാൾ റൂമിലേക്ക് കൊണ്ടുവന്ന് അവിടെവച്ച് എന്നെ പരിചയപ്പെടുത്തുക. ഇന്നലെ നീ എവിടെയായിരുന്നു?"

"നിശ്ചയമായും. അത് സന്തോഷപ്രദമായിരുന്നു. ഞങ്ങൾ വെളുപ്പിന് 5 മണിവരെ ഡാൻസ് ചെയ്തു. എന്ത് സുന്ദരനാണ് യെലെറ്റ്സ്കായ?"

"എന്താണ് അവളുടെ മേന്മ? അവൾ അവളുടെ മുത്തശ്ശിയെപ്പോലെയല്ലേ? രാജകുമാരി ഡാര്യാ പെട്രോവ്നാ. അവളിപ്പോൾ ഒരുപാട് പ്രായമെത്തിക്കാണുമല്ലോ."

"പ്രായമെത്തിയെന്നതുകൊണ്ട് എന്താണുദ്ദേശിക്കുന്നത്?" ടോംസ്കി ചിന്തയില്ലാതെ ചോദിച്ചു. "അവർ മരിച്ചിട്ട് ആറേഴ് വർഷമായില്ലേ."

ചെറുപ്പക്കാരി അയാൾക്കുനേരെ തലയുയർത്തി എന്തോ സിഗ്നൽ നല്കി. അപ്പോഴാണ് അയാൾ അതോർത്തത്. പ്രഭ്വിയുടെ സമകാലികർ ആരെങ്കിലും മരിച്ചാൽ അത് രഹസ്യമായി സൂക്ഷിക്കണം. പക്ഷേ, ഇന്നലെവരെ അപരിചിതമായിരുന്ന ആ രഹസ്യം അവർ കേട്ടുകഴിഞ്ഞിരുന്നു.

"മരിച്ചോ!" അവർ ചോദിച്ചു "എനിക്കതറിയില്ലായിരുന്നു. ഞങ്ങൾ ഒരുമിച്ച് പ്രത്യക്ഷപ്പെടുമ്പോൾ ചക്രവർത്തി തിരുമനസ്സ്..."

നൂറാം തവണയാണെന്ന് തോന്നുന്നു പ്രഭ്വി തന്റെ ചെറുമകനുമായി വിട്ടുപോയ ഭാഗം പൂരിപ്പിച്ചു ചേർക്കുന്നത്.

കഥ തീർന്നപ്പോൾ അവർ പറഞ്ഞു.

"വരൂ പോൾ, എന്നെ എഴുന്നേല്ക്കാൻ സഹായിക്കൂ. ലിസങ്ക എന്റെ പൊടി ഡപ്പി എവിടെ?"

മൂന്നു ജോലിക്കാർക്കൊപ്പം തന്റെ വസ്ത്രധാരണം പൂർത്തിയാക്കാനായി പ്രഭ്വി സ്ക്രീനിനപ്പുറത്തേക്ക് പോയി. ചെറുപ്പക്കാരിയും ടോംസ്കിയും മാത്രമായി.

"ആരെയാണ് നീ പരിചയപ്പെടുത്താനാശിക്കുന്നത്?' ലിസവേറ്റാ ഇവാനോവ്ന് മെല്ലെ ചോദിച്ചു.

"നരുമോവിനെ. നിനക്കറിയാമോ അയാളെ?"

"ഇല്ല. അയാൾ ഒരു പട്ടാളക്കാരനോ സാധാരണക്കാരനോ?"

"ഒരു പട്ടാളക്കാരൻ."

"ഒരു എഞ്ചിനീയറാണോ?"

"ഏയ് അല്ല. അയാൾ കുതിരപ്പട്ടാളത്തിലാണ്. അയാൾ ഒരു എഞ്ചിനീയറാണെന്ന് നിനക്കെങ്ങനെ തോന്നി?"

ആ ചെറുപ്പക്കാരി പുഞ്ചിരിച്ചതേയുള്ളൂ. മറുപടി പറഞ്ഞില്ല.

"പോൾ!" സ്ക്രീനിനപ്പുറത്തു നിന്ന് പ്രഭ്വി പറഞ്ഞു: "നീ വല്ലപ്പോഴും കൈയിൽ നോവൽ കരുത്. പക്ഷേ, ആധുനികമൊന്നും വേണ്ട കേട്ടോ."

"എന്നു വച്ചാൽ?"

"ഞാനുദ്ദേശിച്ചത് നായകനെ ഒന്നുകിൽ മാതാപിതാക്കൾ കഴുത്ത്

ഞെരിച്ചു കൊല്ലും, അല്ലെങ്കിൽ മുങ്ങിച്ചാവണം. മുങ്ങിച്ചാവുന്നവരെ എനിക്ക് ഭയങ്കര പേടിയാ."

"അങ്ങനെയുള്ള നോവലൊന്നും ഇപ്പോഴില്ല. ഒരു റഷ്യൻ നോവലായാലോ?"

"അങ്ങനെയുള്ളതൊക്കെയുണ്ടോ? എന്റെ കുഞ്ഞെ, എനിക്കൊരെണ്ണം അയച്ചുതാ."

"എന്നോട് ക്ഷമിക്കൂ. ഞാനിത്തിരി തിരക്കിലാ. ലിസവേറ്റ ഇവാനോവ്നാ, പോട്ടെ, നരുമോവ് ഒരു എഞ്ചിനീയറാണെന്ന് നിനക്കെങ്ങനെ തോന്നിയോ ആവോ."

ടോംസ്കി ഡ്രസിങ് റൂം വിട്ടു. ലിസവേന ഇവാനോവ്ന തനിച്ചായി. അവൾ അവളുടെ ജോലി പിന്നിലേക്കെറിഞ്ഞു ജനാലയിലൂടെ പുറത്തേക്ക് നോക്കിക്കൊണ്ടിരുന്നു. പെട്ടെന്ന് തെരുവിന്റെ മറുഭാഗത്തുനിന്ന് ഒരു യുവ ഓഫീസർ പ്രത്യക്ഷപ്പെട്ടു. അവളുടെ കവിളുകൾ ചുവന്നു. അവൾ അവളുടെ ജോലി തുടരുകയും അവിടെ നിന്ന് തല താഴ്ത്തിപ്പിടിക്കുകയും ചെയ്തു. ഈ നേരത്ത് പൂർണ്ണ വേഷധാരിയായി പ്രഭ്വി പ്രത്യക്ഷപ്പെട്ടു.

"ലിസങ്ക വണ്ടി വരാൻ പറ" അവർ പറഞ്ഞു. "നമുക്കൊരു യാത്ര പോവാം."

ലിസങ്ക വീണ്ടും പ്രത്യക്ഷപ്പെട്ടു. "നിനക്കെന്തു പറ്റി? ചെവി പൊട്ടിപ്പോയോ?" പ്രഭ്വി ചോദിച്ചു. "വണ്ടി വരാൻ പറയൂ."

"ഇപ്പോൾ വരാൻ പറയാം." യുവതി മൃദുലമായി പറഞ്ഞുകൊണ്ട് മുറിവിട്ടു.

മുറിയിലേക്ക് കടന്നുവന്ന ഒരു ജോലിക്കാരൻ പവേൽ അലക്സാണ്ട്രോവിച്ച് രാജാകുമാരന്മാർ നല്കിയ കുറച്ചു പുസ്തകങ്ങൾ പ്രഭ്വിയെ ഏല്പിച്ചു.

"നല്ലത്. നന്ദി പറഞ്ഞേക്കു. ലിസങ്ക, ലിസങ്ക നീ എവിടെപ്പോയി?"

"വസ്ത്രധാരണത്തിനാവും."

"അതിനൊരുപാട് സമയമെടുക്കും. അവിടെ ഇരിക്കൂ. എന്നിട്ട് ആദ്യത്തെ വാല്യം തുറന്ന് വായിക്കൂ."

ആ യുവതി പുസ്തകം തുറന്ന് കുറച്ച് വരികൾ വായിച്ചു.

"ഉച്ചത്തിൽ വായിക്ക്." പ്രഭ്വി പറഞ്ഞു.

"എന്റെ കുഞ്ഞേ നിനക്കെന്തു പറ്റി? നിന്റെ ശബ്ദം നഷ്ടപ്പെട്ടോ?... നില്ക്ക്... ആ സ്റ്റൂൾ കുറച്ചുകൂടി അടുപ്പിച്ചിടൂ. എന്നിട്ട് വായിക്ക്. ങാ ശരി."

ലിസവേറ്റാ ഇവാനോവ്നാ രണ്ടുപേജ് വായിച്ചു. ഉടനെ പ്രഭ്വി കൈയെടുത്ത് വിലക്കി.

"മതി. മതി" അവർ പറഞ്ഞു. "മഹാമോശം. പവേൽ രാജകുമാരന് എന്റെ നന്ദിയോടെ അത് മടക്കിക്കൊടുത്തേക്കൂ. പക്ഷേ, വണ്ടി വന്നിട്ടുണ്ടല്ലോ."

തെരുവിലേക്ക് നോക്കിക്കൊണ്ട് ലിസവേറ്റാ പറഞ്ഞു. "വണ്ടി വന്നു."

"പിന്നെ നീ വേഷം ധരിക്കാതിരുന്നതെന്ത്?" പ്രഭ്വി ചോദിച്ചു. "ഞാനെപ്പോഴും നിന്നെ കാത്തിരിക്കണം. ഇത് കുറച്ചു കടുപ്പമാ കേട്ടോ." ലിസ തന്റെ മുറിയിലേക്ക് ഓടിപ്പോയി. രണ്ടു മിനിറ്റാകുംമുമ്പ് പ്രഭ്വി ബെല്ല ടിക്കാൻ തുടങ്ങി. മൂന്നു ജോലിക്കാരും ഒരു ഭൃത്യനും തിരക്കിട്ടോടി വന്നു.

"വിളിക്കുമ്പോ വരാത്തതെന്താ?" പ്രഭ്വി ചോദിച്ചു. "ലിസയോട് പറ ഞ്ഞാനവളെ കാത്തിവിടെ ഇരിക്കുന്നുണ്ടെന്ന്."

ലിസവേറ്റ തന്റെ തൊപ്പിയും നീളൻ ഉടുപ്പും ധരിച്ചുകൊണ്ട് മുറി യിലേക്ക് കടന്നുവന്നു. അങ്ങനെ അവസാനം പ്രഭ്വി പറഞ്ഞു. "ഇതെ ന്തുതരം വസ്ത്രമാണ് നീ ധരിച്ചിരിക്കുന്നത്? ആരെ പിടിക്കാനാണ് നിന്റെ ശ്രമം? ഇപ്പോൾ കാലാവസ്ഥ എന്താ? നിന്റെ വേഷം കണ്ടാൽ തണുപ്പു കാലമാണെന്നു തോന്നും."

"കാറ്റിന്റെ ലവലേശം പോലുമില്ല ഇപ്പോൾ" പരിചാരകൻ പറഞ്ഞു.

"നീയെന്താണ് പറയുന്നതെന്ന് നിനക്കുതന്നെ അറിയില്ല. ആ ചെറിയ ജനാലയൊന്ന് തുറന്നിട്ട് നോക്ക്. നല്ല കാറ്റും തണുപ്പുമുണ്ട്. കുതിരകൾക്ക് ബുദ്ധിമുട്ടാവും ലിസവേറ്റാ നാം പുറത്തേക്ക് പോകുന്നില്ല. അങ്ങനെയൊക്കെ വേഷം ധരിക്കാനാവില്ല."

'ഇതൊക്കെത്തന്നെ എന്റെ ജീവിതം.' ലിസാവേറ്റ ഇവാനോവ്ന വിചാരിച്ചു.

പക്ഷേ, തീർച്ചയായും ലിസവേറ്റാ ഇവാനോവ്ന ഭാഗ്യം കെട്ടവളാ ണ്. ദാന്തെ പറഞ്ഞതുപോലെ 'മറ്റവന്റെ അപ്പത്തിലെ ഉപ്പ് നിങ്ങൾ രുചി ക്കണം; അവന്റെ കോണിപ്പടിക്കു താഴെയുള്ള പാതയുടെ ദുർഘടാവസ്ഥ നിങ്ങളറിയണം.' സമ്പന്നയായ ഒരു വൃദ്ധയുടെ ആശ്രിതത്വത്തിൽ കഴി യേണ്ടിവരുന്ന ഒരുവളുടെ കയ്പ് ഇതിനേക്കാൾ നന്നായി മറ്റാർക്കറിയാ നാവും. പ്രഭ്വിക്ക് ദുഷ്ടത്തരങ്ങളൊന്നുമുണ്ടായിരുന്നില്ല. ലോകം നശിപ്പിച്ച ഒരുവളുടെ എല്ലാ ചഞ്ചലസ്വഭാവവും അവൾക്കുണ്ടായിരുന്നു. സ്നേഹി ക്കുന്നവരെ കഷ്ടപ്പാടുകളിലേക്ക് വലിച്ചിഴയ്ക്കാനുള്ള വൃദ്ധരുടെ ആ ഹൃദ യമില്ലായ്മ, ചിന്തകൾ എപ്പോഴും ഭൂതകാലത്തിലും. എല്ലാ പൊങ്ങച്ചങ്ങ ളിലും അവർ പങ്കാളിയാവും, ഡാൻസ് ഹാളിൽ പഴയ ഫാഷനിലെ വേഷ വിധാനങ്ങളുമായി ഒരു മൂലയ്ക്കിട്ട കസേരയിൽ ചടഞ്ഞിരിക്കും. ഇരിപ്പു കണ്ടാൽ ഒഴിച്ചുകൂടാനാവാത്ത ഒരാഭരണമാണെന്നു തോന്നും. വരുമ്പോൾ എല്ലാവരും അവരുടെ അടുത്ത് വന്ന് വണങ്ങും. അതൊരു ശീലമാണെന്ന് കരുതിയാൽ മതി. അതിനുശേഷം അവരാരും പ്രഭ്വിയെ ശ്രദ്ധിക്കാറ് പോലുമില്ല. നഗരത്തിലെ ജനക്കൂട്ടത്തെയെല്ലാം തന്റെ വീട്ടിൽ അവർ വിളിച്ചുവരുത്തും. ഓരോ അതിഥിയുടെയും മുഖം മനസ്സിലാക്കിക്കഴി ഞ്ഞാൽ അവരുടെ നിയമങ്ങൾക്കനുസരിച്ച് അവരെ നിരീക്ഷിക്കും. തിന്നു കൊഴുത്ത അവരുടെ ജോലിക്കാർ അവർക്കിഷ്ടപ്പെട്ട കാര്യങ്ങൾ മാത്ര മാണ് ചെയ്തത്. അതേസമയം അവരെ കബളിപ്പിക്കുകയും. ലിസവേ

റ്റാ ഇവാനോവ്ന ഒരു വീട്ടു രക്തസാക്ഷിയാണ്. അവൾ ചായ പകർന്നു, അതിൽ ഒരുപാട് പഞ്ചസാര ചേർത്തു, ഉച്ചത്തിൽ നോവൽ വായിച്ചു, എല്ലാ എഴുത്തുകാരുടെയും തെറ്റുകുറ്റങ്ങൾ നെഞ്ചിലേറ്റി, പ്രഭ്വിയുടെ നടപ്പു നേരങ്ങളിൽ അവരെ പിന്തുടർന്നു, എന്നിട്ട് കാലാവസ്ഥയുടെ എല്ലാ പഴിയും ഏറ്റെടുക്കുകയും ചെയ്തു. അവളുടെ ജോലിക്കനുസരണമായ ഒരു ശമ്പളം വച്ചിട്ടുണ്ട്. പക്ഷേ, അതൊരിക്കലും കൊടുത്തിരുന്നില്ല. എന്നാലും മറ്റുള്ളവരെപ്പോലെ വസ്ത്രധാരണം നടത്തേണ്ടിവന്നു അവൾക്ക്. അതായത് വളരെക്കുറച്ചുപേർക്കു മാത്രം കഴിയാവുന്നത്ര നന്നായി. സമൂഹത്തിൽ വളരെ സഹതാപാർഹമായ ഒരു റോളായിരുന്നു അവൾക്ക് നല്കിയിരുന്നത്. എല്ലാവർക്കും അവളെ അറിയാം. പക്ഷേ, ആരും അവളെ ശ്രദ്ധിക്കാറ് പതിവില്ല. വളരെ കുറച്ചുപേർ ഉള്ളപ്പോൾ മാത്രമേ അവൾ ഡാൻസ് ചെയ്യാറുള്ളൂ. സ്ത്രീകൾക്ക് ഡ്രസിങ് റൂമിൽ പോയി എന്തെങ്കിലും ചില അഡ്ജസ്റ്റ്മെന്റുകൾ വേണ്ടിവരുമ്പോഴേ അവർക്ക് അവളുടെ സഹായം വേണ്ടതുള്ളൂ. അവൾ അഭിമാനത്തോടെ അവളുടെ സ്ഥാനം സംരക്ഷിച്ചുവന്നു. അവൾ ചുറ്റിലും അക്ഷമയോടെ നോക്കിയത് ഒരു ദൂതനെയായിരുന്നു, ചെറുപ്പക്കാരാരും അവളെ ലവ ലേശം ശ്രദ്ധിച്ചില്ല. അവർ ഒപ്പം ഡാൻസ് ചെയ്യുന്ന യുവതികളേക്കാൾ നൂറുമടങ്ങ് സുന്ദരിയായിരുന്നു ലിസവേറ്റാ ഇവാനോവ്ന. കുറച്ചുകഴിഞ്ഞ് അവൾ ആളുകൾക്കിടയിലൂടെ നുഴഞ്ഞു രക്ഷപ്പെട്ടു. അത് മറ്റൊന്നിനും വേണ്ടിയായിരുന്നില്ല. അവളുടെ പാവപ്പെട്ട മുറിയിൽ പോയിരുന്നു കര യാൻ മാത്രം. അവിടെ ഒരു പേപ്പർ സ്ക്രീനുണ്ടായിരുന്നു. കുറച്ചു വലി പ്പുകൾ, ഒരു ചെറിയ കണ്ണാടി, പെയിന്റ് ചെയ്ത ഒരു കിടക്ക, ചെമ്പു മെഴുകുതിരിക്കാലിൽ മങ്ങിക്കത്തുന്ന ഒരു മെഴുകുതിരി.

ഒന്നോ രണ്ടോ ദിവസങ്ങൾക്കുശേഷമാണ്, ഒരു വൈകുന്നേരത്ത് ഈ കഥ ആരംഭിച്ചത്. ചില സംഭവങ്ങൾക്കു ഒരാഴ്ച ശേഷവും. അതാ യത്, ലിസവേറ്റാ ഇവാനോവ്ന അവളുടെ എംബ്രോയിഡറിയുമായി ജന ലരികിൽ ഇരിക്കുകയായിരുന്നു. അവൾ ഇടയ്ക്കിടെ സ്വാഭാവികമായും നിരത്തിലേക്ക് നോക്കിയിരുന്നു. അപ്പോൾ ഒരു യുവ എഞ്ചിനീയർ അന ക്കമില്ലാതെ അവളുടെ ജനലിലേക്ക് നോക്കിക്കൊണ്ടു നില്ക്കുന്നത് അവൾ കണ്ടു. കാണുന്നവരോടെല്ലാം പ്രണയസല്ലാപത്തിനുള്ള സ്വഭാ വക്കാരിയല്ലാത്തതിനാൽ തലയുയർത്താതെ രണ്ടു മണിക്കൂറോളം അവൾ അവിടെയിരുന്ന് തുന്നി. ഉച്ചയൂണിനുള്ള സമയമായി. അവൾ എഴു ന്നേറ്റ് എംബ്രോയിഡറി അവിടെ വച്ചിട്ട് സ്വാഭാവികമായും നിരത്തിലേക്ക് നോക്കി. അപ്പോഴും ആ ഓഫീസർ അവിടെത്തന്നെയുണ്ട്. അതുകണ്ട പ്പോൾ അവൾക്ക് പരിഭ്രമം തോന്നി. ഉച്ചയൂണിനുശേഷം അശാന്തമായ മനസ്സോടെ അവൾ തിരിച്ചെത്തി. അവൾ തിരിച്ചെത്തി നിരത്തിലേക്ക് നോക്കിയപ്പോൾ ഓഫീസറെ അവിടെ കാണാനില്ലായിരുന്നു. അവളത് മറന്നുപോവുകയുംചെയ്തു.

രണ്ടു ദിവസത്തിനുശേഷം വണ്ടിയിലേക്ക് കയറാൻ തുടങ്ങുമ്പോൾ

അവൾ വീണ്ടും അയാളെ കാണാനിടയായി. മുൻവാതിലിന് ചാരെ നില്ക്കുകയായിരുന്നു അദ്ദേഹം. അദ്ദേഹത്തിന്റെ കോളറിന്റെ ഇടയിലൂടെ മുഖത്തിന്റെ ഒരംശം കണ്ടു. തൊപ്പിക്ക് താഴെ അദ്ദേഹത്തിന്റെ കറുത്ത കണ്ണുകൾ തിളങ്ങി. തന്റെ പേടി എന്തിനെന്നറിയാതെ തന്നെ ലിസവേറ്റാ ഇവാനോവ്ന വണ്ടിയിലേക്ക് കയറുമ്പോൾ ദേഹമാകെ വിറപൂണ്ടു.

വീട്ടിൽ മടങ്ങിയെത്തിയപ്പോൾ ലിസാവേറ്റാ നിരത്തിലേക്ക് കണ്ണോടിച്ചു. പഴയ സ്ഥാനത്ത് ആ ഓഫീസർ അവളിൽത്തന്നെ മിഴിനട്ടുനില്ക്കുന്നു. തനിക്ക് തികച്ചും പുതുതായ ഒരനുഭവത്തിന്റെ നടുക്കത്തോടെ അവൾ പിന്നിലേക്ക് മാറി.

അതിനുശേഷം അവൾ ഒരിക്കൽപ്പോലും അയാളെ കാണാത്ത ദിവസങ്ങളുണ്ടായിട്ടില്ല. ഒരു മൂകവികാരം അവർക്കിടയിൽ വളർന്നുകൊണ്ടിരുന്നു. തന്റെ വീട്ടിലിരുന്ന് ജോലി ചെയ്യുന്നതിനിടയിൽ അവൾ മണിക്കൂറുകളോളം അയാളെ നോക്കിയിരിക്കുക പതിവായി. ഇക്കാര്യത്തിൽ ആ യുവാവിന് നന്ദിയുണ്ടെന്ന് തോന്നി, ആ യുവാവിന്റെ കൂർത്തനോട്ടം കാണുമ്പോഴൊക്കെ അവളുടെ വിളറിയ കവിളുകൾ തുടുത്തു. ഒരാഴ്ച കഴിഞ്ഞപ്പോൾ അവൾ അയാളോട് മന്ദഹസിക്കാനാരംഭിച്ചു..

ടോംസ്കി തന്റെ ഒരു സുഹൃത്തിനെ പ്രഭ്വിക്ക് പരിചയപ്പെടുത്താനുണ്ടെന്ന് പറഞ്ഞപ്പോൾ, അവളുടെ ഹൃദയം വല്ലാതെ മിടിച്ചു. കുതിരസൂക്ഷിപ്പുകാരിൽ ഒരുവനായ നരുമോവാണ് അതെന്ന് കേട്ടപ്പോൾ, എഞ്ചിനീയർമാരാരുമല്ല, അവളുടെ ഹൃദയം അങ്ങനെ ടോംസ്കിക്ക് വെളിപ്പെട്ടതിൽ അവൾക്ക് വിഷമം തോന്നി.

ഒരു ചെറിയ തുക അനന്തരാവകാശമായി ലഭിച്ച ഹെർമൻ റഷ്യയിൽ ജീവിച്ച ഒരു ജർമ്മൻകാരന്റെ മകനായിരുന്നു. അദ്ദേഹത്തിന്റെ സ്വതന്ത്രാവകാശം സ്ഥാപിക്കുന്നതിന്റെ ഭാഗമായി അദ്ദേഹം ശമ്പളമെന്ന നിലയ്ക്ക് ഈ തുക പിൻവലിച്ചിരുന്നില്ല. ഒരു ചെറിയ ആഡംബരം പോലുമില്ലാതെ അയാൾ തന്റെ തന്നെ ചുമതലയിൽ ജീവിക്കുകയായിരുന്നു. അയാളുടെ രഹസ്യാത്മകമായ ആശകൾ അറിയുന്ന കൂട്ടുകാർ അയാളെ പരിഹസിക്കുക പതിവായിരുന്നു. അയാൾക്ക് ശക്തമായ വികാരങ്ങളും ഭാവനകളുമുണ്ടായിരുന്നെങ്കിലും അതൊന്നും അയാളുടെ യുവത്വത്തിന്റെ ധാരാളിത്തം മറന്നുപോയില്ല. അതായത്, ഒരു ചൂതുകളിക്കാരന്റെ മനസ്സായിരുന്നെങ്കിലും അയാൾ അയാളുടെ കാർഡ് കൈയിൽ പിടിച്ചില്ല, കാരണം, അദ്ദേഹത്തിന്റെ സ്ഥിതി ആഡംബരങ്ങളിൽ ഭ്രമിക്കത്തക്ക ഒന്നായിരുന്നില്ല. അതേസമയം രാത്രി മുഴുവൻ അയാൾ കാർഡ് നിരത്തിയ ആ മേശയിൽ നോക്കിയിരുന്നു. അഗാധമായ ആസക്തിയോടെ കളിയുടെ മുക്കും മൂലയുംവരെ മനസ്സിലാക്കാൻ.

മൂന്നു കാർഡുകളുടെ കഥ അയാളെ വല്ലാതെ ആകർഷിച്ചിരുന്നു. രാത്രി മുഴുവൻ അയാൾ മറ്റൊന്നും ചിന്തിച്ചില്ല.

'ആ വൃദ്ധപ്രഭ്വിക്ക് അവരുടെ രഹസ്യം എന്നോട് വെളിപ്പെടുത്തിയാലെന്താ?' പീറ്റേഴ്സ് ബർഗിലെ തെരുവിൽ അലഞ്ഞുനടക്കുമ്പോൾ

ആ സായാഹ്നത്തിൽ അയാൾ ചിന്തിച്ചു. ആ മൂന്നു കാർഡുകൾ വച്ച് കളിച്ചു ജയിക്കുന്ന കാര്യത്തിൽ എന്തായിരിക്കും അവർക്ക് എന്നോട് പറയാനുണ്ടാവുക? ഭാഗ്യം പരീക്ഷിച്ചു നോക്കിയാലോ..? എന്നെ അവർക്ക് പരിചയപ്പെടുത്തുകയാണെങ്കിൽ, അവരുടെ ഇഷ്ടക്കാരനായി മാറാൻ കഴിഞ്ഞാൽ, ഒരുപക്ഷേ, കാമുകൻ തന്നെ..? പക്ഷേ, അതിനൊക്കെ ഒരു പാട് സമയം വേണം. അവർക്ക് 87 വയസ്സായി; ആഴ്ചകൾക്കുള്ളിൽ അവർ മരിച്ചാൽ, അല്ലെങ്കിൽ രണ്ടേ രണ്ടു ദിവസത്തിനുള്ളിൽ..! അപ്പോൾ കഥ...? ആരെങ്കിലും വിശ്വസിക്കുമോ? ഇല്ല! സമൂഹം, മിതത്വം, വ്യവസായം ഇത് മൂന്നുമാണ് എന്റെ വിജയമന്ത്രം. ഇതെന്റെ മൂലധനത്തെ മൂന്നിരട്ടിയാക്കും. ഏഴുമടങ്ങായി വർദ്ധിപ്പിക്കും. എനിക്ക് സ്വതന്ത്ര്യവും സമാധാനവും കൊണ്ടുവരും.'

പീറ്റേഴ്സ് ബർഗിലെ ഒരു പഴയ മാതൃകയിലെ കെട്ടിടത്തിന് മുന്നിൽ ഹെർമൻ നിന്നുകൊണ്ട് ഇങ്ങനെയൊക്കെ ചിന്തിച്ചു. തെരുവ് വാഹനങ്ങളാൽ തിരക്കേറിയതായിരുന്നു. ഹെർമൻ തെല്ലുനേരം അവിടെ നിന്നു.

"ഇതാരുടെ വീടാണ്?" മൂലയിൽനിന്ന വാച്ച്മാനോട് അയാൾ ചോദിച്ചു.

"പ്രഭ്വിയുടെ" വാച്ച്മാൻ പറഞ്ഞു. ഹെർമൻ ആരംഭിച്ചു. അയാൾ വീണ്ടും മൂന്നു കാർഡുകളുടെ ആ വിജയകഥയിൽ വിസ്മയാധീനനായി. അയാൾ വീടിന് ചുറ്റും നടക്കാൻ ആരംഭിച്ചു. ഉടമസ്ഥയെക്കുറിച്ചും അവരുടെ രഹസ്യാത്മകമായ വിശേഷങ്ങളെക്കുറിച്ചും. അയാളുടെ മുറിയിലേക്ക് മടങ്ങിയെത്തുമ്പോൾ വൈകിയിരുന്നു. ഏറെ നേരത്തേക്ക് അയാൾക്ക് ഉറങ്ങാൻ കഴിഞ്ഞില്ല. ഒടുവിൽ അയാൾ ഒരു പച്ച മേശപ്പുറത്ത് കാർഡുകൾ നിരത്തി. ബാങ്ക് നോട്ടുകളുടെ കൂമ്പാരവും സ്വർണ്ണ നാണയങ്ങളും സ്വപ്നങ്ങളിൽ കുമിഞ്ഞു. അയാൾ ഓരോ കാർഡും കൊണ്ടു കളിച്ചുകൊണ്ടിരുന്നു. അയാൾക്ക് മുന്നിൽ അളവറ്റ ധനം കുന്നു കൂടി. പോക്കറ്റുകളിൽ ബാങ്ക് നോട്ടുകൾ തിരുകിക്കയറ്റി.

വൈകിയുണർന്നപ്പോൾ തന്റെ സമ്പന്നമായ സ്വപ്നം നഷ്ടപ്പെട്ടതിൽ വിഷമിച്ച് വീണ്ടും നഗരം ചുറ്റാനിറങ്ങി. ഒടുവിലയാൾ പ്രഭ്വിയുടെ വീട്ടിനു മുന്നിലെത്തി. ഏതോ ഒരു ശക്തി അയാളെ അതിനു നിർബ്ബന്ധിക്കുകയായിരുന്നു. അവിടെ നിന്ന് അയാൾ ജനാലകളിലേക്ക് നോക്കി. ഉടനെ നീണ്ട മുടിയുള്ള ഒരു തല ഉയർന്നു വരുന്നതും പിന്നീടത് ഏതോ ഒരു ജോലിയിലേക്ക് താഴുന്നതും അയാൾ കണ്ടു. തല ഉയർന്നു. ഹെർമൻ ഒരു ചെറിയ നല്ല മുഖവും ഒരു ജോടി കറുത്ത കണ്ണുകളും കണ്ടു. ആ നിമിഷത്തിൽ അയാളുടെ വിധി നിർണ്ണയിക്കപ്പെട്ടു.

അദ്ധ്യായം മൂന്ന്

സത്യത്തിൽ പ്രഭ്വി വേഗം വരാൻ ലിസാവേറ്റയോട് കല്പിക്കുകയും വീണ്ടും കുതിരകളെ കൊണ്ടുവരാൻ പറയുമ്പോഴും തന്റെ തൊപ്പിയും

നീളൻ ഉടുപ്പും അവൾ മാറ്റാറില്ല. കുതിരകൾ തന്റെ ഇരിപ്പിടങ്ങൾ കൈപ്പറ്റി. അതേസമയംതന്നെ വൃദ്ധയായ പ്രഭ്വിയെ വണ്ടിയിൽ കയറാൻ രണ്ടുപേർ സഹായിക്കുന്നുണ്ടായിരുന്നു. വീലിനടുത്ത് തന്റെ എഞ്ചിനീയർ നില്ക്കുന്നത് ലിസാവേറ്റാ കണ്ടു. അയാൾ ലിസാവേറ്റയുടെ കൈ ഉയർത്തി അവളുടെ പരിഭ്രമം മാറുംമുമ്പ് ഒരു കത്ത് ആ കൈയിൽ വച്ചു കൊടുത്തിട്ട് മറഞ്ഞു കളഞ്ഞു.

അവൾ കൈയുറയിൽ ആ കത്ത് ഒളിപ്പിച്ചു. എന്നിട്ട് ആ യാത്രയിലുടനീളം ഒന്നും കാണുകയോ കേൾക്കുകയോ ചെയ്തതുമില്ല. പ്രഭ്വി തന്റെ വണ്ടിയിൽ യാത്ര ചെയ്യുമ്പോൾ തെരുതെരെ ചോദ്യങ്ങൾ ചോദിച്ചുകൊണ്ടിരിക്കുക ഒരു ശീലമാണ്. "നമ്മൾ ഇപ്പോൾ കണ്ടത് ആരെയാണ്? ഈ പാലത്തിന്റെ പേരെന്താ? ആ പലകയിൽ എന്താ എഴുതിയിരിക്കുന്നത്?" ഇത്തവണ ലിസവേറ്റ തികച്ചും നിരുത്സാഹവതിയായയാണ് മറുപടി പറഞ്ഞത്. പ്രഭ്വിക്ക് ദേഷ്യം വന്നു.

"നിനക്കെന്തു പറ്റിയെന്റെ കുട്ടീ? നീ മയക്കത്തിലാണോ, അതോ മറ്റെന്തെങ്കിലുമാണോ? നിനക്ക് ഞാൻ പറയുന്നത് മനസ്സിലാകുന്നുണ്ടോ? ഞാനിപ്പോഴും വ്യക്തമായി സംസാരിക്കുന്നതിൽ ഈശ്വരന് നന്ദി പറയണം."

ലിസവേറ്റാ ഇതൊന്നും ശ്രദ്ധിച്ചില്ല. വീട്ടിൽ തിരിച്ചെത്തിയ ഉടൻ അവൾ സ്വന്തം മുറിയിലേക്കോടി കത്ത് വലിച്ചെടുത്തു. അത് ഒട്ടിച്ചിരുന്നില്ല. ലിസവേറ്റ അത് മുഴുവൻ വായിച്ചു. അതിൽ പ്രണയത്തെക്കുറിച്ചാണ് പറഞ്ഞിരുന്നത്. അതിൽ ബഹുമാനം നിറഞ്ഞുനിന്നു. മാത്രമല്ല, ഒരു ജർമ്മൻ നോവലിന്റെ പദങ്ങൾകൊണ്ട് സമ്പന്നവുമായിരുന്നു. പക്ഷേ, ലിസവേറ്റയ്ക്ക് ജർമ്മൻ നോവലുകളെക്കുറിച്ച് അറിയുമായിരുന്നില്ല. അതുകൊണ്ടവൾ സംതൃപ്തയായി.

ആ കത്ത് വഴി അവൾ ധൈര്യവതിയായിത്തീർന്നു. ജീവിതത്തിലാദ്യമായി അവൾ ഒരു ചെറുപ്പക്കാരനുമായി ഒരു രഹസ്യാത്മകബന്ധത്തിൽ ഏർപ്പെട്ടിരിക്കുകയാണ്. അയാളുടെ ചങ്കൂറ്റം അവളെ ഞെട്ടിച്ചു. തന്റെ ലക്കും ലഗാനുമില്ലാത്ത പെരുമാറ്റത്തിൽ അവൾ സ്വയം ശാസിച്ചു. പിന്നീട് എന്തു ചെയ്യണമെന്നറിയാതെ പരുങ്ങി. ജനാലയ്ക്കടുത്തുള്ള ഇരിപ്പ് മതിയാക്കിയാലോ? കത്ത് അയാൾക്ക് തിരിച്ചയച്ചാലോ? അല്ലെങ്കിൽ തണുത്ത മനസ്സോടെ മറുപടി എഴുതണോ? അവൾക്ക് ഒരു ഉപദേശം ചോദിക്കാനാരുമില്ല. കൂട്ടുകാരുമില്ല. ഒടുവിൽ ലിസവേറ്റ അയാൾക്ക് മറുപടി എഴുതാൻ തീരുമാനിച്ചു.

അവൾ അവളുടെ ചെറിയ എഴുത്തുമേശയ്ക്കരികിൽ ഒരു പേനയും കുറേ പേപ്പറുമായി ചിന്തയിൽ നഷ്ടപ്പെട്ട് അങ്ങനെയിരുന്നു. ഒരുപാട് തവണ അവൾ കത്തെഴുതാൻ ശ്രമിച്ചു. ദൂരെ കീറിയെറിഞ്ഞു ഒന്നുകിൽ വളരെ ആർദ്രമായി ഇല്ലെങ്കിൽ തീരെ ഹൃദയശൂന്യമായി മാത്രമേ അവൾക്കെഴുതാൻ കഴിയുമായിരുന്നുള്ളൂ. ഒടുവിൽ ഒരു കത്തെഴുതുന്നതിൽ അവൾ വിജയിച്ചു.

'നിങ്ങളുടെ ഉദ്ദേശ്യം മാനിക്കപ്പെടേണ്ടതാണെന്ന് എനിക്കുറപ്പുണ്ട്. അതുപോലെതന്നെ നിങ്ങളുടെ സാഹസികമായ പെരുമാറ്റംകൊണ്ട് എന്നെ മുറിവേല്പിക്കരുതെന്നും നിങ്ങൾ ഉദ്ദേശിച്ചിട്ടുണ്ട്. പക്ഷേ, നിങ്ങളുടെ പരിചയം ഇങ്ങനെയല്ല തുടങ്ങേണ്ടിയിരുന്നത്. ഞാൻ താങ്കളുടെ കത്ത് മടക്കി അയക്കുകയാണ്. ഭാവിയിൽ നിങ്ങൾക്കെതിരെ പരാതിപ്പെടുകയോ അർഹിക്കാത്ത ബഹുമാനത്തെക്കുറിച്ച് പറയുകയോ ചെയ്യില്ല.' അടുത്ത ദിവസം ഹെർമൻ വരുന്നത് കണ്ടപ്പോൾതന്നെ ലിസവേറ്റ തന്റെ ഇരിപ്പിടത്തിൽ നിന്നെഴുന്നേറ്റു. മുറിക്കുപുറത്ത് ഒരു ചെറിയ ജാലകം തുറന്ന് കത്ത് തെരുവിലേക്കിട്ടു. ആ ചെറുപ്പക്കാരൻ ഓഫീസർ അതെടുക്കുമെന്ന് അവൾ വിശ്വസിച്ചു. ഹെർമൻ മുന്നിലേക്കോടിച്ചെന്ന് കത്തെടുത്തു. ഒരു മിഠായിക്കടയിൽ കയറി കത്തു പൊട്ടിച്ചു. അവൻ അവന്റെ കത്തും ലിസാവേറ്റയുടെ മറുപടിയും കണ്ടു. അത് അവൻ പ്രതീക്ഷിച്ചതായിരുന്നു. അവൻ വീട്ടിലേക്ക് തിരികെച്ചെന്ന് അവന്റെ നുഴഞ്ഞുകയറ്റത്തെക്കുറിച്ച് തന്നെ ചിന്തിച്ചുകൊണ്ടിരുന്നു.

മൂന്നു ദിവസത്തിനുശേഷം തിളക്കമുള്ള കണ്ണുകളുള്ള ഒരു പെൺകുട്ടി ലിസവേറ്റയ്ക്ക് സ്ത്രീകൾക്കുവേണ്ടിയുള്ള തൊപ്പിയും മറ്റും നിർമ്മിക്കുന്ന ആളിന്റെ കടയിൽനിന്നും ഒരു കത്ത് കൊണ്ടുകൊടുത്തു. ലിസവേറ്റ കത്ത് തുറന്നു. അത് പണം ആവശ്യപ്പെട്ടുകൊണ്ട് ഹെർമന്റെ കൈപ്പടയിലുള്ള ഒരു കത്തായിരുന്നു.

"നിനക്ക് തെറ്റ് പറ്റി കുട്ടി" അവൾ പറഞ്ഞു. "ഇതെനിക്കു വേണ്ടിയുള്ള കത്തല്ല."

"അതേന്നേ" പെൺകുട്ടി മനോഹരമായി പുഞ്ചിരിച്ചുകൊണ്ട് പറഞ്ഞു. "വായിക്ക്" ലിസവേറ്റ അതൊന്ന് ഓടിച്ചുവായിച്ചു. ഹെർമൻ ഒരു കൂടിക്കാഴ്ച ആഗ്രഹിക്കുന്നുവത്രെ!

"സാദ്ധ്യമല്ല" ലിസവേറ്റ ഭയന്നുപോയി. അയാൾ ആവശ്യപ്പെട്ട വഴി ഇപ്രകാരമായിരുന്നില്ല വേണ്ടത്. "ഇത് നിശ്ചയമായും എനിക്കുവേണ്ടിയുള്ളതല്ല."

അവൾ ആ കത്ത് ചെറിയ കഷണങ്ങളായി ചന്നം പിന്നം കീറി.

"കത്ത് നിങ്ങൾക്കുവേണ്ടിയല്ലായിരുന്നെങ്കിൽ പിന്നെന്തിനാ ഇത് കീറിയത്?" പെൺകുട്ടി ചോദിച്ചു.

അവളുടെ ചോദ്യത്തിൽ അമ്പരന്നുപോയ ലിസവേറ്റ പറഞ്ഞു. "മേലാൽ എനിക്കിനി ഇങ്ങനെയുള്ള കത്തൊന്നും കൊണ്ടുവരരുത്. ഈ കത്ത് തന്നയച്ച ആളോട് പറയണം അയാൾക്ക് നാണമാവില്ലേ എന്ന്..."

അതുകൊണ്ടൊന്നും ഹെർമൻ അടങ്ങിയില്ല. എന്തെങ്കിലും കാര്യം പറഞ്ഞ് അയാൾ ഒരു കത്തെങ്കിലും ലിസവേറ്റയ്ക്ക് അയച്ചു. കത്തുകൾ താമസിയാതെ ജർമ്മനിയിൽ നിന്ന് തർജ്ജമചെയ്യപ്പെട്ടു. അവർ വികാരങ്ങളാൽ കൂട്ടിക്കെട്ടപ്പെടുകയും ഒരേ ഭാഷയിൽ എഴുതുകയും ചെയ്തു. ഹെർമന്റെ സ്വഭാവത്തിലെ സവിശേഷതയായ സങ്കല്പങ്ങളും തീരുമാനങ്ങളുമെല്ലാം പറയപ്പെട്ടു. ലിസവേറ്റ താമസിയാതെ അതെല്ലാം

അയാളെ തിരികെ ഏല്പിക്കാൻ ആശിച്ചു. ഒടുവിലവൾ പ്രതികരിക്കാൻ തുടങ്ങി. ഓരോന്നിനും മറുപടി എഴുതാൻ തുടങ്ങി. കാലം കഴിയുന്തോറും അവളുടെ കത്തുകൾ മൃദുലങ്ങളായി നീണ്ടതായി. ഒടുവിലവൾ താഴെ പ്പറയുന്ന കത്ത് ജനലിലൂടെ വലിച്ചെറിഞ്ഞു.

'ഇന്ന് സായാഹ്നത്തിൽ എംബസിയിൽ വച്ചൊരു ഡാൻസുണ്ട്. നമ്മൾ രണ്ടുമണിയോടെ അവിടെ ഹാജരാകണം. നിനക്ക് എന്നെ തനിച്ച് കാണാനുള്ള ഒരവസരമാണത്. പ്രഭ്വി വീട് വിട്ടാലുടനെ സാധാരണഗതി യിൽ ജോലിക്കാർ അവരവരുടെ ക്വാർട്ടേഴ്സുകളിലേക്ക് പോകും. പതി നൊന്നരയോടെയേ വരൂ. നേരെ മുകളിലേക്ക് വരണം. മുറിക്ക് പുറത്തു വച്ച് ആരെയെങ്കിലും കണ്ടാൽ അവർ പ്രഭ്വി വീട്ടിലുണ്ടോ എന്ന് ചോദി ച്ചേക്കാം. 'ഇല്ല' എന്ന് പറയുക. മറ്റൊന്നുമില്ല. പൊയ്ക്കോളുക. പക്ഷേ, ആരെയെങ്കിലും കാണുക എന്നത് നടക്കാനിടയില്ലാത്ത കാര്യമാണ്. പ്രഭ്വിയുടെ ജോലിക്കാരെല്ലാം ഒറ്റ മുറിയിലാണല്ലോ ഇരിക്കുക. മുറിവി ടുമ്പോൾ ഇടത്തേക്ക് തിരിഞ്ഞ് നേരെ നടന്ന് പ്രഭ്വിയുടെ കിടപ്പുമുറിയി ലെത്തുക. കിടപ്പറയിൽ സ്ക്രീനിന് പിന്നിലായി രണ്ടു ചെറിയ വാതിലു കൾ കാണും. വലതുവശത്തെ വാതിൽ പഠനമുറിയിലേക്കുള്ളതാണ്. അങ്ങോട്ടേക്ക് ഒരിക്കലും പ്രഭ്വി പോകാറില്ല. ഇടത്തേത് ഒരു കോറിഡോ റിലേക്ക് നയിക്കും. അവിടന്നത് ഒരു ചെറിയ ചുറ്റു ഗോവണിയിലേക്കാണ് നയിക്കുക. ആ സ്റ്റെയർകെയ്സ് എന്റെ ബെഡ്റൂമിലാണെത്തുക!'

പറഞ്ഞുവച്ച സമയം അടുക്കുന്തോറും ഹെർമൻ ഒരു കടുവയെ പ്പോലെ സ്പന്ദിച്ചുകൊണ്ടിരുന്നു. പത്തുമണിക്കു മുമ്പുതന്നെ അയാൾ പ്രഭ്വിയുടെ വീടിന് പുറത്തുവന്നു. കാലാവസ്ഥ ദുസ്സഹമായിരുന്നു. വലിയ ഒച്ചയിൽ കാറ്റടിച്ചു; വിജനമായ പാതയിൽ വലിയ തോതിൽ മഞ്ഞുവീണു. വിളക്കുകൾ മങ്ങിക്കത്തി. ഒരു വണ്ടിക്കാരൻ വൈകിവന്നേക്കാവുന്ന ഒരു യാത്രക്കാരനെ തെരഞ്ഞു തല പുറത്തേക്കിട്ടു. കാറ്റിനെയും മഞ്ഞി നെയും ഒന്നും വകവെക്കാതെ ഹെർമൻ തന്റെ ഫ്രോക്ക് കോട്ടിൽ കാത്തു നിന്നു. ഒടുവിൽ പ്രഭ്വിയുടെ വണ്ടി വന്നുനിന്നു. ഇരുണ്ട ഒരു രോമവ സ്ത്രത്തിൽ ആ പ്രായമായ സ്ത്രീയെ രണ്ടുപേർ താങ്ങിക്കൊണ്ടുവ ന്നു. തൊട്ടുപിന്നാലെ സാധാരണഗതിയിലെ തന്റെ അയഞ്ഞ വസ്ത്ര ത്തിൽ ലിസവേറ്റ. അവളുടെ തലനിറയെ പലവിധ വർണ്ണപ്പൂക്കളാൽ അല ങ്കരിച്ചിരുന്നു. വാതിലുകൾ ശബ്ദത്തോടെ അടഞ്ഞു. വണ്ടി മഞ്ഞിലൂടെ മെല്ലെ യാത്രയായി. കാവല്ക്കാരൻ മുൻവാതിലടച്ചു. ജനാലകൾക്ക് കറുത്ത നിറമായി. ഹെർമൻ ഒറ്റപ്പെട്ട ആ വീടിനടുത്തേക്ക് നടന്നു. അയാൾ വിളക്ക് പൊന്തിച്ചു വാച്ച് നോക്കി. സമയം പതിനൊന്ന് പത്ത്. അയാൾ വിളക്കിനുതാഴെ ഇരുന്നു. ഇപ്പോഴും അയാളുടെ കണ്ണുകൾ വാച്ചിൽത്തന്നെയായിരുന്നു. പതിനൊന്നരയോടെ അയാൾ പ്രഭ്വിയുടെ വീട്ടിലേക്ക് നടന്നു; പോർച്ചിലെത്തി. മുറി സൂക്ഷിപ്പുകാരൻ അവിടെ ഇല്ലാ യിരുന്നു. ഹെർമൻ മുകളിലേക്കുള്ള പടികൾ ഓടിക്കയറി റൂമിനപ്പുറത്തെ വാതിൽ തുറന്നു. അവിടെ ഒരു പൊടിപിടിച്ച കസേരയിൽ ഒരു ജോലി

ക്കാരൻ മയങ്ങിക്കിടക്കുന്നുണ്ടായിരുന്നു. ഒരു വിളക്കുമായി ഹെർമൻ ആ പരിചാരകനെ സമീപിച്ചു. ഡ്രായിങ് റൂമും സ്വീകരണ മുറിയും ഇരുട്ടിലായിരുന്നു. പക്ഷേ, മുറികൾക്ക് പുറത്തെ ആ വെളിച്ചം ദുർബ്ബലമായിരുന്നു. ഹെർമൻ കിടപ്പുമുറിയിലേക്ക് കടന്നു. ചൈനീസ് സിൽക്ക് മറകളായിരുന്നു ചുവരിന്. ബാക്കിയെല്ലാം പഴയ ഫാഷനിലെ സാധനങ്ങൾ. അവ മുറി നിറഞ്ഞുകിടന്നു. ചുവരിൽ രണ്ട് ചിത്രങ്ങൾ തൂങ്ങിക്കിടന്നു. മദാം ലെബ്രൂൺ പാരീസിൽ വച്ച് പെയിന്റ് ചെയ്ത ഛായാചിത്രങ്ങൾ. ഒന്ന് നാല്പതിനടുത്ത് പ്രായം വരുന്ന തുടുത്ത മുഖമുള്ള ഒരു പുരുഷൻ പച്ച യൂണിഫോമിൽ നെഞ്ചിൽകുത്തി നിർത്തിയ നക്ഷത്രചിഹ്നത്തോടെ. മുടി ഒരു റോസാപ്പൂവാൽ അലങ്കരിച്ച, മനോഹരമായ മൂക്കോടുകൂടിയ അതിസുന്ദരിയായ ഒരു സ്ത്രീയാണ് മറ്റേത്. മുറിയുടെ മൂലയ്ക്ക് കഴിഞ്ഞ നൂറ്റാണ്ടിൽ ചിരപരിചിതമായിരുന്ന ചില സാധനങ്ങൾ. ഹെർമൻ സ്ക്രീനിനു പിന്നിലേക്ക് ചെന്നപ്പോൾ അവൻ ഇരുമ്പുകൊണ്ടുള്ള ഒരു ചെറിയ കിടക്ക കണ്ടു. വലതുവശത്തെ വാതിൽ പഠനമുറിയിലേക്ക് നയിക്കുന്നു. ഇടതുവശത്തേക്ക് കോറിഡോറിലേക്കും. ഹെർമൻ രണ്ടാമത്തെ വാതിൽ തുറന്നു. അവിടെ ചെറിയ കോവണിപ്പടി കണ്ടു. അത് പാവങ്ങളുടെ മുറികളിലേക്കുള്ളതാണ്. അയാൾ പിന്നിലേക്ക് തിരിഞ്ഞ്, ഇരുണ്ട പഠനമുറിയിലേക്ക് കയറി.

സമയം മെല്ലെ കടന്നുപോയി. എല്ലാം ശാന്തമാണ്. ഡ്രായിങ് റൂമിലെ ക്ലോക്കിൽ പന്ത്രണ്ടടിച്ചു. മറ്റ് മുറികളിലെ ക്ലോക്കുകൾ നിരന്തരം പന്ത്രണ്ടടിച്ചു. വീണ്ടും നിശ്ശബ്ദതയായി. ഹെർമൻ തണുത്ത സ്റ്റൗവിൽ ചാരി നിന്നു. അയാൾ ശാന്തനായി കാണപ്പെട്ടു. പക്ഷേ, നെഞ്ച് ധൃതഗതിയിൽ മിടിച്ചു. അപകടകരമായ ഒരു കാര്യം, ഒളിച്ചുകൂടാനാവാത്ത ഒന്ന് ചെയ്യാനുറച്ച ഒരാളിന്റെ നെഞ്ച് പോലെ. മണി ഒന്നടിച്ചു. രണ്ടടിച്ചു. ദൂരെ നിന്നുള്ള ഒരു പള്ളിമണിയുടെ ഒച്ച അവൻ കേട്ടു. നിയന്ത്രിക്കാനാവാത്ത ഒരു മനഃക്ഷോഭം അയാളെ പിടികൂടി. വണ്ടി തൊട്ടടുത്തെത്തി നിന്നു. വീട് ഉടൻ ഉണർന്നു. ജോലിക്കാർ അവിടെയും ഇവിടെയും ഓടി. ശബ്ദങ്ങൾ മുറികളിലും വരാന്തകളിലും വീണ് പ്രതിദ്ധ്വനിച്ചു. മൂന്ന് വൃദ്ധപരിചാരികമാർ പ്രഭ്വിക്കൊപ്പം മുറിയിലേക്ക് പ്രവേശിച്ചു. പ്രഭ്വി ഒരു കറങ്ങുന്ന കസേരയിലിരുന്നു. ഒരു ചെറിയ ദ്വാരത്തിലൂടെ ഹെർമൻ ഒളിഞ്ഞുനോക്കി. ലിസവേറ്റ അവനെ കടന്നുപോയി. മുകളിലേക്കുള്ള പടിക്കെട്ടിൽ അവളുടെ തിരക്കു പിടിച്ച പാദ പതനശബ്ദം കേട്ടു. ശ്രദ്ധയുടെ ഒരു ഉണർച്ചയുണ്ടായപോലെ അവന് തോന്നി. പക്ഷേ, നിശ്ശബ്ദമായിരുന്നു. അവന്റെ ഹൃദയം വീണ്ടും കല്ലായി.

പ്രഭ്വി വിവസ്ത്രയാകാനാരംഭിച്ചു. അവർ കണ്ണാടിക്ക് മുന്നിൽനിന്ന് തൊപ്പി ഊരിയെറിഞ്ഞു. അവരുടെ നരച്ച തലയിൽ നിന്ന് പൗഡർ പൂശിയ വിഗ്ഗ് താഴെ വീണു. തല പറ്റെ വെട്ടിയിരുന്നു. വെള്ളി കൊണ്ട് എംബ്രോയിഡറി ചെയ്ത അവരുടെ മഞ്ഞ വസ്ത്രം കാലിൽ വീണു. അവരുടെ ടോയ്ലറ്റിലെ എല്ലാ രഹസ്യങ്ങളും ഹെർമൻ കണ്ടു. ഒടുവിൽ

പ്രഭ്വി അവരുടെ ഗൗണിലായി. രാത്രി വയ്ക്കുന്ന തൊപ്പി. അവരുടെ പ്രായത്തിന് യോജിക്കാത്ത വേഷമായിരുന്നു അത്.

മറ്റ് വൃദ്ധരെപ്പോലെ പ്രഭ്വിക്കും ഉറക്കമില്ലായ്മയുണ്ടായിരുന്നു. ജോലിക്കാരികളെയെല്ലാം പറഞ്ഞയച്ചതിനുശേഷം വിവസ്ത്രയായ പ്രഭ്വി ജനലരികിൽ തന്റെ കസേരയിലിരിപ്പുറപ്പിച്ചു. വിളക്കുകളെല്ലാം പുറത്തേക്ക് കൊണ്ടുപോയി. ഒറ്റ വിളക്കുമാത്രം പ്രഭ്വിയുടെ മുറിയിൽ കത്തി നിന്നു. മഞ്ഞ നിറത്തിൽ പ്രഭ്വി അവളുടെ കസേരയിലിരുന്ന് ഇടത്തേക്കും വലത്തേക്കും ചലിച്ചു. അവരുടെ ചുണ്ടുകൾ ചലിച്ചുകൊണ്ടിരുന്നു. കണ്ണുകളിൽ ചിന്തയുടെ ഭാരം ഉണ്ടായിരുന്നില്ല. പ്രഭ്വിയുടെ ചലനം കണ്ടാൽ അത് സഹജമായുണ്ടാവുന്നതാണെന്ന് തോന്നുകയില്ലായിരുന്നു. കൃത്രിമമായി ചലിക്കുന്നതുപോലെ.

പെട്ടെന്ന് നിർവ്വചിക്കാനാവാത്ത ഒരു മാറ്റം അവരുടെ വരണ്ട മുഖത്തുണ്ടായി. അവരുടെ ചുണ്ടുകൾ അനങ്ങുന്നില്ല. കണ്ണുകൾ ചലിക്കുന്നില്ല. പ്രഭ്വിക്ക് മുന്നിൽ ഒരു അജ്ഞാതൻ നില്ക്കുന്നു.

"പേടിക്കണ്ട. ദയവായി പേടിക്കരുത്." അവൻ വ്യക്തമായി പറഞ്ഞു. "താങ്കളെ ഉപദ്രവിക്കണമെന്ന് ഞാൻ വിചാരിച്ചിട്ടില്ല. എനിക്ക് താങ്കൾ ഒരു ഉപകാരം ചെയ്യണം."

അവർ നിശ്ശബ്ദയായി അയാളെ നോക്കിയിരുന്നു. അയാൾ പറയുന്നതൊന്നും അവർ കേൾക്കുന്നില്ലെന്ന് തോന്നി. അവർക്ക് ചെവി കേൾക്കാൻ പാടില്ലെന്ന് അയാൾക്ക് തോന്നി. അയാൾ അവരുടെ ചെവിയിലേക്ക് കുനിഞ്ഞു, താൻ പറഞ്ഞതു ഒന്നുകൂടി ആവർത്തിച്ചു. അവർ നിശ്ശബ്ദയായിരുന്നതേയുള്ളൂ.

"താങ്കൾക്ക് എന്റെ ജീവിതത്തെ സന്തോഷഭരിതമാക്കാൻ കഴിയും." ഹെർമൻ തുടർന്നു.

"അതിന് താങ്കൾ ഒരു വിലയും കൊടുക്കേണ്ടിവരില്ല. എനിക്കറിയാം താങ്കൾക്ക് ആ മൂന്നു കാർഡുകൾ എങ്ങനെ കളിക്കണമെന്ന്."

ഹെർമൻ നിർത്തിക്കളഞ്ഞു. എന്താണ് അയാൾ ഉദ്ദേശിക്കുന്നതെന്ന് പ്രഭ്വിക്ക് മനസ്സിലായി. അവർ വാക്കുകൾക്കായി പരതി.

"അതൊരു തമാശയാണ്." ഒടുവിൽ അവർ പറഞ്ഞു. "ഞാൻ നിങ്ങളോട് ആണയിടുന്നു. അതൊരു തമാശ മാത്രമാണ്."

"അതങ്ങനെ ഒരു തമാശയായി കാണാൻ ഞാനൊരുക്കമല്ല." ഹെർമൻ ക്ഷോഭിച്ചു. "ഓർക്കൂ, ചാപ്പലിസ്റ്റ്സ്കിയെ മാത്രമേ നിങ്ങൾ സഹായിച്ചിട്ടുള്ളൂ." തീരുമാനത്തിലെത്താൻ കഴിയാത്ത ഒരവസ്ഥ പ്രഭ്വിയിൽ പ്രകടമായി. അവർ വികാരവിക്ഷുബ്ധയായി. പക്ഷേ, താമസിയാതെ അവർ പൂർവ്വനില പ്രാപിച്ചു.

"ആ മൂന്നു കാർഡുകൾ ഏതൊക്കെയാണെന്ന് ഒന്ന് പറയാമോ?" ഹെർമൻ തുടർന്നു. പ്രഭ്വി നിശ്ശബ്ദയായിരുന്നു. ഹെർമൻ തുടർന്നു.

"ആർക്കുവേണ്ടിയാണ് നിങ്ങളീ രഹസ്യം സൂക്ഷിക്കുന്നത്? പേരക്കിടാങ്ങൾക്കു വേണ്ടിയോ? അവരെല്ലാം കാശുകാരാണ്. താങ്കളുടെ

സഹായം അവർക്കാവശ്യമില്ല. അവർക്ക് കാശിന്റെ വില അറിയില്ല. ഒരു ധൂർത്തനെ നിങ്ങളുടെ കാർഡുകൾ സഹായിക്കില്ല. പിതൃപാരമ്പര്യം സൂക്ഷിക്കാനറിയാത്ത ഒരുവൻ ആവശ്യാനുസരണം മരിക്കും, ഒരുപക്ഷേ, അവനൊരു ചെകുത്താനാണെങ്കിൽപ്പോലും. ഞാനൊരു ധൂർത്തനല്ല. എനിക്ക് കാശിന്റെ വിലയറിയാം. നിങ്ങളുടെ മൂന്നു കാർഡുകൾ ഞാൻ വഴി നശിക്കില്ല. പറയൂ.."

അവൻ ആകാംക്ഷയോടെ അവരുടെ മറുപടിക്കായി കാത്തു. പ്രഭ്വി നിശ്ശബ്ദയായിരുന്നു. ഹെർമൻ മുട്ടുകാലിൽ വീണു.

"നിങ്ങൾക്ക് ഹൃദയംകൊണ്ട് പ്രണയത്തിന്റെ വില അറയാമെങ്കിൽ" അവൻ പറഞ്ഞു.

"അതിന്റെ ഹർഷോന്മാദം താങ്കൾ ഓർക്കുന്നുണ്ടെങ്കിൽ, പുതുതായി ജനിച്ച മകന്റെ കരച്ചിൽ കേട്ട് താങ്കൾ മന്ദഹസിച്ചുവെങ്കിൽ, താങ്കളുടെ നെഞ്ചിൽ മാനുഷിക വികാരങ്ങളുണ്ടെങ്കിൽ, ഞാൻ കെഞ്ചിച്ചോദിക്കുകയാണ്, ഒരു ഭാര്യയോട്, അമ്മയോട്, പ്രണയിയോട്, ജീവിതത്തിലെ പരിശുദ്ധമായ എല്ലാത്തിനെയും സാക്ഷിനിർത്തി, എന്റെ അപേക്ഷ നിരസിക്കരുതേ! ആ രഹസ്യം എന്നോട് പറയൂ, എന്തുതന്നെയാണെങ്കിലും... ഒരുപക്ഷേ, ഭയാനകമായ ഒരു തെറ്റാണതെന്ന വിചാരം, എല്ലാ അനുഗ്രഹങ്ങളും ഇല്ലാതെ പോകുന്ന, ചെകുത്താനുമായുള്ള ഒരു ഇടപാട് പോലെ നോക്കൂ. താങ്കൾക്ക് ഒരുപാട് പ്രായമായി, ഇനി കൂടുതൽ കാലം ജീവിക്കില്ല. ഞാൻ എന്റെ ആത്മാവു കൊണ്ടുതന്നെ താങ്കളുടെ പാപങ്ങൾ ഏറ്റെടുക്കാൻ തയ്യാറാണ്. താങ്കൾ താങ്കളുടെ രഹസ്യം എന്നോട് വെളിപ്പെടുത്തൂ. മനസ്സിലാക്കൂ. ഒരു മനുഷ്യന്റെ സന്തോഷം താങ്കളുടെ കൈകളിലാണ്. ഞാൻ മാത്രമല്ല, എന്റെ കുട്ടികൾ അവരുടെ കുട്ടികൾ, എന്റെ പേരക്കുട്ടികൾ താങ്കൾക്ക് നന്മകൾ നേരും, അത് ഏറ്റവും പരിശുദ്ധമായി അവർ സൂക്ഷിക്കുകയും ചെയ്യും."

പ്രഭ്വി ഒന്നും മറുപടി പറഞ്ഞില്ല.

ഹെർമൻ ഓരേ നില നിന്നു.

"കിളവിശവമേ" അയാൾ പല്ല് ഞെരിച്ചു.

"നിന്നെക്കൊണ്ട് ഞാൻ മറുപടി പറയിക്കും." ഇങ്ങനെ പറഞ്ഞുകൊണ്ട് അയാൾ പോക്കറ്റിൽനിന്നൊരു കൈത്തോക്ക് വലിച്ചെടുത്തു. പ്രഭ്വി വികാരതീക്ഷ്ണതയോടെ ചലിച്ചു. അവർ തലകുലുക്കിക്കൊണ്ട് കൈകൾ എടുത്തു തടഞ്ഞു. അവർ പിന്നിലേക്ക് മാറി അനങ്ങാതിരുന്നു. "ഈ കുട്ടിക്കളി നിർത്തൂ." അവരുടെ കൈ കൈയിലെടുത്തുകൊണ്ട് ഹെർമൻ പറഞ്ഞു. "ഞാൻ നിങ്ങളോട് അവസാനമായി ചോദിക്കുകയാണ്. നിങ്ങൾ ആ കാർഡുകൾ ഏതൊക്കെയാണെന്ന് പറയുന്നോ ഇല്ലയോ?"

പ്രഭ്വി മറുപടിയൊന്നും പറഞ്ഞില്ല. ഹെർമൻ നോക്കുമ്പോൾ അവർ മരിച്ചുകഴിഞ്ഞിരുന്നു.

അദ്ധ്യായം നാല്

ഡാൻസിനുള്ള വസ്ത്രങ്ങൾ ധരിച്ച് ലിസവേറ്റ അവളുടെ മുറിയിൽ ചിന്തയിലാണ്ട് ഇരിക്കുകയായിരുന്നു. വീട്ടിൽ മടങ്ങിവന്നതിനുശേഷം അവളുടെ അയഞ്ഞ കോട്ടൂരി ഹെർമനെ കാണാനായി ഓടിപ്പോയി. പക്ഷേ, അയാൾ അവിടെങ്ങും ഉണ്ടായിരുന്നില്ല. അവനെ അവിടെ കാണാത്തപ്പോൾ അവൾ അവരുടെ സംഗമത്തെ ഇല്ലാതാക്കിയ വിധിക്ക് നന്ദി പറഞ്ഞു. അവൾ വേഷം മാറാതെ തന്നെ അവിടെ ചടഞ്ഞിരുന്ന് ചെറിയ കാലം കൊണ്ട് അവർക്കിടയിലുണ്ടായതെല്ലാം ഓർത്തെടുത്തു. ജനലിനരികെ അയാളെ കാണാൻ തുടങ്ങിയിട്ടിപ്പോൾ മൂന്നാഴ്ചയായിട്ടുണ്ടാവും. ഇതിനിടയിൽത്തന്നെ അവർക്കിടയിൽ കത്തിടപാടുകൾ നടന്നു. അതിനിടയിൽ അയാൾ സംഗമിക്കാനുള്ള ഒരവസരം ഒപ്പിക്കുകയും ചെയ്തു. ഇതിനകം തന്നെ അവൾക്ക് അയാളുടെ പേര് മനസ്സിലായതു തന്നെ ചില കത്തുകളിൽ അയാൾ ഒപ്പിട്ടിരുന്നതു കൊണ്ടാണ്. ഒരു വാക്കും അവർ തമ്മിൽ സംസാരിച്ചിട്ടില്ല. അയാളുടെ ശബ്ദം കേട്ടിട്ടില്ല. അവനെക്കുറിച്ച് യാതൊന്നും കേട്ടിട്ടില്ല... ഈ വൈകുന്നേരംവരെ. അത്ഭുതകരം! ആ വൈകുന്നേരം ടോംസ്കി പോളിനാ രാജകുമാരിയുമായി കുറച്ചുനേരം കഴിച്ചുകൂട്ടുവാനായി എത്തി. പ്രണയപരവശത അഭിനയിക്കാൻ വേണ്ടിയല്ല. അത് സാധാരണ നടക്കുന്നതാണ്. അയാൾ ഒരു പ്രതികാരമെന്നോണം ലിസവേറ്റയുമായി ഒരുപാടു സമയം ഡാൻസ് ചെയ്തു. ആ നൃത്തത്തിനിടയിൽ ലിസവേറ്റയ്ക്ക് അറിയാവുന്നതിനേക്കാൾ കൂടുതൽ കാര്യങ്ങൾ അയാൾക്കറിയാമെന്നും ഒരുപക്ഷേ, അവൾ ഒരു രഹസ്യമായി സൂക്ഷിക്കുന്നത് പോലും അയാൾക്കറിയാമെന്ന തോന്നലുളവാകുന്ന രീതിയിലായിരുന്നു അയാളുടെ നാട്യങ്ങൾ.

"ഇതൊക്കെ എങ്ങനെ മനസ്സിലാക്കി?" അവൾ ചിരിച്ചുകൊണ്ട് ചോദിച്ചു.

"നിങ്ങൾക്ക് നന്നായറിയാവുന്ന ഒരു സുഹൃത്തുവഴിതന്നെ." ടോംസ്കി പറഞ്ഞു. "ശ്രദ്ധിക്കപ്പെടേണ്ട ഒരാൾ."

"അതാരാണാവോ?"

"അദ്ദേഹത്തിന്റെ പേര് ഹെർമൻ എന്നാണ്." ലിസവേറ്റ മറുപടിയൊന്നും പറഞ്ഞില്ല. പക്ഷേ, അവളുടെ കൈകാലുകൾ മരവിച്ചുപോയി.

"ഈ ഹെർമൻ എന്നയാൾ ശരിക്കും ഒരു കാല്പനികനാണ്." ടോംസ്കി തുടർന്നു. "അയാൾ മൂന്ന് കുറ്റങ്ങളെങ്കിലും ചെയ്തു. നിങ്ങൾ വല്ലാതെ വിളറിയിരിക്കുന്നല്ലോ."

"എനിക്ക് തലവേദനയുണ്ട്. ഈ ഹെർമൻ എന്ന് പറയുന്നയാൾ എന്താണാവോ അയാളുടെ പേര് – അയാൾ എന്താണ് താങ്കളോട് പറഞ്ഞത്?"

"ഹെർമൻ ശരിക്കും അയാളുടെ സുഹൃത്തുക്കളെക്കൊണ്ട് മടുത്തി

രിക്കുകയാണ്. എന്തെങ്കിലും അഹിതമായത് പ്രവർത്തിക്കുമെന്നാണ് പറയുന്നത്. അയാൾക്ക് നിങ്ങളിൽ ഒരു കണ്ണുണ്ടെന്നാണ് എനിക്ക് തോന്നുന്നത്."

"പക്ഷേ, എവിടെ വച്ചാണ് അദ്ദേഹം എന്നെ കാണുന്നത്?"

"പള്ളിയിൽവച്ച്, ഒരു നടപ്പിനിടയിൽ – ദൈവത്തിനറിയാം! ചിലപ്പോൾ നിങ്ങളുടെ മുറിയിൽവച്ച്. നിങ്ങൾ മയങ്ങിക്കിടക്കുമ്പോൾ. അയാൾ അതിലൊക്കെ സമർത്ഥനാണ്."

മൂന്നു സ്ത്രീകൾ അയാൾക്കടുത്തേക്ക് സംഭാഷണത്തിനിടയിൽ നുഴഞ്ഞുകയറി.

സ്ത്രീകളിൽ നിന്ന് ടോംസ്കി തെരഞ്ഞെടുത്തത് രാജകുമാരി പോളിനയെയാണ്. അവർക്കിടയിലെ തെറ്റിദ്ധാരണ അകറ്റാൻ അവൾക്കായി. ഡാൻസിന്റെ നടപടിക്രമങ്ങൾ മനസ്സിലാക്കിക്കൊടുത്തിട്ട് ടോംസ്കി അദ്ദേഹത്തിന്റെ ഇരിപ്പിടത്തിലേക്ക് മടങ്ങിയെത്തി. പിന്നീടദ്ദേഹത്തിൽ ഹെർമ്മനെക്കുറിച്ചോ ലിസവേറ്റയെക്കുറിച്ചോ എന്തെങ്കിലും ചിന്ത അവശേഷിക്കുകയോ ചെയ്തതായി തോന്നിയില്ല. കുറച്ചു കഴിഞ്ഞ് വൃദ്ധയായ പ്രഭ്വി സ്ഥലം വിടുകയും ചെയ്തു.

ഒരു ബാൾറൂം സംസാരമെന്നതിൽ കവിഞ്ഞൊന്നും ആയിരുന്നില്ല അത്, ടോംസ്കിയെ സംബന്ധിച്ച്. പക്ഷേ, അത് യുവതിയായ സ്വപ്നാടകയെ ആഴത്തിൽ സ്പർശിച്ചു. ടോംസ്കി പെയിന്റ് ചെയ്ത ഛായാചിത്രം ഹെർമെനെപ്പോലെയാണെന്ന് അവൾ സങ്കല്പിച്ചു. പഴയകാല കാല്പനിക നോവലുകൾക്കും അവൾ നന്ദി പറഞ്ഞു. ഇപ്പോഴവൾ തറയിൽ പൂക്കൾ കൊണ്ടലങ്കരിച്ച തലയുമായി, തോളിലേക്ക് തല ചായ്ച്ച് ഇരിക്കുകയായിരുന്നു. പെട്ടെന്ന് വാതിൽ തുറന്ന് ഹെർമൻ പ്രത്യക്ഷപ്പെട്ടു.

"നിങ്ങൾ എവിടെയായിരുന്നു?" അവൾ ഭയത്തോടെ ചോദിച്ചു.

"വൃദ്ധ പ്രഭ്വിയുടെ കിടപ്പറയിൽ" ഹെർമൻ പറഞ്ഞു. 'ഞാനിപ്പോൾ പുറത്തു വന്നതേയുള്ളൂ. പ്രഭ്വി മരിച്ചു."

"ഈശ്വരാ! എന്താ നിങ്ങൾ പറയുന്നത്?"

"ഞാനാണ് ആ മരണത്തിനുത്തരവാദി." ഹെർമൻ പറഞ്ഞു.

ലിസാവേറ്റ അയാളെ തറച്ചു നോക്കി. അപ്പോൾ അവളുടെ മനസ്സിൽ ടോംസ്കിയുടെ വാക്കുകൾ അലയടിച്ചു. 'അയാൾ മൂന്ന് കുറ്റകൃത്യങ്ങളെങ്കിലും ചെയ്തിരിക്കും.' അവൾക്കടുത്തിരുന്ന് അയാൾ നടന്നതെല്ലാം പറഞ്ഞു.

ഭയത്തോടെ അവൾ അയാൾ പറയുന്നത് കേട്ടുകൊണ്ടിരുന്നു. അപ്പോൾ ആ കത്തുകൾ, ആ തീക്ഷ്ണത, നേടാനുള്ള നിർബ്ബന്ധ ബുദ്ധി ഒന്നും പ്രണയമായിരുന്നില്ല! പണം! അതുകൊണ്ടാണ് അയാളുടെ ആത്മാവ് തീർത്തിരിക്കുന്നത്. അയാളെ സന്തോഷിപ്പിക്കുന്നത് അവളല്ല! ഒരു കവർച്ച സംഘത്തിലെ അംഗം മാത്രമായിരുന്നു അവൾ. വൃദ്ധയായ ഗുണകാംക്ഷിയുടെ കൊലയാളി! അവൾ വിമ്മിക്കരഞ്ഞു, കൂടുതൽ

കയ്പോടെ, ഹെർമൻ മൂകനായി അവളെ നോക്കിനിന്നു. അവന്റെ ഹൃദയവും ദാരുണമായി വേദനിക്കുന്നുണ്ടായിരുന്നു. പക്ഷേ, സുന്ദരിയായ ആ പെൺകുട്ടിയുടെ വേദന അയാളെ സ്പർശിച്ചതേയില്ല. ആ വൃദ്ധയുടെ മരണത്തിൽ അയാൾക്ക് പശ്ചാത്താപമൊന്നും തോന്നിയില്ല. ഒരു കാര്യത്തിലേ അയാൾക്ക് വിഷമം തോന്നിയുള്ളൂ. കാശുകാരനാവാൻ വേണ്ടിയുള്ള തന്റെ ശ്രമങ്ങൾ പാഴായതിൽ.

"നിങ്ങളൊരു രാക്ഷസനാണ്" ലിസാവേറ്റ പറഞ്ഞു.

"അവരുടെ മരണം ഞാനാശിച്ചതല്ല" ഹെർമൻ പറഞ്ഞു. "എന്റെ തോക്ക് നിറച്ചിരുന്നില്ല."

അവർ മൂകരായിരുന്നു.

ദിവസം പുലർന്നു. മങ്ങിക്കത്തിക്കൊണ്ടിരുന്ന മെഴുകുതിരി മുറിയിൽ ഒരു വിളറിയ പ്രകാശം പരത്തി. ലിസാവേറ്റ കണ്ണുനീർ തിളങ്ങിനിന്ന കണ്ണുകൾ തുടച്ചു. അയാൾ ജനാലയ്ക്കരികിൽ ഇരിക്കുകയായിരുന്നു. കൈകൾ നെഞ്ചിൽ പിണച്ചു ചേർത്തിരുന്നു. ക്രൂരമായി മുഖം വീർപ്പിച്ചിരുന്നു. നെപ്പോളിയന്റെ ഛായാചിത്രത്തോട് അയാളുടെ ആ ഇരിപ്പ് അങ്ങേയറ്റം യോജിക്കുന്നുണ്ടായിരുന്നു. ആ സാമ്യത്തിൽ ലിസവേറ്റ പോലും അമ്പരന്നുപോയി. "നിങ്ങളെ എങ്ങനെയാണ് ഈ വീടിന് പുറത്തെത്തിക്കുക?" ലിസവേറ്റ ചോദിച്ചു. "എനിക്കു തോന്നുന്നത് ആ രഹസ്യ ഗോവണി വഴി നിങ്ങളെ താഴത്തെത്തിക്കാം. പക്ഷേ, അതിനർത്ഥം വൃദ്ധയായ പ്രഭ്വിയുടെ കിടക്കമുറിയിലെത്തുമെന്നാണ്. എനിക്കു പേടിയാ." "ഈ രഹസ്യ ഗോവണി എങ്ങനെ കണ്ടെത്തുമെന്ന് പറ. ഞാൻ തനിയെ പൊയ്ക്കൊള്ളാം." ലിസവേറ്റ എഴുന്നേറ്റു. അവളുടെ ഡ്രോയറിൽ നിന്ന് ഒരു താക്കോലെടുത്തു. അതവന് നീട്ടുമ്പോൾ വേണ്ടുന്ന നിർദ്ദേശങ്ങളും നല്കിയിരുന്നു. ഹെർമൻ അവളുടെ തണുത്ത കൈയമർത്തി. തലയിൽ ചുംബിച്ചു. പിന്നീട് മുറിവിട്ടു.

അവൻ ഒരിക്കൽക്കൂടി ആ ഗോവണിയിറങ്ങി. പ്രഭ്വിയുടെ മുറിയിലെത്തി. മരിച്ച ആ വൃദ്ധ കല്ലുപോലെയായിരുന്നു. അവരുടെ മുഖത്ത് ആഴമുള്ള ഒരു ശാന്തത കളിയാടി. ആ സത്യം ഉൾക്കൊള്ളാൻ ശ്രമിക്കുംപോലെ ഏറെ നേരം ഹെർമൻ ആ ശരീരവും നോക്കിനിന്നു. ഒടുവിലയാൾ പഠനമുറിയിലെത്തി. വാതിലിനപ്പുറത്തെ സിൽക്കും ഛായാപടങ്ങളും ഒരിക്കൽക്കൂടി നോക്കി. വികാരവിക്ഷോഭത്തോടെ ഗോവണിയുടെ പടിയിറങ്ങി.

'ഈ ഗോവണി വഴി' അയാൾ വിചാരിച്ചു. 'നിശ്ചയമായും ഈ ഗോവണി വഴി 60 വർഷം മുമ്പ് തന്റെ എംബ്രോയിഡറി കോട്ടിൽ, ഹൃദയത്തോടമർത്തിവച്ച് മൂന്നു വക്കുകളുള്ള തൊപ്പിയുമായി ഈ കിടപ്പറയിലേക്ക് ഒരാൾ നുഴഞ്ഞുകയറി. യുവാവും സന്തോഷവാനുമായ ഒരാൾ, ഇപ്പോൾ മണ്ണടിഞ്ഞ ഒരാൾ - ഇന്ന് അയാളുടെ ആ മിസ്ട്രസിന്റെ വൃദ്ധഹൃദയമിടിപ്പ് അവസാനിപ്പിച്ചിരിക്കുന്നു.'

ഗോവണിക്ക് താഴെ ഹെർമൻ ഒരു വാതിൽ കണ്ടു. ആ വാതിൽ

ലിസവേറ്റ കൊടുത്ത താക്കോൽകൊണ്ട് അയാൾ തുറന്നു. അതൊരു കോറിഡോറായിരുന്നു. അത് തെരുവിലേക്ക് നയിച്ചു.

അദ്ധ്യായം അഞ്ച്

ആ വിധിനിർണ്ണായകരാത്രിക്കു ശേഷം മൂന്നുദിവസം കഴിഞ്ഞ് പ്രഭാതത്തിൽ ഒമ്പതുമണിക്ക് സന്ന്യാസിമഠത്തിലേക്ക് പോകുകയായിരുന്നു ഹെർമൻ. അവിടെയാണ് വൃദ്ധയായ പ്രഭ്വിയുടെ മരണച്ചടങ്ങുകൾ നടക്കുന്നത്. അയാളുടെ അന്തഃകരണം അയാളോട് പറഞ്ഞുകൊണ്ടിരുന്നു. നിങ്ങളാണ് ആ വൃദ്ധയുടെ മരണത്തിനുത്തരവാദി. മതചടങ്ങുകളിൽ അത്ര വിശ്വാസമൊന്നും ഉണ്ടായിരുന്നില്ലെങ്കിലും അയാൾ തീർത്തുമൊരു അന്ധവിശ്വാസിയായിരുന്നു. മരിച്ചുപോയ പ്രഭ്വി അയാളെ ദ്രോഹിക്കുമെന്നയാൾ വിശ്വസിച്ചു. അതുകൊണ്ടാണ് ക്ഷമയാചിക്കാനായി അയാൾ ആ മരണകർമ്മങ്ങളിൽ പങ്കെടുക്കാനെത്തിയത്.

പള്ളി നിറഞ്ഞിരുന്നു. ആ ആളുകൾക്കിടയിലൂടെ ഒരു വഴി ഉണ്ടാക്കിയെടുക്കാൻ ഹെർമൻ പാടുപെട്ടു. ഒരു വെൽവറ്റ് മേൽക്കട്ടിക്ക് താഴെ വളരെ സമ്പന്നമായ ഒന്നിലാണ് ശവപ്പെട്ടി വച്ചിരുന്നത്. അതിൽ മരിച്ച സ്ത്രീ കിടന്നിരുന്നു. നെഞ്ചിൽ കൈകൾ പിണച്ച്, ഒരു വെള്ള സാറ്റിൻ വസ്ത്രത്തിൽ. അവരുടെ തലയിൽ ഒരു ലെയ്സ് തൊപ്പി വച്ചിരുന്നു. വീട്ടിലെ അംഗങ്ങളെല്ലാം അവർക്കു ചുറ്റും നിന്നിരുന്നു. കറുത്ത കോട്ടിൽ തോളിൽ കറുത്തറിബണുകളിഞ്ഞ് കൈയിൽ മെഴുകുതിരികളുമായി ബന്ധുക്കൾ- കുട്ടികളും പേരക്കിടാങ്ങളും അവരുടെ കിടാങ്ങളും കരഞ്ഞുകൊണ്ടിരുന്നു. കരയുകയായിരുന്നില്ല. കണ്ണീർക്കണങ്ങൾ കണ്ണുകളിൽ പറ്റിപ്പിടിച്ചുനിന്നു. പ്രഭ്വിക്ക് വളരെ പ്രായം ചെന്നിരുന്നതിനാൽ അവരുടെ മരണം ആരെയും അത്ഭുതപ്പെടുത്തിയില്ല. ഒരു ചെറുപ്പക്കാരൻ ബിഷപ്പ് പ്രാർത്ഥനാ വാചകങ്ങൾ ഉരുവിട്ടുകൊണ്ടിരുന്നു. അത് പരേതയുടെ സമാധാനപരമായ പരലോകവാസത്തിനു വേണ്ടിയായിരുന്നു. മരണദേവത അവരെ കണ്ടു. 'പാതിരാത്രിയിൽ തന്റെ വരനെ പ്രതീക്ഷിച്ചിരുന്ന ഒരാൾ.' ശുശ്രൂഷ അവസാനിച്ചു. ബന്ധുക്കളാണാദ്യം മൃതദേഹം വിട്ടുപോയത്. അവരുടെ അനന്തമായ സന്തോഷങ്ങളിൽ പങ്കെടുത്ത അതിഥികൾ അവസാനത്തെ ആശംസ നേർന്നു. അവരെ പിന്തുടർന്ന് വീട്ടിലെ നിരവധി അംഗങ്ങൾ. രണ്ട് ചെറുപ്പക്കാരികൾ അവരെ സമീപിച്ചു. കണ്ണീർ പൊഴിക്കുകയും തണുത്ത വിരലുകൾ ചുംബിക്കുകയും ചെയ്തു. അതിനുശേഷം ആ പേടകത്തിനരികിലേക്ക് ചെല്ലണമെന്ന് ഹെർമൻ തീരുമാനിച്ചു. അയാൾ കുറച്ചുസമയം ആ തണുത്ത തറയിൽ മുട്ടുകുത്തിയിരുന്നു. ശവത്തെപ്പോലെതന്നെ അയാളും വിളറിയിരുന്നു. എന്നിട്ടയാൾ ആ ശവത്തിന് നേരെ തലകുനിച്ചു. ആ സമയം അവർ കണ്ണുകൾ തുറന്ന് അയാൾക്കുനേരെ നോക്കുന്നുവെന്നും കണ്ണുകളിറുക്കി ചിരിക്കുന്നു

വെന്നും അയാൾക്ക് തോന്നി. ആ നേരത്തുതന്നെ അയാൾ തിടുക്കപ്പെട്ട് പിന്നിലേക്കിറങ്ങി. അതേസമയം ലിസവേറ്റ ബോധരഹിതയാവുകയും ചെയ്തു. അല്പ നിമിഷത്തേക്ക് ചരമ ശുശ്രൂഷകൾ തടസ്സപ്പെട്ടു. ഒരു പിറുപിറുപ്പ് ഉയർന്നു. അപ്പോൾ നീണ്ടുമെലിഞ്ഞ ഒരു ചെറുപ്പക്കാരൻ തൊഴുതുനിന്ന ഒരിംഗ്ലീഷുകാരനോട് പറഞ്ഞു. "അതവരുടെ നിയമപര മല്ലാത്ത മകനാണ്." "ഓ" അയാൾ മറുപടി പറഞ്ഞു.

ആ ദിവസം മുഴുവൻ ഹെർമൻ ദുഃഖിതനായിരുന്നു. അയാൾ ഡിന്ന റിനായി ഒറ്റപ്പെട്ട ഒരു സത്രത്തിലേക്കു പോയി. അവിടെ തിക്കും തിര ക്കുമില്ലാത്ത സമാധാനപരമായ കുറച്ചുസമയം കിട്ടുമെന്ന് കരുതി. അയാൾ വല്ലാതെ മദ്യപിച്ചു. പക്ഷേ, വൈൻ അയാളുടെ സങ്കല്പത്തെ ഉത്തേജിപ്പിക്കയാണുണ്ടായത്. വീട്ടിൽ തിരിച്ചെത്തി. വസ്ത്രംപോലും മാറാൻ നില്ക്കാതെ കിടക്കയിലേക്ക് വീണു. അയാൾ ഗാഢനിദ്രയില മർന്നു.

ഉണർന്നപ്പോൾ രാത്രിയായി. ചന്ദ്രൻ പ്രകാശിക്കുന്നുണ്ടായിരുന്നു. അയാൾ വാച്ചിലേക്കു നോക്കി. സമയം ഒരുപാടായി. ഇനി ഉറങ്ങാൻ കഴി യില്ലെന്ന് അയാൾക്ക് തോന്നി. അയാൾ കിടക്കയിലിരുന്ന് പ്രഭ്വിയുടെ മരണശുശ്രൂഷ ഓർത്തു.

ആ സമയത്ത് ആരോ തെരുവിലൂടെ അയാളുടെ ജനാലയിലേക്ക് നോക്കിക്കൊണ്ട് വളരെപ്പെട്ടെന്ന് അപ്രത്യക്ഷനായി. അതോർത്ത് ഹെർമൻ അസ്വസ്ഥനായില്ല. ഒരു മിനിറ്റിനുശേഷം മുൻവശത്തെ വാതിൽ തുറക്കുന്നതായി തോന്നി. അത് അയാളുടെ ജോലിക്കാരനായിരിക്കുമെ ന്നാണ് ഹെർമൻ കരുതിയത്. അയാൾ പതിവുപോലെ കണക്കറ്റ് മദ്യ പിച്ചിട്ടുണ്ടാവും. പുറത്തെവിടെയോ കറങ്ങിനടന്നിട്ട് വന്നിരിക്കയാണ്. പക്ഷേ, പരിചിതമല്ലാത്ത കാലടിശബ്ദങ്ങൾ ഹെർമൻ കേട്ടു. സ്ലിപ്പറിന്റെ ഒച്ചയും. വാതിൽ തുറന്ന് വെള്ള വസ്ത്രധാരിയായ ഒരു സ്ത്രീ അക ത്തേക്ക് വന്നു. ഹെർമൻ കരുതി തന്റെ പഴയ നേഴ്സാണല്ലോ. അവർ എന്തിന് ഇപ്പോൾ ഈ മുറിയിൽ വന്നു? പക്ഷേ, വെള്ള വസ്ത്രധാരി ഹെർമന്റെ മുന്നിലേക്ക് നീങ്ങിനിന്നു. പ്രഭ്വി!

"എനിക്ക് താല്പര്യമുണ്ടായിട്ടല്ല ഞാൻ നിങ്ങളുടെ അടുത്തേക്ക് വന്നത്." അവർ പറഞ്ഞു.

"പക്ഷേ, എനിക്കെന്റെ നിർദ്ദേശം പാലിക്കണം. നിങ്ങളുടെ അപേ ക്ഷയും. മൂന്ന്, ഏഴ്, ആസ് ഇവ മൂന്നും ക്രമത്തിൽ കളിച്ചാൽ നിങ്ങൾക്ക് വിജയം നേടാം. പക്ഷേ, ഒരു കണ്ടീഷനുണ്ട്. 24 മണിക്കൂറിൽ ഒരു കാർഡേ ഉപയോഗിക്കാൻ പാടുള്ളൂ. പിന്നെ ജീവിതകാലം മൊത്തം ആ കാർഡ് ഉപയോഗിക്കാനേ പാടില്ല. കളിക്കാനും പാടില്ല. നിങ്ങൾ ലിസ വേറ്റയെ വിവാഹം കഴിച്ചാൽ എന്റെ മരണത്തെ ഞാൻ പൊറുക്കാം."

ഇത്രയും പറഞ്ഞതിനുശേഷം അവർ പിന്തിരിഞ്ഞ് വാതിലിനടു ത്തെത്തി മറഞ്ഞു. അവരുടെ സ്ലിപ്പർ ഉരഞ്ഞിരുന്നു. മുൻവശത്തെ വാതിൽ അടയുന്ന ഒച്ചകേട്ടു. വീണ്ടും ആരോ തന്റെ ജനൽ ലക്ഷ്യമാക്കി

നോക്കുന്നതും ഹെർമൻ കണ്ടു.

ഏറെ നേരത്തേക്ക് ഹെർമന് തന്റെ മനഃശക്തി വീണ്ടെടുക്കാനായില്ല. അയാൾ അടുത്ത മുറിയിലേക്ക് പോയി. അയാളുടെ ജോലിക്കാരൻ തറയിൽക്കിടന്ന് ഉറങ്ങുന്നുണ്ടായിരുന്നു. ഹെർമൻ അയാളെ ഉണർത്തിയില്ല. പതിവുപോലെ ഒരുപാട് മദ്യപിച്ചിട്ടാണ് ജോലിക്കാരൻ കിടന്നിരുന്നത്. അയാളെ നേർവഴിക്ക് കൊണ്ടുവരാൻ ഏറെ സമയമെടുക്കും. ഹാളിലേക്കുള്ള വാതിൽ അടച്ചിരിക്കുകയാണ്. ഹെർമൻ തിരിച്ച് തന്റെ മുറിയിലേക്ക് വന്നു. ഒരു മെഴുകുതിരി കത്തിച്ച് താൻ കണ്ടത് വിശദമായി കുറിച്ചുവച്ചു.

അദ്ധ്യായം ആറ്

രണ്ട് ആശയങ്ങൾ ഒരു മനസ്സിൽ നിലനില്ക്കില്ല. ഒരേയിടത്ത് രണ്ടു ശരീരങ്ങളും നിലനില്ക്കില്ല. പ്രഭ്വി പറഞ്ഞ മൂന്ന്, ഏഴ്, ആസ് എന്നിവ ഹെർമന്റെ മനസ്സിൽ പ്രകാശിച്ചു നിന്നു. മൂന്ന്, ഏഴ്, ആസ് എന്നിവ അയാളുടെ ചിന്തയിൽനിന്ന് മാറിയില്ല. ഒരു പെൺകുട്ടിയെ അയാൾ പറയുക ഇങ്ങനെയായിരിക്കും. “എന്തൊരു ഷെയ്പ്പാണവൾക്ക്. മൂന്നിന്റെ ഹൃദയങ്ങൾ പോലെ.” സമയമെത്രയായെന്ന് ചോദിച്ചാൽ അയാൾ പറയുക. “ഏഴായിട്ടുണ്ടാവും.” എന്നാണ്. കുടവയറുള്ള ആരെ കണ്ടാലും അയാൾ ആസിനെ ഓർക്കും. ഊണിലും ഉറക്കത്തിലും അയാൾ മൂന്ന്, ഏഴ്, ആസ് ഇവയെ ഓർത്തുകൊണ്ടിരിക്കും. വിലപിടിപ്പുള്ള ഒരു പുഷ്പം, ഗോഥിക് ഗേറ്റിനെ ഓർമ്മിപ്പിക്കുന്ന ഏഴ്, ആസ് ഒരു ചിലന്തി രൂപം. മറ്റെന്തിനേക്കാളും തന്റെ മനസ്സിലുള്ള രഹസ്യം നടപ്പിൽ വരുത്തുന്നതിലാണ് അയാൾ ശ്രമിച്ചത്. അയാൾ റിട്ടയർമെന്റിന് ആലോചിച്ചു. ഒപ്പം ഒരു യാത്രയും. പാരിസിലെ പൊതു ജനങ്ങൾക്കായുള്ള കളിസ്ഥലങ്ങളിൽ തന്റെ ഭാഗ്യം പരീക്ഷിച്ചുനോക്കാൻ അയാൾ ആശിച്ചു.

സമൂഹത്തിലെ വൻ പണക്കാർക്കുവേണ്ടിയുള്ള ഒരു കളിസ്ഥലം മോസ്കോ ആയിരുന്നു. ചെക്കാലിൻസ്കി ആയിരുന്നു അവിടത്തെ നായകൻ. അയാളുടെ മുഴുവൻ ജീവിതവും കാർഡ്മേശയിലാണ് ചെലവാക്കിയത്. കുറേനാൾക്കുമുമ്പ് അയാൾ കോടികൾ കാർഡ് മേശവഴി സമ്പാദിച്ചിരുന്നു. അദ്ദേഹം സമ്പാദ്യങ്ങൾ പ്രോമിസറി നോട്ടായാണ് സ്വീകരിച്ചിരുന്നത്. അതേസമയം തന്റെ നഷ്ടങ്ങൾ പണമായും. അയാൾക്ക് ഒരുപാട് സുഹൃത്തുക്കളുണ്ടായിരുന്നു. അയാളുടെ തുറന്ന വീടും പ്രസിദ്ധനായ പാചകക്കാരനും അയാൾക്ക് ഒരുപാട് ബഹുമതി നേടിക്കൊടുത്തിരുന്നു. അദ്ദേഹം പീറ്റേഴ്സ്ബർഗിൽ തിരിച്ചെത്തി. ചെറുതലമുറ അയാളുടെ വീട്ടിൽ തടിച്ചുകൂടി. അവർ കാർഡുകൾക്കുവേണ്ടി ഡാൻസ് റൂമുകൾ ഉപേക്ഷിച്ചു. നരമോവ് ഹെർമനെ അയാൾക്ക് പരിചയപ്പെടുത്തി.

അവർ ധാരാളം മുറികളിലൂടെ കടന്നുപോയി. അവിടെയൊക്കെ

സശ്രദ്ധം പരിചരണത്തിൽ ഏർപ്പെട്ടിരിക്കുന്ന വെയിറ്റർമാരെ കണ്ടു. ജനറൽമാരും കൗൺസിലർമാരും. ബാറുകളിലിരുന്ന് ഐസ്ക്രീം നുണയുന്നു, പൈപ്പുകൾ വലിക്കുന്നു. സ്വീകരണ മുറിയിലെ നീളൻമേശയ്ക്കരികിൽ ഏതാണ്ട് ഇരുപതോളം പേർ തടിച്ചുകൂടിയിരിക്കുന്നു. ആതിഥേയൻ തന്റെ പണവുമായി അവിടെയുണ്ട്. ഏതാണ്ട് അറുപതിനോടടുത്ത് ആദരവ് തോണുന്ന ഒരു മനുഷ്യൻ. തല മുഴുവൻ നരച്ചിരിക്കുന്നു. അദ്ദേഹത്തിന്റെ മുഖം സംസ്കാരചിത്തത ദ്യോതിപ്പിക്കുന്നു. ഒരു പുഞ്ചിരി എപ്പോഴും മുഖത്തുണ്ട്. നരുമോവ് ഹെർമനെ അദ്ദേഹത്തിന് പരിചയപ്പെടുത്തി. ചെക്കാലിൻസ്കി സന്തോഷസൂചകമായി കൈപിടിച്ചു കുലുക്കി. നില്ക്കാതെ കളിയിലേർപ്പെടാൻ പറഞ്ഞു.

കളി ഒരുപാട് സമയം നീണ്ടുനിന്നു. മുപ്പതിലധികം കാർഡുകൾ മേശപ്പുറത്തുണ്ട്. ചെക്കാലിൻസ്കി ഓരോ റൗണ്ടിനുശേഷവും സമയം കൊടുത്തിരുന്നു. കളിക്കാർക്ക് കാർഡുകൾ നോക്കി എടുക്കാനും നഷ്ടങ്ങൾ രേഖപ്പെടുത്താനും. അദ്ദേഹം തന്ത്രപരമായി അവരുടെ ആവശ്യങ്ങൾ കേൾക്കുകയും അബദ്ധവശാൽ മേശയിൽ വീണുപോയ കാർഡുകൾ എടുക്കാൻ അനുവദിക്കുകയും ചെയ്തു. ഒടുവിൽ കളി അവസാനിച്ചു. ചെക്കാലിൻസ്കി കാർഡുകൾ കശക്കി അടുത്ത കളിക്കൊരുങ്ങി.

“ഒരു പന്തയത്തിന് എന്നെ അനുവദിക്കു.” ഹെർമ്മൻ പറഞ്ഞു.

ചെക്കാലിൻസ്കി മന്ദഹസിച്ചുകൊണ്ട് തലയനക്കി അനുവാദം കൊടുത്തു. നരുമോവ് ചിരിച്ചുകൊണ്ട് ഹെർമനെ ഭാഗ്യത്തിനുവേണ്ടി ആശംസകൾ അറിയിച്ചു. “ഞാൻ പന്തയം വെക്കുന്നു” ഹെർമൻ പറഞ്ഞു. കാർഡിന് പിന്നിലെഴുതിയിരുന്ന തുകയാണ് ഹെർമൻ പറഞ്ഞത്.

“അതെത്രയാണ്?” ബാങ്കർ ചോദിച്ചു. കണ്ണുകൾ ഇറുക്കിയടച്ചുകൊണ്ട് അയാൾ പറഞ്ഞു. “ക്ഷമിക്കൂ, അത്രയും പണം എന്റെ പക്കലുണ്ടോ എന്ന് നോക്കട്ടെ.”

“47000 റൂബിൾസ്” ഹെർമൻ മറുപടി പറഞ്ഞു.

ഇതുകേട്ട് സകല കണ്ണുകളും ഹെർമനിലേക്ക് തിരിഞ്ഞു.

“അദ്ദേഹത്തിന്റെ മനോഭാവം അതാണ്!” നരുമോവ് വിചാരിച്ചു.

“ഞാൻ നോക്കട്ടെ.” ചെക്കാലിൻസ്കി പുഞ്ചരിയോടെതന്നെ പറഞ്ഞു. “താങ്കളുടെ പന്തയം വളരെ വലുതാണ്. ഒരു കാർഡിൽ 275 റൂബിൾപോലും തികയ്ക്കാനിവിടെ ആളുണ്ടാവില്ല.”

“എന്തായിത്?” ഹെർമൻ ക്രുദ്ധനായി ചോദിച്ചു: “താങ്കൾ എന്റെ പന്തയം സ്വീകരിക്കുന്നോ ഇല്ലയോ?”

ചെക്കാലിൻസ്കി തലകുനിച്ച് വിനീതനായി അയാളുടെ പന്തയം സ്വീകരിച്ചു.

“പക്ഷേ, ഒരുകാര്യം എനിക്ക് പറയാനുണ്ട്.” അയാൾ പറഞ്ഞു. “എന്റെ കൂട്ടുകാരുടെ ആത്മവിശ്വാസത്തിനുവേണ്ടി പറയുകയാണ്. റെഡി ക്യാഷിനു മാത്രമേ എനിക്ക് ബാങ്ക് ചെയ്യാനാകൂ. താങ്കളുടെ വാക്ക് തന്നെ ധാരാളമാണെന്നെനിക്കറിയാം. പക്ഷേ, കളിയുടെ ചിട്ടവട്ടങ്ങൾക്കും

അക്കൗണ്ട്സിനും വേണ്ടി താങ്കൾ പണം കാർഡിൽ വെക്കണം."

ഹെർമൻ പോക്കറ്റിൽ നിന്ന് ഒരു ബാങ്ക് നോട്ട് വലിച്ചെടുത്ത് ചെക്കാലിൻസ്കിയെ ഏല്പിച്ചു. ഒന്ന് നോക്കിയിട്ട് ചെക്കാലിൻസ്കി അത് ഹെർമന്റെ കാർഡിനുമേൽ വച്ചു.

അയാൾ കളി ആരംഭിച്ചു. 9 എണ്ണം നഷ്ടപ്പെട്ടു. മൂന്നെണ്ണം അവശേഷിച്ചു.

"മൂന്നിന് വിജയിച്ചു." ഹെർമൻ അയാളുടെ കാർഡ് കാണിച്ചു പറഞ്ഞു.

കളിക്കാർക്കിടയിൽ ഒരു മർമ്മരം ഉയർന്നു. ചെക്കാലിൻസ്കി ഒരു നിമിഷത്തേക്ക് സ്തബ്ധനായെങ്കിലും പെട്ടെന്നുതന്നെ മുഖത്തു പുഞ്ചിരി വന്നു നിറഞ്ഞു.

"താങ്കൾക്ക് പണം ഇപ്പോൾത്തന്നെ വേണോ?"

ചെക്കാലിൻസ്കി ചോദിച്ചു.

"എങ്കിൽ നന്നായിരുന്നു." ഹെർമൻ പറഞ്ഞു.

ചെക്കാലിൻസ്കി ഉടൻതന്നെ പോക്കറ്റിൽനിന്ന് കുറേയധികം ബാങ്ക് നോട്ടുകൾ വലിച്ചെടുത്ത് ഉടൻ തന്നെ പണം നല്കി. ഹെർമൻ തന്റെ പണമെടുത്തു ഉടൻതന്നെ മേശവിട്ടു. നരുമോവ് ചിന്തിക്കാൻ പോലുമാവാത്ത വിധം സ്തബ്ധനായിപ്പോയി. ഹെർമൻ ഒരു ഗ്ലാസ് ലെമണേഡ് കുടിച്ചതിനുശേഷം വീട്ടിലേക്കുപോയി.

അടുത്തദിവസം വൈകുന്നേരം വീണ്ടും അയാൾ ചെക്കാലിൻസ്കിക്കടുത്തെത്തി. ഹെർമൻ മേശയ്ക്കടുത്തേക്ക് നടന്നു ചെന്നപ്പോൾ തന്നെ കളിക്കാർ മാറിനിന്നിട്ട് അയാൾക്ക് ഇടം കൊടുത്തു. ചെക്കാലിൻസ്കി മനോഹരമായി തലകുനിച്ചു വണങ്ങി.

ഹെർമൻ അടുത്ത ഊഴത്തിനു കാത്തു. കാർഡെടുത്ത് അതിൽ തലേദിവസത്തെ വരവുകൂടി കണക്കാക്കി. 47000 റൂബിൾസ് വച്ചു.

ചെക്കാലിൻസ്കി കളി തുടങ്ങി. വലതുവശത്തേക്ക് ഒരു കള്ളക്കളി ഒപ്പിച്ചിട്ടും ഇടതുവശത്ത് ഏഴെണ്ണം അവശേഷിച്ചു. ഹെർമൻ അയാളുടെ ഏഴ് കാണിച്ചു. അത്ഭുതാദരത്തിന്റെ ഒരു ബഹളമുണ്ടായി. ചെക്കാലിൻസ്കി സ്തബ്ധനായി. അയാൾ 94000 റൂബിൾ എണ്ണി ഹെർമനെ ഏല്പിച്ചു. അയാളത് ഉടൻ തന്നെ ധൃതിയില്ലാതെ പോക്കറ്റിലാക്കി.

പിറ്റേന്ന് വൈകുന്നേരത്ത് വീണ്ടും ഹെർമൻ മേശയ്ക്കുമുന്നിൽ പ്രത്യക്ഷപ്പെട്ടു. എല്ലാവരും അയാളെ പ്രതീക്ഷിച്ചിരിക്കയായിരുന്നു. ജനറൽമാരും കൗൺസിലർമാരും കളി കാണാൻ വേണ്ടി തടിച്ചുകൂടി. യുവ ഓഫീസർമാരെല്ലാം ദിവാനിൽ നിന്ന് ചാടിയെണീറ്റു. എല്ലാം വെയിറ്റർമാരും സ്വീകരണമുറിയിൽ ഒത്തുകൂടി. ഹെർമനു ചുറ്റും ഒരാൾക്കൂട്ടമുണ്ടായി. മറ്റു കളിക്കാർ അവരുടെ കാർഡുകൾ കൈയിലെടുത്തു. അക്ഷമയോടെ ഹെർമൻ എങ്ങനെയാണ് കളിക്കുന്നതെന്ന് ഉറ്റുനോക്കി നിന്നു. ഹെർമൻ, വിളറിയെങ്കിലും പുഞ്ചിരി പൊഴിച്ചുകൊണ്ടിരിക്കുന്ന ചെക്കാലിൻസ്കിയുമായി കളിക്കാൻ തയ്യാറെടുത്തു. പൊട്ടിക്കാത്ത ഒരു

കവർ കാർഡെടുത്തു ചെക്കാലിൻസ്കി കശക്കി. ഹെർമൻ തന്റെ കാർഡു വച്ചു. മുകളിൽ ഒരു കൂമ്പാരം ബാങ്ക് നോട്ടുകളും. അതൊരു ദ്വന്ദ്വയുദ്ധത്തിന്റെ പ്രതീതി ഉണ്ടാക്കി. ഒരു നിശ്ശബ്ദത പരന്നു. ചെക്കാലിൻസ്കിയുടെ കൈകൾ ചലിച്ചു. വലത് ഒരു റാണി, ഇടത് ഒരു ആസ്.

"ആസ് ജയിച്ചു" ഹെർമൻ കാർഡ് കാട്ടി.

"നിങ്ങളുടെ റാണി നഷ്ടപ്പെട്ടു." ചെക്കാലൻസ്കി ദയയോടെ പറഞ്ഞു.

ഹെർമൻ കുഴങ്ങി: "പക്ഷേ, ആസിനു പകരം സ്പേഡ് റാണി മലർന്നു കിടക്കുന്നു. അയാൾക്ക് തന്റെ കണ്ണുകളെ വിശ്വസിക്കാനായില്ല. എങ്ങനെ അത് നഷ്ടമായെന്ന് അയാൾക്ക് മനസ്സിലായില്ല.

ആ നിമിഷം സ്പേഡ് റാണി തന്നെ നോക്കി കണ്ണിറുക്കി മന്ദഹസിക്കുന്നതായി അയാൾക്ക് തോന്നി. അയാൾ മേശ വിട്ടതും ആളുകൾ ഒച്ച വച്ചു.

ചെക്കാലിൻസ്കി കാർഡ് കശക്കി. കളി പതിവുപോലെ തുടർന്നു.

ഒടുക്കം

ഹെർമന് ഭ്രാന്ത് പിടിച്ചു. ഒബുക്കോവ് ആശുപത്രിയിലെ 17-ാം നമ്പർ മുറിയിൽ ഒരു ചോദ്യത്തിനും ഉത്തരം നല്കാതെ. പക്ഷേ, ഇടയ്ക്കിടെ പിറുപിറുക്കും. "മൂന്ന്, ഏഴ്, ആസ്! മൂന്ന് ഏഴ് റാണി!"

ലിസവേറ്റ ഇവാനോവ്ന പ്രഭ്വിയുടെ ഒരു പഴയ പാചകക്കാരന്റെ മകനെ വിവാഹം കഴിച്ചു നല്ല നിലയിൽ ജീവിക്കുന്നു. ഒരു പാവപ്പെട്ട ബന്ധുവിനെ അവർ ദത്തെടുത്തു. ടോംസ്കി ക്യാപ്റ്റൻ പദവിയിലേക്കുയർത്തപ്പെട്ടു. അദ്ദേഹം പോളിനാ രാജകുമാരിയെ വിവാഹം കഴിച്ചു.

കിർദ്ജലി

ജനനംകൊണ്ട് കിർദ്ജലി ഒരു ബൾഗേറിയനാണ്. ടർക്കിയിൽ കിർദ്ജലിയുടെ അർത്ഥം 'കൂടെ കൂട്ടാവുന്ന ഒരുവൻ' എന്നത്രേ. അയാളുടെ യഥാർത്ഥ പേര് എനിക്കുമറിയില്ല.

കൊള്ള സംഘാംഗം എന്ന നിലയ്ക്ക് മൊൾഡാവിയ മൊത്തം ഭയംകൊണ്ട് വിളറിപ്പോകും ആ പേര് കേട്ടാൽ. അയാളെക്കുറിച്ച് ചിലത് പറയാം. ഒരു രാത്രിയിൽ അയാളും ആർണൗട്ട് മിഖൈലാഖിയും ഒരു ബൾഗേറിയൻ ഗ്രാമത്തിലകപ്പെട്ടു. അവർ ഗ്രാമത്തിന്റെ രണ്ടറ്റത്തും തീയിട്ടു. കിർദ്ജലി ആളെ കൊന്നുകൊണ്ടിരുന്നു. മറ്റേയാൾ നാശനഷ്ടങ്ങൾ കണക്കാക്കി. ഇരുവരും ഒരുമിച്ചാർത്തു: "കിർദ്ജലി, കിർദ്ജലി" ഗ്രാമം മുഴുവൻ കത്തി.

അലക്സാണ്ടർ സിലാന്തി യുദ്ധം പ്രഖ്യാപിക്കുകയും പടയെ രൂപീകരിക്കുകയും ചെയ്തപ്പോൾ കിർദ്ജലി തന്റെ ഒരുപാട് കൂട്ടുകാരെ അവതരിപ്പിച്ചു. അപ്പോഴവർക്ക് യഥാർത്ഥത്തിൽ നെറ്ററിസ്റ്റുകളുടെ യഥാർത്ഥ ഉദ്ദേശ്യം മനസ്സിലായിരുന്നില്ല. പക്ഷേ, ടർക്കുകൾ വഴി കാശുകാരാകാം അല്ലെങ്കിൽ മൊൾഡാവിയ സാർ വഴി- അതവർക്ക് വ്യക്തമായിരുന്നു.

അലക്സാണ്ടർ സിലാന്തി വ്യക്തിപരമായി ധൈര്യമുള്ളവനായിരുന്നു. പക്ഷേ, അത് ലഭിച്ച റോളോളം പ്രാധാന്യത്തോടെ കൈകാര്യം ചെയ്യാൻ അദ്ദേഹത്തിനാവുമായിരുന്നില്ല. ആളുകളെ എങ്ങനെ നിയന്ത്രിക്കണമെന്നതിനെ സംബന്ധിച്ച് അദ്ദേഹത്തിന് ഒരു പിടിയുമുണ്ടായിരുന്നില്ല. അതാരെ ഏല്പിക്കണമെന്നതിനെ സംബന്ധിച്ചും അറിയുമായിരുന്നില്ല. അതുകൊണ്ട് ആൾക്കാർക്ക് അദ്ദേഹത്തിൽ ബഹുമാനമോ വിശ്വസ്തതയോ ഉണ്ടായിരുന്നില്ല. ഗ്രീക്ക് യുവതിയുടെ പുഷ്പം പൊഴിഞ്ഞുപോയ നിർഭാഗ്യകരമായ ആ യുദ്ധത്തിനുശേഷം ലോർഡാക്കി ഒളി

മ്പ്യാട്ടി, സിലാന്തിയോട് സ്വയം വിരമിക്കാൻ പറഞ്ഞു. സിലാന്തിയെ ഓസ്ട്രിയയുടെ പ്രാന്തപ്രദേശങ്ങളിലേക്കയച്ചു. അവിടെ അദ്ദേഹം തന്റെ ശാപങ്ങളെല്ലാം അവിടത്തെ മനുഷ്യരിൽ ചൊരിഞ്ഞു. അവർ പറഞ്ഞാൽ അനുസരിക്കാത്തവരും വഞ്ചകരുമാണെന്ന് സിലാന്തി പറഞ്ഞു. ഇവരിൽ മുക്കാൽപ്പങ്കും സെക്കോ സന്ന്യാസിമഠത്തിന്റെ ചുവരുകളിലോ പ്രൂത്ത് നദിയുടെ തീരങ്ങളിലോ അവസാനിച്ചു. കാരണം അവർ പത്തോളം ശത്രുക്കളെ നേരിട്ടിരുന്നു.

ജോർജി കാന്റാക്കുഴിനുമായി കിർദ്ജലി രമ്യതയിലായിരുന്നില്ല. കാരണം അയാളും ഒരു സിലാന്തിയായിരുന്നു. സ്കുല്യാനിയുമായുള്ള യുദ്ധവേളയിൽ റഷ്യൻ അധികാരികളോട് തങ്ങളുടെ മേഖലയിലേക്കു കടക്കാതെ കടന്നുപോകാൻ കാന്റാക്കുഴിൻ പറഞ്ഞു. ഒരു നായകനില്ലാത്തതിന്റെ വിഷമം കാന്റാക്കുഴിന് തോന്നിയിരുന്നു. പക്ഷേ, കിർദ്ജലിക്കും സഫ്യാനോസിനും കന്റഗോണിക്കും മറ്റുള്ളവർക്കുമൊന്നും അങ്ങനെ ഒരു വിഷമതയേ അനുഭവപ്പെട്ടില്ല.

സ്കുല്യാനിയിലെ യുദ്ധം മറ്റുള്ളവരാൽ അങ്ങനെ പറയപ്പെട്ട ഒരു യുദ്ധമായിരുന്നില്ല. 700 പേരെ സങ്കല്പിക്കുക – ആർഹൗട്ട്, അൽബേനിയന്മാർ, ഗ്രീക്കുകാർ, ബൾഗേറിയന്മാർ 15000 കാലാൾപ്പടകളുമായി ഒരാശ്രയവുമില്ലാതെ നടത്തിയ യുദ്ധം. ശത്രുക്കൾ പ്രൂത്ത് നദിയുടെ കര വരെ എത്തി. രണ്ടു ചെറിയ പീരങ്കികൾ ജാസിയിലെ ഗവർണറുടെ വളപ്പിൽ കാണപ്പെട്ടു. അവിടെനിന്നും വെടിയൊച്ചകൾ കേട്ടിരുന്നു. അവരുടെ ചെറിയ വെടിയൊച്ചകളിൽ ടർക്കുകൾക്ക് സന്തോഷമായിരുന്നു. പക്ഷേ, റഷ്യൻ അധികാരികളുടെ അനുവാദത്തോടെയല്ലാതെ അവർക്കത് ചെയ്യാൻ സാദ്ധ്യമായിരുന്നില്ല. 40 കൊല്ലം പട്ടാളത്തിൽ സേവനം അനുഷ്ഠിച്ചെങ്കിലും (ഇപ്പോൾ മരിച്ചു) ബുള്ളറ്റുകളുടെ ചീറ്റൽ ശബ്ദംപോലും കേട്ടിട്ടില്ല. ഈശ്വരൻ പിന്നീടിപ്പോൾ അതിനുള്ള അവസരം നല്കി. അദ്ദേഹത്തിന്റെ ചെവികളിലൂടെ ബുള്ളറ്റുകളുടെ ഒച്ച ചീറിപ്പാഞ്ഞു. ആ വൃദ്ധൻ വളരെ അസ്വസ്ഥനായി. തങ്ങളുടെ ഏരിയയിൽ കൂട്ടിക്കെട്ടിയ ഒകോട്സ്കി റെജിമെന്റിനെ ഓർത്തായിരുന്നു അത്. എന്തു ചെയ്യണമെന്നറിയാതെ വിഷമിച്ച മേജർ നദിക്കടുത്തേക്ക് ഓടി. മറുവശത്ത് ടർക്കിഷ് ഓഫീസർമാർ തങ്ങളുടെ കുതിരകളിൽ ചുറ്റിക്കൊണ്ടിരുന്നു. മേജർ തന്റെ വിരലുകൾകൊണ്ട് അവരെ ഭയപ്പെടുത്തി. അദ്ദേഹത്തെക്കണ്ട് അവർ പിന്തിരിഞ്ഞോടി. അദ്ദേഹത്തിനെന്ത് പറ്റിപ്പോയി എന്നെനിക്ക് മനസ്സിലാവുന്നില്ല.

അടുത്തദിവസം എങ്ങനെയായാലും ടർക്കുകൾ ഹെറ്റെയിറിസ്റ്റുകളെ ആക്രമിച്ചു. അവർ പീരങ്കികളെയോ പിസ്റ്റളുകളെയോ ആശ്രയിച്ചില്ല. അതൊരു ക്രൂരമായ യുദ്ധമായിരുന്നു. ഒരുപാട് കൊലപാതകങ്ങൾ നടന്നു. ആദ്യമായി ടർക്കുകളുടെ കൈയിൽ കുന്തങ്ങൾ കണ്ടു. അവർ റഷ്യക്കാരാകും. നെക്രാസോവിസ്റ്റുകളാകാം, ടർക്കിഷ് ഓഫീസർമാരാകാം. ഭരണാധികാരി ഹെറ്റെയിറിസ്റ്റുകൾക്ക് പ്രൂത്ത് നദി പിന്നിട്ട് തങ്ങ

ളുടെ അധികാരപരിധിയിൽ അവർക്ക് തങ്ങാനിടം അനുവദിച്ചു. അവർ രാജ്യത്തിലേക്ക് കടന്നുകയറാൻ ആരംഭിച്ചു. ടർക്കിഷ് കരയിൽ അവശേഷിച്ചത് കുറച്ച് കന്റാഗോണികളും സഫ്യാനോസും മാത്രമാണ്. കഴിഞ്ഞ ദിവസം വൈകുന്നേരത്ത് കിർദ്ജലിക്ക് മുറിവേറ്റിരുന്നു. തങ്ങളുടെ കൂടാരത്തിൽ തന്നെയാണ് അദ്ദേഹം കിടന്നിരുന്നത്. സഫ്യാനോസ് കൊല്ലപ്പെട്ടു. വല്ലാതെ തടിച്ച കന്റാഗോണിക്ക് വയറ്റിൽ കുന്തം കൊണ്ട് മുറിവേറ്റു. ഒരു കൈകൊണ്ട് അദ്ദേഹം വാളുയർത്തി. മറ്റേകൈ കൊണ്ട് ശത്രുവിന്റെ കുന്തം പിടികൂടി തന്നെത്തന്നെ കുത്തുകയായിരുന്നു. അതുകൊണ്ട് അദ്ദേഹത്തിന് ശത്രുവിനെ മുറിവേല്പിക്കാൻ സാധിച്ചു. ഇരുവരും ഒരുമിച്ചാണ് വീണത്.

എല്ലാം കഴിഞ്ഞു. ടർക്കുകൾ വിജയശ്രീലാളിതരായി. മൊൾഡാവിയ വൃത്തിയായി. അറുനൂറോളം അർണൗട്ടുകൾ ബെസ്സറേബ്യയിൽ ചിതറിക്കിടന്നു. അവരെ പിന്തുണയ്ക്കാൻ ആരുമുണ്ടായിരുന്നില്ല. അതുകൊണ്ടുതന്നെ റഷ്യ നല്കിയ പിന്തുണയിൽ അവർ അതീവ സന്തുഷ്ടരായിരുന്നു. അവർ മാതൃകാപരമായാണ് ജീവിതം നയിച്ചത്. അധികാരമില്ലാതെ ഒന്നും ചെയ്യുമായിരുന്നില്ല അവരെ ഏതുനേരവും കോഫിഹൗസിലാണ് കണ്ടിരുന്നത്. ചെറിയ കപ്പുകളിൽനിന്ന് കാപ്പി കുടിക്കുകയോ കഴിക്കുകയോ ചെയ്തുകൊണ്ടിരിക്കും. ആർക്കും അവരെക്കുറിച്ച് ഒരു പരാതിയും ഉണ്ടായിരുന്നില്ല. ഈ ശാന്തരായ മനുഷ്യരാണ് മൊൾഡാവിയയിലെ വൃത്തികെട്ട മനുഷ്യരെന്ന് ആരും ചിന്തിക്കില്ല. ഇവർക്കിടയിലെ ഒരാളായിരുന്നു കിർദ്ജലിയും

ജാസിയിലെ സേനാ നായകനായിരുന്ന പാഷ ഇതറിയുകയും സമാധാന ഉടമ്പടി അനുസരിച്ച് റഷ്യൻ അധികാരികളോട് കൊള്ളസംഘാംഗത്തെ കൈമാറാൻ ആവശ്യപ്പെടുകയും ചെയ്തു. പൊലീസുകാർ ഒരു തെരച്ചിൽ നടത്തി. കിർദ്ജലി കിഷിനേവിലാണെന്ന് അവർ മനസ്സിലാക്കി. ഒരു അഭയാർത്ഥിയായിരുന്ന സന്ന്യാസിയുടെ വീട്ടിൽനിന്ന് കിർദ്ജലിയെ ഒരു വൈകുന്നേരം പൊലീസ് പിടികൂടി. അപ്പോൾ അയാൾ മറ്റ് ഏഴ് സഹപ്രവർത്തകർക്കൊപ്പം രാത്രിയാഹാരം കഴിക്കുകയായിരുന്നു.

കിർദ്ജലി അറസ്റ്റ് ചെയ്യപ്പെട്ടു. സത്യം വെളിപ്പെടുത്താനോ കിർദ്ജലിയാണ് താനെന്ന് സമ്മതിക്കാനോ അയാൾ തയ്യാറായില്ല. അയാൾ പറഞ്ഞതിതാണ്. “പ്രൂത്ത് നദി കടക്കുമ്പോൾ ആരുടെയും സ്വത്തുവകകൾ ഞാൻ മോഷ്ടിക്കുകയോ ജിപ്സികളെ പ്രതിരോധിക്കുകയോ ചെയ്തിട്ടില്ല. ഞാനൊരു അഭയാർത്ഥിയാണ്, പക്ഷേ, റഷ്യക്കാർക്ക് ഞാനൊരതിഥിയും. വെടിവെപ്പിൽ സഫ്യാനോസ് ഒടുവിൽ തീയിട്ടു. അതിനുശേഷം അവർ വാച്ച് ചെയിനുകളും ബട്ടനുകളും ഒക്കെ മുറിവേറ്റവരിൽനിന്ന് ശേഖരിക്കാനെത്തിയപ്പോൾ ഞാനവർക്ക് അവസാനത്തെ കാശും കൊടുത്തു ഒന്നുമില്ലാതെയാണ് ഇറങ്ങിയത് ദൈവത്തിനറിയാം ഞാൻ പിന്നെ ജീവിച്ചതെല്ലാം ഭിക്ഷാടനം കൊണ്ടാണെന്ന്. ഇപ്പോഴെന്തിനാണ് റഷ്യക്കാർ എന്നെ എന്റെ ശത്രുക്കൾക്ക് കൈമാറിയത്?”

അതിനുശേഷം കിർദ്ജലി മൂകനായിരുന്നു. തന്റെ വിധിയുടെ തീർപ്പിനായി അദ്ദേഹം കാത്തിരുന്നു.

ഒരുപാട് നേരം കാത്തിരിക്കേണ്ടിവന്നില്ല. അധികാരികൾ കിർദ്ജലിയെ ജാസിയിലേക്കയക്കാൻ തീരുമാനിച്ചു.

സഹതാപവും ബുദ്ധിയുമുള്ള ഒരു യുവ ഓഫീസർ, ഇപ്പോൾ അദ്ദേഹം വലിയ നിലയിലാണ്- എന്നോട് കിർദ്ജലിയുടെ വിയോഗത്തെക്കുറിച്ച് ഒരു വിവരണം തന്നു.

ജയിൽ കവാടത്തിൽ ഒരു കരുറ്റ്സാ നില്ക്കുന്നുണ്ടായിരുന്നു. കരുറ്റ്സാ എന്താണെന്ന് നിങ്ങൾക്കറിയാൻ വഴിയില്ല. അതൊരുതരം കുതിരവണ്ടിയാണ്. അതിൽ ഒരുനേരം ഏഴെട്ടു കുതിരകളെ കെട്ടികൊണ്ടുപോകാൻ പറ്റും. അതിലൊരുവൻ കാൽ കവച്ചാണിരുന്നത്. ഒരു മൊൾഡേവിയൻ മീശക്കാരൻ. അയാൾക്കൊരു ആടുരോമത്തൊപ്പിയുമുണ്ട്. അയാൾ നിരന്തരം ഒച്ച വെക്കുകയും ചമ്മട്ടിയുയർത്തി കുതിരകളെ ക്രൂരമായി മർദ്ദിക്കുകയും ചെയ്തിരുന്നു. ഒരു കുതിര അല്പം ക്ഷീണിച്ചാൽ ഉടൻതന്നെ അതിനെ തെറിയഭിഷേകം നടത്തി നേർവഴിക്കു നയിക്കാതെ അതിനെ അതിന്റെ പാട്ടിനു വിടും. തിരികെ വരുമ്പോൾ അയാൾക്കറിയാം കുതിര അതിനടുത്തുതന്നെ കാണുമെന്ന്. അത് പുല്ല് മേയുന്നുണ്ടാവും. ഒരു യാത്രക്കാരനെ സംബന്ധിച്ച് യാത്ര തുടങ്ങുമ്പോൾ ഏഴെട്ടു ജോഡി കുതിരകളുണ്ടാവും. മടങ്ങിവരുമ്പോൾ ഒറ്റയൊരെണ്ണം മാത്രം. ഇത് ഏകദേശം പതിനഞ്ചുവർഷം മുൻപാണ്. ഇപ്പോൾ റഷ്യൻ പടയൊരുക്കങ്ങളും റഷ്യൻ കുതിരവണ്ടിയുമുണ്ട്.

അങ്ങനെയൊരു കരുറ്റ്സാ ജയിൽ വാതിലിന് പുറത്ത് നില്ക്കുന്നുണ്ടായിരുന്നു. 1821 സെപ്തംബറിലെ അവസാന ദിനങ്ങളിലൊന്നിലാണ്. ജൂതന്മാർ അലസമായി വസ്ത്രം ധരിച്ച്, സ്ലിപ്പറുകളിൽ, അർണൗട്ടുകൾ മെലിഞ്ഞിരുന്നെങ്കിലും വർണ്ണപ്പകിട്ടുള്ള കീറിപ്പറിഞ്ഞ, ആടയാഭരണങ്ങളിൽ, മൊൾഡേവിയൻ വനിതകൾ, കറുത്ത കണ്ണുകളായിരുന്നു അവർക്ക്, കുട്ടികളുമായി കരുറ്റ്സയ്ക്ക് ചുറ്റിലുമായി ചിതറി നില്ക്കുന്നുണ്ടായിരുന്നു. പുരുഷന്മാർ നിശ്ശബ്ദരും സ്ത്രീകൾ ആകാംക്ഷഭരിതരായി എന്തിനെയോ പ്രതീക്ഷിക്കുന്നവരും.

ഗേറ്റ് തുറന്ന് പുറത്തെ തെരുവിൽനിന്നും ഒരുപാട് പൊലീസുകാർ കടന്നുവന്നു. അവർക്ക് പിന്നാലെ രണ്ട് പട്ടാളക്കാർ. കിർദ്ജലിയെ നയിച്ചുകൊണ്ട് വരികയായിരുന്നു അവർ.

കിർദ്ജലിക്ക് 30 വയസ്സുണ്ടാവും. അവന്റെ കറുത്ത മുഖം സ്വാഭാവികവും രൂക്ഷവുമായിരുന്നു. നല്ല ഉയരമുള്ള മനുഷ്യൻ. വിരിഞ്ഞ തോളുകൾ. അത് കണ്ടാലറിയാം അയാൾ അസാമാന്യ കരുത്തുള്ളവനാണെന്ന് നല്ല നിറമുള്ള ഒരു തലേക്കെട്ട് അയാളുടെ തലയുടെ ഒരു ഭാഗം മറച്ചിരുന്നു. വീതിയുള്ള ഒരു കണ്ണാടിച്ചട്ടം അയാളുടെ ലോലമായ അരയെ വലയം ചെയ്തിരുന്നു. കാൽമുട്ടോളം നീണ്ടു കിടക്കുന്ന ഒരു ഷർട്ട്, മനോ

ഹരമായ സ്ലിപ്പറുകൾ– ഇതായിരുന്നു വേഷം. ഗർവ്വും ശാന്തതയും നിഴലിക്കുന്നതായിരുന്നു മുഖഭാവം.

ഓഫീസറായിരുന്ന ഒരാൾ, ചുവന്ന മുഖവും കണ്ണടയും വച്ച ഒരാൾ, മൂക്കിന്റെ ഒച്ചയിൽ മൊൾഡേവിയയിൽ അയാളോട് സംസാരിക്കാനാരംഭിച്ചു. തന്റെ ഉദ്ധതമായ രീതിയിൽ തുറിച്ചുനോക്കി കിർദ്ജലിയോട് റിപ്പോർട്ടിൽ പറഞ്ഞിട്ടുള്ള കാര്യങ്ങൾ ഉറപ്പിച്ചു. അയാൾ പറഞ്ഞതെല്ലാം കിർദ്ജലി ശ്രദ്ധിച്ചു കേട്ടു. ഓഫീസർ കുറ്റപത്രം വായിച്ചു, ആളുകളോട് ഉച്ചത്തിൽ അലറി, കരുറ്റ്സാ കൊണ്ടുവരാനും ആളുകളോട് ഒഴിഞ്ഞു നില്ക്കാനും ആവശ്യപ്പെട്ടു. കിർദ്ജലി അയാളോട് തിരിഞ്ഞ് മൊൾഡേവിയയിൽ സംസാരിച്ചു. അയാൾ സംസാരിച്ചപ്പോൾ ശബ്ദം വിറച്ചിരുന്നു. അയാളുടെ ഭാവം മാറി. അയാൾ കരഞ്ഞുകൊണ്ട് പൊലീസ് ഓഫീസറുടെ കാലിൽ വീണു. അയാളുടെ ചങ്ങല ചിലമ്പൽ ശബ്ദമുണ്ടാക്കി. പൊലീസ് ഓഫീസർ സ്തബ്ധനായി പിന്നിലേക്ക് മാറി. പട്ടാളക്കാർ മുന്നിലേക്ക് വന്നു കിർദ്ജലിയെ ഉയർത്താൻ ശ്രമിച്ചു. പക്ഷേ, കിർദ്ജലി സ്വയം ഉയർന്നുനിന്നു. കരുറ്റ്സയിലേക്ക് കാലെടുത്തുവെക്കുമ്പോൾ അയാൾ നിലവിളിച്ചു.

“അകലേക്ക്”

ഒരു ഫ്രഞ്ച് പട്ടാളക്കാരൻ കിർദ്ജലിക്കൊപ്പമിരുന്നു. മൊൾഡേവിയൻ ചമ്മട്ടി വീശി. കരുറ്റ്സാ മെല്ലെ മെല്ലെ യാത്രയായി.

ചെറുപ്പക്കാരൻ ഓഫീസർ ചുവന്ന മുഖമുള്ള വൃദ്ധനോട് ചോദിച്ച് “കിർദ്ജലി എന്താണ് നിങ്ങളോട് പറഞ്ഞത്?”

“അയാൾ എന്നോട് പറഞ്ഞത്.” വൃദ്ധൻ ഒരു പുഞ്ചിരിയോടെ പറഞ്ഞു. “അയാളുടെ ഭാര്യയെയും കുട്ടിയെയും നോക്കണമെന്ന്. ബൾഗേറിയൻ ഗ്രാമത്തിൽ ജീവിക്കുന്ന അവർ കിളിയയിൽനിന്ന് വളരെ അകലത്തല്ല. അയാൾ ഭയക്കുന്നത് അയാളെ പ്രതി അവർ വല്ല ഉപദ്രവവും കാണിച്ചേക്കുമെന്നാണ്. ആളുകളെത്ര വിഡ്ഢികളാണെന്ന് നോക്കണേ.”

ചെറുപ്പക്കാരന്റെ കഥ എന്നെ വല്ലാതെ ഇളക്കി. എനിക്ക് കിർദ്ജലിയോട് സഹതാപം തോന്നി. കുറേക്കാലത്തേക്ക് അയാൾക്ക് എന്ത് സംഭവിച്ചുവെന്ന് അറിയാനേ കഴിഞ്ഞില്ല. വളരെക്കാലത്തിനുശേഷം ആ ചെറുപ്പക്കാരൻ ഓഫീസറെ ഞാൻ വീണ്ടും കണ്ടുമുട്ടി. ഞങ്ങൾ പഴയ കാലത്തെക്കുറിച്ച് സംസാരിച്ചു.

“നിങ്ങളുടെ പഴയ സുഹൃത്തില്ലേ, കിർദ്ജലി? അയാൾക്കെന്ത് സംഭവിച്ചു?” ഞാൻ ചോദിച്ചു.

“തീർച്ചയായും” അയാൾ പറഞ്ഞ കഥ താഴെ.

കിർദ്ജലിയെ ജാസിയിലേക്ക് കൊണ്ടുപോയി. പാഷയ്ക്ക് മുന്നിലേക്ക്. പാഷ അയാളെ ശൂലത്തിലേറ്റാൻ വിധിച്ചു. അവധി ദിവസങ്ങളായതിനാൽ അത് മാറ്റിവെക്കപ്പെട്ടു. പക്ഷേ, അക്കാലം അയാളെ ജയിലിലടച്ചു.

ഏഴ് ടർക്കുകളാണ് അയാളെ നോക്കിയിരുന്നത്. (പാവം മനുഷ്യർ.

ഹൃദയം കൊണ്ട് കിർദ്ജലിയോളം തന്നെ അവർ അഭയാർത്ഥികളായിരുന്നു) അയാളെ അവർ ബഹുമാനിച്ചു. എല്ലാ കിഴക്കൻ രാജ്യക്കാരെയും പോലെ കിർദ്ജലിയുടെ വിചിത്രമായ കഥകൾ അവർ ശ്രദ്ധിച്ചു കേട്ടു.

അങ്ങനെ പ്രതിക്കും സംരക്ഷകർക്കുമിടയിൽ സൗഹൃദം രൂപപ്പെട്ടു. കിർദ്ജലി അവരോട് പറഞ്ഞു.

"സഹോദരന്മാരേ! എന്റെ സമയം അടുത്തു. ആർക്കും അവരുടെ വിധിയിൽനിന്ന് രക്ഷപ്പെടാനാവില്ല. താമസിയാതെ ഞാൻ നിങ്ങളെ വിട്ടുപോകും. ഞാൻ നിങ്ങൾക്ക് ഒരു മെമന്റോ നല്കാം." ടർക്കുകൾക്ക് വളരെ മനോവേദന അനുഭവപ്പെട്ടു. "മൂന്നുവർഷം മുമ്പ്" കിർദ്ജലി തുടർന്നു. "മിഖായിലൈകിനൊപ്പം കൊള്ളയടിക്കുമ്പോൾ ജാസിക്ക് വളരെ അകലെയല്ലാത്ത ഒരിടത്ത് ഞങ്ങൾ ഒരു കെറ്റിൽ നിറയെ സ്വർണ്ണം കുഴിച്ചിട്ടു. ഒരു കാര്യം ഉറപ്പായിരുന്നു. അവൻ അല്ലെങ്കിൽ ഞാൻ ആയിരിക്കും ഇതിന്റെ ഉടമസ്ഥൻ. നിങ്ങൾ അത് കണ്ടെത്തി നിങ്ങൾക്കിടയിൽ പങ്കുവെക്കണം."

ടർക്കുകൾ സന്തോഷം നിറഞ്ഞ മനസ്സോടെ പുറത്തേക്കുപോയി. പക്ഷേ, ഈ രഹസ്യസ്ഥലം എങ്ങനെ കണ്ടെത്തും. അവർ ഒരുപാട് നേരത്തെ ആലോചനയ്ക്കുശേഷം ആ സ്ഥലത്തേക്ക് കിർദ്ജലി തന്നെ തങ്ങളെ നയിക്കട്ടെ എന്ന് തീരുമാനിച്ചു.

രാത്രി വന്നെത്തി. ടർക്കുകൾ പ്രതിയുടെ ചങ്ങലകൾ അഴിച്ചുമാറ്റി. ഒരു കഷണം കയർകൊണ്ട് കൈ കെട്ടി. അയാളെ കൂട്ടിക്കൊണ്ട് അവർ സ്ഥലത്തേക്ക് പുറപ്പെട്ടു.

ഒരു ചെറിയ നിർദ്ദേശംപോലും കൂടാതെ കിർദ്ജലി അവരെ ഒരു സ്ഥലത്തുനിന്ന് മറ്റൊരു സ്ഥലത്തേക്ക് നയിച്ചു. ഒരുപാട് നേരം അവർ നടന്നു. ഒടുവിൽ ഒരു വലിയ കല്ലിനടുത്ത് കിർദ്ജലി നിന്നു. തെക്കോട്ട് പത്തടി അകലത്തിൽ അയാൾ കാലുറപ്പിച്ചു. "ഇവിടെ!"

ടർക്കുകൾ അവരുടെ തയ്യാറെടുപ്പുകൾ നടത്തി. നാലുപേർ കൈക്കോട്ടെടുത്ത് കുഴിക്കാനാരംഭിച്ചു. മറ്റ് മൂന്നുപേർ കിർദ്ജലിയുടെ സംരക്ഷണത്തിനായി നിന്നു. കിർദ്ജലി കല്ലിലിരുന്ന് അവരുടെ ജോലി ശ്രദ്ധിച്ചു.

"നില്ക്ക്. നിങ്ങൾ എത്ര നേരമായി പണിയെടുക്കുന്നു. എന്തെങ്കിലും കണ്ടോ?" കിർദ്ജലി ചോദിച്ചു.

"ഇതുവരെ ഒന്നും കണ്ടില്ല." ടർക്കുകൾ ഇതും പറഞ്ഞ് വീണ്ടും കഠിനമായ ജോലി തുടർന്നു. മഴപോലെ വിയർപ്പൊഴുകി.

കിർദ്ജലി അക്ഷമനായി.

"എന്തൊരു ആളുകളാണ്!" കിർദ്ജലി പറഞ്ഞു. "എങ്ങനെ കുഴിക്കണമെന്നുപോലും അവർക്കറിയില്ല. ഞാനെങ്ങാനുമായിരുന്നെങ്കിൽ രണ്ട് മിനിറ്റ് കൊണ്ട് പണി കഴിഞ്ഞേനെ. വരൂ എന്റെ കൈയിലെ കെട്ടൊന്നഴിച്ചിട്ട് ഒരു മൺവെട്ടി ഇങ്ങുതാ." ടർക്കുകൾ ചിന്താധീനരായി. അവർ പരസ്പരം കാര്യങ്ങൾ ചർച്ച ചെയ്തു.

“അല്ലാ, എന്ത് ദോഷം വരാനാ?” അവർ പരസ്പരം പറഞ്ഞു. “അയാൾ ഒറ്റയ്ക്ക്, നമ്മൾ ഏഴുപേരില്ലേ?”

അങ്ങനെ ടർക്കുകൾ അയാളുടെ കൈയുടെ കെട്ടഴിച്ചു. കൈയിൽ ഒരു മൺവെട്ടിയും കൊടുത്തു. ഒടുവിൽ കിർദ്ജലി സ്വതന്ത്രനായി അയാൾ അങ്ങേയറ്റം സന്തോഷിച്ചു. അവൻ വേഗം വേഗം കുഴിച്ചു. സംരക്ഷകർ അയാളെ സഹായിച്ചു. പെട്ടെന്ന് കിർദ്ജലി കൈക്കോട്ട് ഒരാൾക്ക് നേരെ എറിഞ്ഞു. അയാളുടെ നെഞ്ചിൽ രണ്ട് കൈത്തോക്കുകൾ തൂങ്ങുന്നുണ്ടായിരുന്നു.

അവന്റെ കൈയിലെ പിസ്റ്റളുകൾ കണ്ട് മറ്റ് ആറുപേരും ഓടിയൊളിച്ചു.

കിർദ്ജലി ഇപ്പോൾ ജാസിക്കടുത്തെവിടെയോ അഭയാർത്ഥിയാണ്. കുറച്ചുമുൻപേ അയാൾ ഗവർണർക്കെഴുതി. 5000 ലെവ്സ് കൊടുത്തില്ലെങ്കിൽ ജാസിക്ക് തീയിടും. 5000 ലെവ്സ് കൊടുത്തു. ശല്യമൊഴിച്ചു. അതാണ് കിർദ്ജലി.